வாதி...

ஸீரோ டிகிரி பப்ளிஷிங் – தமிழரசி அறக்கட்டளை இலக்கிய விருது 2021

மூன்றாம் பரிசு பெற்ற நாவல்

வாதி...

சீரோ டிகிரி பப்ளிஷிங் – தமிழரசி அறக்கட்டளை இலக்கிய விருது 2021
மூன்றாம் பரிசு பெற்ற நாவல்

நாராயணி கண்ணகி

எழுத்து
பிரசுரம்

Title : Vaathi
Author's Name: Narayani Kannagi

Published by Ezutthu Prachuram

Ezutthu Prachuram
(An imprint of Zero Degree Publishing)
No. 55(7), R Block, 6th Avenue,
Anna Nagar,
Chennai - 600 040

Website: www.zerodegreepublishing.com
E Mail id: zerodegreepublishing@gmail.com
Phone : 89250 61999

Ezutthu Prachuram First Edition: December 2021
ISBN: 978-93-91748-47-0
TITLE NO EP: 274

Rs. 320/-

Cover Design & Layout: Vijayan
Printed at Manipal Technologies, India.

நான் மீண்டும் எழுதுவதற்குக் காரணமான மூவருக்கு..
ப்ரியா கல்யாணராமன், கே.என். சிவராமன், பா.ராகவன்

1

போர்வையையும், பாயையும் எடுக்கும்போது துர்நாற்றமாயிருந்தது. அவற்றை அலசிப்போட்டு இரண்டு மாதங்களுக்கு மேலாகிவிட்டது. வானம் திறக்காமல் வெயிலில்லாமல், பகல் ஒரு மணிக்கும் கூட குளிர்தான் வீசுகிறது. பொங்கலுக்குப் பிறகுதான் வெயிலையே பார்க்க முடியுமோ என்னவோ, மார்கழிக் குளிரில் போர்வையில்லாமல் தூங்க முடியாது. முகத்திற்காக வைத்திருந்த சந்தனப் பவுடரைக் கம்பளிக்குள் தூவி மடித்து வைத்தேன். சட்டியில் ஒரு டம்பளர் தண்ணீர் ஊற்றி டீத்தூள் போட்டு அடுப்பில் வைத்துவிட்டு, வெட்டிக் கட்டி வைத்திருந்த வேலங்குச்சியொன்றை உருவி வாயில் கடித்துக்கொண்டு வெளியே வந்தபோது, க்யூ பிராஞ்ச் போலீஸ்காரன் சந்திரகுமார் நின்றிருந்தான். குளிர் நுழையாதபடி ஆம்பூர் கம்பெனியில் தயாரான முழுக்கை தோல்சட்டை அணிந்திருந்தான்.

'எந்த மடையனாச்சும் காலங்காத்தால ஆறுமணிக்கெல்லாம் பாக்க வருவானா? வாயை, வயித்த கழுவாமயே பேச உக்காந்துட்டா நாறாதா...' என வாயைத் திறந்து சொல்லித் துரத்த வேண்டியதை, பார்வை வழியாகச் சொன்னால் கட்டைக்கும், மட்டைக்கும் புரிந்துவிடுமா?

சைக்கிளைத் தள்ளிக்கொண்டே இரண்டு ஜெர்சி மாடுகளைப் பிடித்துக்கொண்டு மணியடித்துச் சத்தமெழுப்பியபடி போன ஆஞ்சி, "டீ தண்ணி குடிச்சியாண்ணா?" என்றான்.

"டேய் நல்லா சொல்லுவேன், காலங்காத்தால ஒண்ணுக்குப் போனியா, ரெண்டுக்குப் போனியான்னு கேளு..."

சைக்கிள் மணிச் சத்தத்தில் சொன்னது காதுக்குள் போகாமல், "ஆங்... ஆங்..." என்றான். பசுக்கள் அவனை இழுத்துக்கொண்டு சென்றன. ஒவ்வொரு பசுவும் பதினைந்து லிட்டர் சுரக்கும் மடியைச் சுமந்துகொண்டு நடப்பதற்குக் கஷ்டப்பட்டு அரக்கி அரக்கிச் சென்றன. பாலுக்கென்றே பசுக்களைத் தயாரிப்பவர்கள் பால்மடி முதுகில் வருகிற மாதிரி தயாரித்தாலாவது அதுகளுக்குச் சிரமம் குறையும். எப்படியும் கன்றுக்குட்டிகளுக்குப் பால் கொடுக்கப் போவதில்லை.

"ஏண்டா நிக்கிறவன்?" குச்சியை மென்றபடி கேட்டேன். கடவாய்ப் பற்களில் முனையை மென்று வேலஞ்சாற்றைத் துப்பாமல் வாய்க்குள் சேர்த்துப் பற்களைத் தேய்த்துத் துப்பினேன்.

கல்லுளி மங்கனாய் வாயைத் திறக்காமல் நின்றான்.

வீட்டோரம் புலக்கடை சந்துக்குப் போய், ஒண்ணுக்குக்கு நின்று, வாய் அலம்பிக்கொண்டு திரும்பும்வரை அசையாமல் நின்றிருந்தான். "வாடா" என்றதும் என் பின்னாலேயே வீட்டுக்குள் வந்தான். விடிந்திருந்தாலும் இருட்டு இன்னும் போகவில்லை. ட்யூப்லைட் ஸ்விட்ச்சைப் போட்டேன். மர நாற்காலியில் உட்கார்ந்தான். ஒரு பக்கம் கைப்பலகை தொங்கியிருந்ததைப் பொருத்திப் பார்த்தான். அவனைப் பார்த்தாலே எரிச்சல்தான். நமைச்சல் தளையை உடம்புக்குள்ளே பூசிவிட்ட மாதிரி எரிச்சல்தான். முகத்திற்கு நேரே சொரிந்தோ எரிந்தோ காட்ட முடியவில்லை. குழந்தையிலிருந்தே அவனைத் தெரியும். ஆயிகூட கழுவி விட்டிருக்கிறேன். விஷக் காய்ச்சலில் ஜன்னி கண்டபோது, தூக்கித் தோளில் போட்டுக்கொண்டு,

ரெண்டு மைல் தூர ஆசுபத்திரிக்குக் காலில் செருப்புகூட மாட்டாமல் ஓடியிருக்கிறேன். படிப்புச் செலவிற்குக்கூட அவனுக்கே தெரியாமல், அவனுடைய அம்மாவிடம் பணம் தந்திருக்கிறேன். பாட்ஷா ரஜினிகாந்த் மாதிரி, தூய நெஞ்சம் கல்லூரிக்கு அழைத்துப் போய், பிரின்சிபால் தந்தை கெசுவிடம் கைகளைக் கட்டி நின்று, "வணக்கம் ஃபாதர், இந்தப் பையன் பன்னெண்டாவது முடிச்சிட்டான். அவங்கம்மா கூலி வேல, யேசுவ சிலுவயிலடிச்ச மாதிரி, இவங்க வாழ்க்கய வறும அடிச்சி சாவடிக்குது. காலேஜ்ல எடம் தந்தா, படிச்சிட்டு வேலைக்குப் போவான். இல்லன்னா... என்ன மாதிரி அரகுறயா, இல்ல முழுசாவே நாசமாயிருவான்" என்றேன். சந்திரகுமாரின் தலைமீது தட்டி, "ஃபாதர் கால்ல வுழுடா" என்றதும் பெருமாள் கோவில் கொடிக்கம்பத்தின் முன் தரையில் சாஷ்ட்டாங்கமாய் விழுந்து கும்பிடுகிற மாதிரி கும்பிட்டான். ஃபாதர் இந்த நாடகத்தை எதிர்பார்க்கவில்லை. ஒத்திகை பார்த்துவிட்டுத்தானே அழைத்து வந்தேன். நானும் கால்களைக் கும்பிடப் போனேன். "வேண்டாம் வேண்டாம் போ.. போ... போய் யேசு சாமியைக் கும்பிடு" என்று எழுந்து நகர்ந்தார். "சாமி நம்பிக்க இல்ல ஃபாதர்" தயாரித்த நாடக வசனத்தைத் தாண்டி இப்படி உண்மையை உளறியதை சமாளித்துப் பேசி கல்லூரியில் சேர்த்துவிட்டேன். அவனிடம் நல்லதாக உடை எதுவுமில்லை. பிறந்த நாள் பார்த்து நீல நிற ஜீன்ஸூம், சிறுங்கட்டத்தில் வெளீர் நீலத்திலும், வெள்ளையிலும் இரண்டு சட்டைகள் வாங்கிக் கொடுத்தேன். கல்லூரி முடித்ததும் ஒரு வழக்கறிஞரிடம் குமாஸ்தாவாகச் சேர்ந்தான். அந்த வழக்கறிஞர் வாதிக்கும் பிரதிவாதிக்குமிடையில் தரகராக மட்டுமே கமிஷன் அடிப்படையில் செயல்பட்டவர். அலுவலகம் வருபவர்களுக்கு, ஃப்ளாஸ்க்கில் டீ வாங்கி வந்து டம்பளர்களில் கால்வாசி கால்வாசி ஊற்றித்தரும் பட்டதாரி குமாஸ்தாவாகப் பணியாற்றினான் இவன்.

ஆலமரத்தடி சண்முகம் டீக்கடையில், ஃப்ளாஸ்கைக் கழுவிக்கொண்டிருந்த சந்திரகுமாரிடம், "தம்பி! டிகிரி முடிச்சிட்டு, இந்த வேல வேணாம், ஒண்ணு வேற நல்ல

வக்கீல்கிட்ட சேந்துடு, இல்லன்னா ஒரு டீக்கடை வெச்சுக்க, சம்பளம் வேணும்னா போலீஸ் வேலைக்கு அப்ளிகேஷன் வுட்டுருக்கான் போடு" என்றேன். ஆறடி உயரத்தைத் தாண்டி வளர்ந்தவனுக்கு காக்கி உடுப்பின் மீது ஆசை வருவதெல்லாம் கூச்சமற்ற யதார்த்தம்.

ஐந்து மணிக்கு எழுப்பி குளிரில் இரண்டு மைல் ஓடவிட்டேன். அவனோடு நானும் ஓடுவேன். சைக்கிளை வேகவேகமாக அழுத்தித் துரத்துவேன். வக்கணம்பட்டி பள்ளிக்கூட வேப்பமரக் கிளையில் சேந்துக்கயிறு கட்டி ஏறச் சொன்னேன். தினமும் ரெண்டு முட்டையும் வாங்கித் தந்தேன். பச்சையாய் பாலில் கலந்து குடித்தான். தேர்வெழுதி, ஓடி, தாண்டி, கயிறேறி கடைசியில் போலிஸாகிவிட்டான். என்ன சொல்வது, எனக்கே போலீஸாகிவிட்டான். க்யூ பிராஞ்ச் போலீஸ்!

என்னைப் பார்க்க வரும்போதெல்லாம், ஐந்து போலீஸ்காரர்களைக் கொன்றதாக நம்பிக்கொண்டிருக்கும், ஒரு குற்றம் சாட்டப்பட்டவரை என்னிடமே தேடி வருவானென்று நினைக்கவே இல்லை.

போலீஸ்காரன் யாரையும் நல்லவனாகப் பார்க்க மாட்டான். போலீஸ்காரனையும் யாரும் நல்லவனாகப் பார்க்க மாட்டார்கள்.- இது முரணல்ல, அதிகார முட்களின் கூர்மையான விஷம். ஆனால், சந்திரகுமார் ரொம்பவும் நல்லவன் போலவே கெட்டிக்காரத்தனத்துடன் குழைந்து குழைந்து பேசினான். கண்ணாடிக் குவளையில் கோமேத நிறமோ, கோமிய நிறமோ கொண்ட டிக்காஷனை வடித்து நிரப்பி, அவன் வலது பக்கம் இன்னொரு மர நாற்காலியில் உட்கார்ந்தேன். வெளிச்சம் வந்துவிட்டது. ஜன்னல் வழியாகக் குருவிகளின் சத்தத்துடன் ஒளிக் கம்புகளும் நுழைந்தன. எழுந்துபோய் நீளக் குழல் விளக்கை நிறுத்திவிட்டு உட்கார்ந்தேன்.

"முப்பது வருசத்துக்கு முன்னே ஜோலார்பேட்டக்காரங்க யாரயும் போலீஸ் வேலைக்கு எடுக்கவே மாட்டாங்களாமேண்ணா... நக்சலைட் ஏரியான்னு காரணம் சொல்லி இன்டர்வியூல

ஃபெயிலாக்கி, வீட்டுக்கு அனுப்பிடுவாங்களாமே...” மடித்து விட்டிருந்த சட்டையின் நீளக்கையைத் தளர்த்திக்கொண்டான். கைகளில் குளிர் தீண்டியிருக்கலாம்.

தொண்டைக்குள் மூன்று விழுங்கு டிக்காஷனை சூடாய் இறக்கினேன். “அப்படி எதுவும் இல்லை, குற்றப் பின்னணி இருக்கான்னு விசாரிப்பாங்க, எதனா தப்பான நடவடிக்கைகள்ல தொடுப்பு வெச்சிருக்கானான்னு பாப்பானுங்க... முப்பது வருசத்துக்கு முன்ன மட்டுமில்ல, இப்பவும் விசாரிக்கிறாங்க... நம்ம ஊர்க்காரன மட்டுமில்ல, எல்லா ஊர்லயும் நடக்கற சம்பிரதாயந்தான்... போலீஸ் வேலைக்கு மட்டுமில்ல; கக்கூஸ் கழுவுற வேலைன்னாலும், கவுர்மெண்ட் வேலைன்னா நாலாப் பக்கமும் விசாரணை பண்ணுவாங்க...”

“எங்க டிஎஸ்பிதான் சொன்னார்ண்ணா... என்னைப் பாத்து எந்த ஊருன்னு கேட்டாரு, ஜோலார்பேட்டன்னன்... நக்சலைட் மண்ணாச்சே, எப்படி உன்ன டிபார்மெண்ட்ல சேத்தினாங்கன்னு கேட்டாரு...”

கெண்டையை வீசி விராலை இழுக்கிற உத்தி போலீஸ்காரன்களுக்கான பாடம். சிரிப்புதான் வந்தது! நான் எதற்காகச் சிரித்தேனென்று அவனுக்குப் புரியவில்லை.

“கலாச்சாரத்துல, பண்பாடுல, வாழும் முறையில நாம வெள்ளக்காரனாவே மாறிட்டோம் தெரியுமா? ஆனா நாம இன்னும் வெள்ளக்காரனுங்ககிட்ட அடிமையா இருந்தோம்னே பேசிட்டிருக்கோம், நாப்பது வருசத்துக்கு முன்னயே நக்சல்பாரிங்களைக் கொன்னுட்டு, இன்னும் நக்சல்பாரி மண்ணுன்னு சொன்னா ஆசனவாயிலதான் சிரிக்கணும்...” வேண்டுமென்றே அவன் கண்களில் கடுப்பேறுவது தெரிந்தும் சிரித்தேன்.

தலையைத் தொங்கவிட்டுக் கொண்டான். அவனுக்கு நக்சல்பாரிகளைப் பற்றித் தெரிந்துகொள்ள வேண்டும். நாற்பதாண்டுகளுக்கு முன்பே ஏழெட்டு நக்சல்பாரி

சாமிகளை, போலீஸே வேட்டையாடிக் கொன்று காவு வாங்கியது. மற்றவர்களை விலைபேசி காட்டிக் கொடுக்கும் களவாணிகளாக்கித் துணைக்கு வைத்துக்கொண்டது. பேங்கில் லோன் எடுத்துக்கொடுத்து, பூர்ஸுவாக்களாக்கிவிட்டது. இப்பவும் கூட அந்தப் பெட்டி பூர்ஸுவாக்கள், தங்களை நக்சல்பாரிகளாகவோ, போராளிகளாகவோ வேடம் தரித்துக்கொண்டே கந்துவட்டிக்காரர்களாகக் கொட்டமடிக்கிறார்கள். ஜமீன்தார்களை எதிர்த்து நாட்டு வெடிகுண்டு தயாரிச்சவன், துப்பாக்கி பழகினவன், கத்தியை சாணைப் புடிச்சவனெல்லாம் இப்போ பணக்காரனாகிவிட்டான். மோசமான பணக்காரனாகிவிட்டான்.

கொஞ்சம் பேர் அப்போதே பிழைப்பதற்காக, பிழைப்பதற்காக என்றால் - உயிர் பிழைப்பதற்காக, வெகு தூரத்திற்கு ஓடிப் போனார்கள். எங்கே இருக்கிறார்கள், எப்படி இருக்கிறார்கள்? இன்னும் பிழைத்திருக்கிறார்களா? ஆமாம், உயிர் பிழைத்திருக்கிறார்களா என்பது தெரியவில்லை. நாற்பது வருடங்களாக இந்தக் கஞ்சி போட்ட காக்கிகள் வலைகளை இன்னும் வீசிக்கொண்டுதான் அலைகிறார்கள்.

"ஏண்டா போலீஸ்காரி எவளையோ லவ் பண்றியாமே...? ரெண்டு குழந்தைங்க பெத்துக்கினப்பறந்தான் கல்யாணமா, மேடத்துக்கு குழந்தைங்க இருக்காமே..." அவனை மடக்கிப் பேச்சிலேயே முதுகுடைப்பதற்காகக் கேட்டேன். பதில் சொல்ல முடியாமல் பதற்றமானான். அவனுடைய காதல் விஷயம் எதுவும் எனக்குத் தெரியாது. வாலிபப் பையன், டிராக்டர் டயர் மாதிரி வாட்டசாட்டமா, காளையைத் தழுவிப் பிடிக்கிற மாதிரி தெரிகிறான். துறை வேறு தைரியத்தைத் தண்ணியா குடிக்கிற துறை, கல்யாணம் பண்ணினவன்களே ஒழுக்கமா நடக்க மாட்டானுங்க.. இவன் எங்கேயாவது ஒரு ஓட்டைக்குள்ளே காலை விட்டுத்தானே இருக்கணும் என்ற யூகத்தில் தோராயமாகக் கேட்டேன். அதுவும் பேச்சை மாற்றுவதற்காக... அவன் எவளைக் காதலிச்சா எனக்கென்ன, எவளையாவது காதலிக்காம சும்மா பயன்படுத்தினாத்தான் எனக்கென்ன?

"அப்படி எதுவும் இல்லண்ணா. யாராச்சும் போட்டுத் தந்தாங்களா? ட்யூட்டி அப்படி வுமன் போலீஸோட கோர்ட்டுக்கோ, கவுட் ஆசுபிட்டலுக்கோ போய்த்தான் ஆகணும். என் வண்டியில் உட்கார வச்சிட்டுப் போவேன்" நெஞ்சம் படபடத்ததோ என்னவோ, நெஞ்சில் கை வைத்துக் கொண்டான். கடைசிச் சொட்டு டிக்காஷனையும் வாயில் கொட்டிக் கொண்டேன்.

"உங்களை கோர்ட்லயோ, ஆஸ்பிட்டல்லயோ பார்க்கலையாம். வடமலை பவன் ஓட்டல்ல ஏ.சி. ரூம்ல பார்த்தாங்களாமே..." குற்றவாளிக் கூண்டில் நிற்பவனின் முகம் எப்படியிருக்குமென்று சந்திரகுமார் முகத்தில் பார்த்தேன். பொய் சொல்லி குற்றத்தை மறுப்பவனைப் போலவே, "அய்யய்யோ சாப்பிடப் போவோம், அவங்களுக்கு மேரேஜாகி ரெண்டு குழந்தைங்க இருக்காங்க. கோர்ட்டு வேலையா போறப்போ, பக்கத்துலதான ஓட்டல் இருக்கு. அங்கே சாப்பிடுவோம்... இனிமே போக மாட்டேண்ணா" உண்மையாகவே பயமா, அல்லது பயப்படுற மாதிரி கூத்து கட்டுகிறானா தெரியவில்லை.

"நான் தப்பாவே நினைக்கலையேடா..."

"வடமலை பவனுக்கு நீங்க வந்தீங்களா?"

"அம்முட்டுப் பெரிய சொகுசு ஓட்டலுக்கு நான் போவ முடியுமா? என் ஆயுசுக்கும் நான் போன பெரிய ஓட்டல்னா அது சந்தக்களி ஓட்டல்தான்."

"எங்கள ஓட்டல்ல பாத்தது யாருணா சொன்னது?"

"ஞாபகம் இல்லடா, வயசாச்சில்ல."

"ஞாபகம் இருக்கும். சொல்ல மாட்டீங்க..."

விஷமம் எனக்குள் சிரித்துக்கொண்டது. சொன்னதெல்லாமே என் கட்டுக்கதை. யாரைக் காட்டிக் கொடுப்பேன்... இரண்டு ஆண்கள் ஓட்டலுக்குப் போனால் சாதாரண ஓட்டலுக்குதான் போவார்கள். இரண்டு பெண்கள் சேர்ந்து

ஓட்டலுக்குப் போவதைத் தவிர்ப்பார்கள். அதிலும் இவங்க சம்பளமாவும், கிம்பளமாவும் ரெண்டு கையில் வருமானம் பார்க்கிறவங்களாச்சே...

“யாருன்னு ஞாபகத்துல இருக்கும் சொல்ல மாட்டீங்க, நல்லா போட்டுத் தந்திருக்காங்க...”

“காட்டித்தர மாட்டேன்டா... அது என் புத்தி இல்ல.”

கன்னத்தில் அடி விழுந்த மாதிரி முகத்தைச் சுருக்கினான். இந்தப் பதிலில் இரண்டு அர்த்தம் அவனுக்குக் கிடைத்திருக்க வேண்டும். ஒன்று அவனைப் பற்றி யார் என்ன சொன்னாலும் அவனைக் காட்டிக் கொடுக்க மாட்டேன்; இரண்டு, தலைமறைவாக உயிர் பிழைக்கும் நக்சல்பாரிகளை, அல்லது போலீஸாரால் பயங்கரமானவர்களென்று பட்டியல் வரையப்பட்டவர்களைக் காட்டிக் கொடுக்க மாட்டேன்.

நான் சொன்னதன் அர்த்தம் அவனுக்குப் புரியவில்லை. இல்லையேல் புரிந்ததாகக் காட்டிக்கொள்ளவில்லை. முகத்தில் எந்தச் சொரணையுமின்றி, “ராமலிங்கத்திற்கு இப்போ எவ்ளோ வயசிருக்கும்?” நாற்காலியின் உடைந்த கையை மறுபடியும் ஆணியில் அழுத்தினான்.

ரொம்பவும் கோபம் வந்தது. தெருநாய் போல் உருமாறி அவனைக் கீழே தள்ளி கடித்துக் குதறியெடுக்க வேண்டும் போலிருந்தது. கோபத்தைக் கடித்துக்கொண்டு, எழுந்துபோய் கட்டிலுக்கடியிலிருந்த தகரப்பெட்டியை இழுத்தேன். நான் ஏதோவொரு முக்கியமான ஆதாரத்தை எடுத்து அவனிடம் தரப்போகிறேனென நினைத்துப் பார்வையை உயர்த்தினான். வேண்டுமென்றே பெட்டியிலிருந்த துணிகளையும், புத்தகங்களையும் வெளியே எடுத்து வைத்து எதையோ தேடுவதைப்போல பாம்பாட்டி வித்தை காட்டினேன்.

பழைய எச்எம்டி கைக்கடிகாரம்! பல ஆண்டுகளாக அடவையில் புதைந்திருந்தது. “ஒரு உதவி பண்ணுடா. இந்தக் கடியாரத்த சர்வீஸ் பண்ணியாந்து தா. பேசனா நேரம் போறது தெரிய

மாட்டடங்குது. முப்பத்தஞ்சி வயசாகுது இதுக்கு... பாதி வாழ்க்கையை அடமானக் கடையிலயே தொலைச்சிருச்சு, இத மூட்டறதுக்கு கட்ன வட்டிக்குப் பத்துக் கடியாரம் வாங்கியிருக்கலாம்."

கையைப் பஞ்சாமிர்தம் வாங்குபவனைப் போல் நீட்டினான். முகம் சப்பென்று தொங்கியது. பெரிதாக எதிர்பார்த்தான்.

"ராமலிங்கம் பத்தி கேட்டண்ணா... அவருக்கு என்ன வயசிருக்கும்?"

"எனக்கெப்படித் தெரியும்? அந்தாளப் பார்க்கும்போது குழந்த பையன்டா நான். மூணாவதோ, நாலாவதோ போயிட்டிருந்தேன். வெவரம் பத்தாத முழங்கால் குருத்து. போலீஸுக்குப் பயந்து ஒளிஞ்சி ஒளிஞ்சி திரியறான்னு பேசுவாங்க, போலீஸுக்குக் கிடைச்சார்னா கொன்னுடுவாங்கன்னு பேசிக்கிட்டாங்க. ராமலிங்கத்த கொல்றதுக்கு முன்னே, ராமலிங்கம் கையால நாலஞ்சி போலீஸ்காரங்களையாவது காவு வாங்கிடுவார்னு பேசிக்கிட்டாங்க. பல குடும்பத்த போலீஸ்காரங்க அம்முட்டு நர வேட்டயாடி நாசம் பண்ணாங்க. போடா, அதைப் பேசினா என்னையும் தீவிரவாதி, பயங்கரவாதி, நக்சலைட்னு சொல்லுவீங்க" ராத்திரி தின்றுவிட்டு சுவரோரம் போட்ட ரெண்டு வாழைப்பழத் தோல் கறுத்து, எலிக்குட்டி நிறத்தில் விழுந்திருந்தது. அதை எடுத்துப்போய் வெளியே வீசிவிட்டு வந்தேன். சந்திரகுமார் சீக்கிரம் எழுந்து போக மாட்டான் போலிருந்தது. நான் சாமர்த்தியமாகப் பேசுவதாக எண்ணிக்கொண்டு பேசினாலும், காலத்தை அசை போடும்போது எதையாவது வெளியே கக்கிவிடுவேன். போலீஸ்காரனுக்கு சின்ன நூல்முனை போதும், அதைப் பிடித்துக்கொண்டு எலிவளை, புலிக்குகை என அதைத் தேடி நுழைந்து விடுவார்கள். அந்த நூல்முனையைப் பிடிக்கவே இங்கே வந்திருக்கிறான்.

"அவருக்குக் கல்யாணமாயிருச்சாண்ணா?"

வாயில் கெட்டவார்த்தை வந்துவிடுமோவென்று நாக்கை மடக்கினேன். "தெரியாதுடா. எங்கம்மா மேல சத்தியமா, மாரியாத்தா மேல சத்தியமா, காளியாத்தா மேல சத்தியமா, முனியப்பன் மேல சத்தியமா, அப்புறம் வேடியப்பன் மேல சத்தியமா தெரியாதுடா. கல்யாணமாச்சான்னும் தெரியாது, கருமாதியாச்சான்னும் தெரியாது..." இது சிவாஜிகணேசன் வகையோ, வீரப்பா வகையோ இல்லாத அக்மார்க் என் கோபம்! ஆனாலும் அவன் புறமுதுகெடுப்பதாகத் தெரியவில்லை.

"என்னண்ணா இவ்ளோ சத்தியம் பண்றீங்க... நான் சாதாரணமாத்தான் கேட்டேன்."

"சத்தியத்த நம்பிட்டீயா? இல்லையே... எந்த உண்மையையும் உன் மனசு நம்பாது. இப்போ பொய் சொன்னேன்னு வெச்சுக்க... ராமலிங்கம் ஆந்திராவுல தலைமறைவா, ஒரு செங்கல் சூளையில கூலி வேலை செஞ்சிட்டிருக்காருன்னு சொன்னா நம்புவே... ராமலிங்கம் ஜார்கண்டுல போய் நக்சல்பாரிகளோட நக்சல்பாரியா துப்பாக்கி மாட்டினு காட்டுல திரியறாருன்னு சொன்னா நம்புவே... ராமலிங்கம் அப்பவே ஜெர்மன் போயிட்டாரு வெள்ளக்காரிய கட்டினு பெரிய தொழிலதிபராயிட்டாரு, சொந்தமான ஏழு பங்களா இருக்கு, பதினைஞ்சி கார் இருக்குன்னு சொன்னா நம்புவே... இராமலிங்கம் செத்துட்டாரு முப்பது வருசத்துக்கு முன்னயே காய்ச்சலா வந்து ஆறு மாசம் படுத்த படுக்கையா கெடந்து செத்துப்போனாருன்னு கதையாகச் சொல்லி நம்ப வெச்சுட்டா கேஸ் முடிஞ்சி போச்சு... இப்படி நுரை பொங்காம மசாலா தடவாத, விஷயமே சொருகாம சப்புனு தெரியாதுன்னு சொன்னா நம்பத் தோணாது. கிணறுன்னு நெனைச்சி என்னை ஆழமா தோண்டிப் பாக்கற, நான் சின்ன சொம்பு; உள்ளுக்கு எதுவுமில்லாத காலி சொம்பு."

சந்திரகுமார் இப்போதைக்குத் துப்பறியும் கேள்விகளுக்குப் பூட்டு போட்டுக் கொண்டதாகக் கருதினேன். இவ்வளவு சொல்லியும் என்னை நம்பவில்லை என்பது விரக்தியடைந்த பார்வையில்

தெரிந்தது. அவனடைந்தது விரக்தி மட்டும்தான், தோல்வியை அல்ல என்பதும் புரிந்தது. மறுபடியும் தொடருவான், சுற்றி வளைத்து வருவான். மேலும் கேள்விகளோடு திரும்புவானெனத் தெரிந்துகொண்டேன்.

அவன் போலீஸ் கண்கள் இப்போது சுண்ணாம்படிக்காத சுவற்றில் மாட்டியிருந்த படங்கள் மீது விழுந்தன. அந்தப் படத்தைப் பார்த்துப் புரிந்துகொள்ளுமளவிற்கு அறிவேது. கார்ல்மார்க்ஸ் படம், எம்.ஜி.ஆரும் பிரபாகரனும் சேர்ந்திருந்த படம், இளையராஜா படம், சில்க் ஸ்மிதா படம், மரப்பலகையில் செதுக்கிய வெறும் பாரதியார் மீசை, பெரியாரின் தாடியும், தடியும் மட்டும் கொண்ட ஓவியம் எனச் சுவற்றில் தொங்கிக்கொண்டிருந்த நான் நேசித்தவர்களிடம் என்னைத் தேடாமல், இராமலிங்கத்தைத் தேடினான். என் கதம்ப புத்தி அவனுக்குப் புரியவில்லை. சில்க் ஸ்மிதாவைக் கூடுதல் நேரம் பார்த்தான். 'சில்க் ஸ்மிதா அப்படி என்ன புரட்சி பண்ணாங்க?' என்று கேட்பானென எதிர்பார்த்தேன். அவனுக்கு அவ்வளவு ஞானம் காணோம். கேட்டிருந்தால் சினிமாவில் மத்த பெரிய நடிகர்கள் என்னென்ன புரட்சி பண்ணாங்களோ அதைவிட சிறப்பா புரட்சி பண்ணாங்க என்று சொல்லி இருப்பேன்.

துப்பு ஏதும் கிடைக்காதென உறுதியாகியும்கூட எழுந்து போகாமல் உட்கார்ந்திருந்தான்.

“ஏண்டா ராமலிங்கம் அட்ரஸில்லாம போயி நாப்பது வருசத்துக்கு மேலாயிருச்சு. இப்போ எதுக்குத் தேடறீங்க..? போன நாப்பது வருசத்துல அந்த ஆளு பயங்கரவாதம் ஏதாவது பண்ணாரா? நூறு கோடி ஆயிரம் கோடி ஊழல் பண்ண மந்திரி யாரையாவது துப்பாக்கியில சுட்டாரா? டேபிளுக்கு டேபிள் லஞ்சம் வெளையற தாலுக்கா ஆபீஸ் மேல வெடிகுண்டு போட்டு உடைச்சாரா? என்னதான் பண்ணாரு? ஈ, எறும்பு, கொசுவைக் கொன்னாருன்னு தேடறீங்களா? தலைமறைவாத்தான இருக்காரு, தேசத் துரோகம் எதுவும் பண்ணலையே...”

"ஆனா நாப்பது வருசத்துக்கு முன்ன போட்ட கேஸ் அப்படியேத்தான் இருக்கு. ஜீப்ல அவரை அழைச்சிட்டுப் போகும்போது குண்டு வெடிச்சிருக்கு. நாலு போலீஸ்காரங்க ஸ்பாட்ல செத்திருக்காங்க. சின்ன வயசு சப்பின்ஸ்பெக்டர் அதுல ஒருத்தர், கல்யாணமாகி ஆறே மாசம்..."

அவன் முழுவதுமாகச் சொல்வதற்குள் குறுக்கிட்டேன். "ராணுவ வீரன் சினிமா பாத்தியா? சூப்பர் ஸ்டார் நடிச்சது. ராணுவ வீரன் சினிமா ராமலிங்கம் கதைதான். முப்பத்தெட்டு வருசத்துக்கு முன்னையே நம்ம சூப்பர் ஸ்டார் நாலு போலீஸ்காரங்களைக் கொன்ன தீவிரவாதி ராமலிங்கத்த பிடிச்சி, உதைச்சி, தண்டனை வழங்கிட்டார். நீங்க என்னவோ கேஸ் முடிக்கலன்னு சம்பளம் கறந்துனு சாவறீங்க..." சிரிப்பைக் கட்டுப்படுத்திக்கொண்டு சீரியஸாகச் சொல்லிவிட்டு, கை பனியனைக் கழற்றி, கம்பி மேல் வீசிவிட்டுத் தொங்கிக்கொண்டிருந்த நான்கைந்து துண்டுகளில் ஒன்றை எடுத்துத் தோளில் போட்டேன். 'எழுந்து வெளியே போடா'வென்று நோகடிக்க முடியாது. அவனாகப் புரிந்து கொள்ளட்டுமென்று தண்ணீர் பக்கெட்டை எடுத்தேன்.

எழுந்துகொண்டான். ஆணியில் மாட்டிக்கொண்டிருந்த நாற்காலியின் கைப்பிடியும் விழுந்தது. "என் மேல கோபப்படுவீங்க வேலை சுளுவா இருக்கும்னு க்யூ பிராஞ்ச் வந்தேன். ஆனா டியெஸ்பி முடுக்கி விடறாரு, 'நாலு போலீஸ்காரங்கள கொன்னுட்டு நாப்பது வருசமா ஒருத்தன் தண்ணி காட்றான், அவன் பொச்சைக்கூட புடுங்க முடியல'ன்னு கத்தறாரு, நான் ஒருத்தன்தான் ஜோலார்பேட்டக்காரன், மத்தவங்கெல்லாம் வெளியூரு. அதனால நான் மாட்டிக்கினேன். உங்க மூலம் எதனா துப்பு கிடைக்குமான்னு பார்த்தேன்" நாற்காலியிலிருந்து எழுந்தவனுக்குப் போவதற்கு மனமில்லாமல், நானேதாவது துப்பு துப்புவேனாவெனப் பரிதாபமான பிச்சைக்காரனாய் நின்றான். ஜன்னல் வழியாகக் கதிர்கள், பார்வையைக் கூச வைக்கும்படி நுழைந்தன. சினிமாக் கொட்டகையில் பட ஒளி வீசும் காட்சி ஞாபகம் வந்தது.

என்னையும், சந்திரகுமாரையும் பிரிக்கும் ஒளிச் சுவரைப் போலவும் கண்டேன். கதிரொளியில் மாசுகள் பறக்கும் எறும்புகள் போல் தெரிந்தன.

“வரண்ணா… இன்னொரு நாள் வருவேன், டியெஸ்பி அனுப்புவாரு.”

“வயித்துல புள்ள இருந்தாத்தான் பெக்க முடியும். உன் டியெஸ்பிகிட்டச் சொல்லு, உங்க க்யூ பிராஞ்ச் ரிக்கார்ட் நோட்ல நாலு போலீஸ்காரங்களைக் கொன்னுட்டு தப்பிச்சுப் போன ராமலிங்கம் இருப்பான், பத்து தியாகிகளைக் கொன்ன போலீஸ்காரங்க இருக்க மாட்டாங்க… நடராஜின்னு ஒரு கடவுள் இந்த ஊர்ல இருந்தாரு. போலீஸ்காரங்க அவரை அடிச்சிஅடிச்சி சாகடிச்சாங்க தெரியுமா? அவங்களுக்கு புரமோசன்தான் கிடைச்சது. ராமலிங்கம் ஒருத்தன்தாண்டா போலீஸ்காரங்க மேல குண்டு போட்டான். அவனைப் புடிக்கலை, ஆனா எந்தத் தப்பும் பண்ணாத நூறு பேரை போலீஸ்காரங்க கொன்னாங்க. உங்க டியெஸ்பி அவங்களையும் தண்டிக்கணும். தண்டிப்பாரா?”

மரத்தில் உட்கார்ந்து தீனி ஏதாவது கிடைக்குமாவென்று காத்திருக்கும் காகம், சடக்கென்று ஏமாற்றத்துடன் பறக்குமே அப்படி பதில் சொல்லவும் வார்த்தையற்று இன்னொரு முறை, “நேரமாச்சுண்ணா வர்றேன்” எனப் புறப்பட்டு போனான் பைத்தியக்காரன். நின்று…

“ஜமீன்களைக் கொன்னாங்களேண்ணா… அதுக்கு என்ன சொல்வீங்க?” வெடிகுண்டென நினைத்து, மடத்தனமான ஒரு கேள்வியை, காகம் எச்சமிட்ட மாதிரி மேலே வீசிவிட்டுப் பறந்தான். ஜமீன்தாரைப் பற்றி இவனுக்கென்ன தெரியும், தெரிந்தால் இவனும் கொன்றிருப்பான்.

2

ஏலகிரி மலையிலிருந்து உருண்டு வந்துவிட்ட மாதிரியான சின்ன ஊர் அது. சீக்கிரமே சூரியன் மறைந்து இருட்டாகி விடுகிற பனிக்காலத்தில் ஜன நடமாட்டமும் அடங்கிவிடும். காற்றுக்குள் ஊடு பாய்ந்து அடித்து வீசுகிற குளிர்! பனி விஷத்தின் தாக்குதலால் பாதங்கள் நீரற்ற ஏரி மண்ணைப்போல் வெடித்துவிடும். இரத்தம் கசியும். ஊறுகாய்க்காக மாங்காயைக் கீத்து போடுவது போல் உதடுகளைப் பனி கீத்து போடும். ஜனங்கள் ஆண்டைகளுக்கு நடுங்குவதைப் போல் குளிருக்கும் நடுங்கியாக வேண்டும். கைப்புள்ளகாரிகளுக்கு மார்கழி மாதம்தான் கண்டம். கொல்லைப்புறம் போய் வந்து பானை நீரில் கழுவினாலே ஜன்னியடித்துத் தூக்கும். முதிர்வடைந்த கிழங்களின் உடல்கள் குளிருக்குத் தாங்காமல் செலவு வைத்துவிடும். மார்கழியில் செத்தால் முக்தியாம். சாமிகளால் போர்வைகள் தர முடியாது. முக்தி மட்டும்தான் தர முடியும். குளிர் நுழைவதற்கு ஜன்னலும், வாசலும் திறந்திருக்க வேண்டியதில்லை. ஊசி முனையளவு துளையே போதுமானது. சல்லடை போலிருக்கும் ஓலைக் குடிசைகளுக்குள் வெறிநாய்களைப் போல் பாய்ந்து, பாய்ந்து குளிர் கடிக்கும். மண் தரையில் பரப்பிய வைக்கோலும், பீடியிலைக் கோணிப் பைகளும் மெத்தையாகி உடல்களை சூடுபடுத்தித் தூங்க வைக்கும். தெம்பிருப்பவர்கள் உடல்களால் சூடாக்கிக்

கொள்வார்கள். கூடலொன்றே குளிரைத் துரத்துவதற்கான யுத்தவழி. நம் ஜனங்களிடமிருந்தது உடம்புகள் மட்டும்தானே? ஆண்டைகளுக்காக உழைக்க, ஆண்டைகளுக்குக் கும்பிடு போட ஆண்டைகளிடம் அடி வாங்கவென இருப்பது உடல்கள் மட்டும்தான். கஷ்டங்கள், கவலைகள், வேதனைகள், வலிகள் போக்கவும் இருப்பது உடல்கள் மட்டுமே... உடல்களைத் தவிர வேறொன்றுமில்லை. உடலிணைவதற்குத் தோதற்றவர்கள் பீடிப்புகையை இழுத்து இழுத்துச் சூடாக்குவார்கள். யாருமற்ற பொழுதுகளில் பொண்டாட்டிகளுக்கும் ரெண்டு இழுப்பு கொடுப்பார்கள். பத்து முழம் அகலமேயுள்ள குடிசையில் அப்பன், ஆத்தா, சித்தாத்தா, பெரியாத்தா, அக்கா, சொக்கா பிள்ளைகளென்று மந்தைகள் நிறைந்திருக்கும்போது கூடலாவது, புகையிழுப்பதாவது. சாயுங்காலம் இருட்டு விழும்போதே விறகு வெட்டப் போவதாகச் சொல்லிவிட்டு காட்டோரமாகவோ, ஏரி புதரிலோ, சோளக் கொல்லையிலோ யாராவது பார்த்துவிடப் போகிறார்களென்று பயந்தும், பாம்போ, தேளோ தீண்டிவிடப் போகிறதென்று அஞ்சியும் கூடிவிட்டு அரக்கப் பறக்கத் திரும்புவதுதான் எளியவர்களின் கலவி முறை.

மழை பொழிகிற மாதிரி குளிர் கொட்டினாலும் ஜமீன் குடும்பங்களுக்கு அவதி உண்டாகாது. சரிகையில் பூப்போட்ட தடித்த சால்வை, கம்பளிப் போர்வை, காதும், வாயும் இறுக்கி மூடிக்கொள்ளும் காஷ்மீர் குரங்கு குல்லா, முழுக்கை சட்டை, ஆட்டுத்தோலிலான கோட், கம்பளி ஸ்வெட்டர், சாக்ஸ், பூட்ஸ், இத்தனை பாதுகாப்பில் வானளவு பனி பூதமும் பணிந்துதான் தீரும்.

டென்ட் தியேட்டரின் உச்சியில் நாலாப்புறமும், பூதப்பூவைப் போல் வாயைத் திறந்திருந்த ஒலிப்பெருக்கிகளில் பாடல்கள் ஊரைத் தாண்டியும் கத்தியது. 'மருதமலை மாமணியே முருகய்யா... தேவரின் குலம் காக்கும் வேலய்யா...'

பாடல் ஒலியையும் தாண்டி, ஜமீன்தார் குடும்பத்து குதிரை வண்டிகளின் 'ஜல் ஜல்' ஒலித்தது. அந்தச் சத்தம் டென்ட் கொட்டாயை நோக்கிப் பாய்ந்தோடுவதும் புரிந்தது.

சட்டையில்லாத சிறுவர்கள், குளிருக்குக் கைகளைக் கட்டிக்கொண்டு, கைகளைக் கட்டினது போதாமல் ரெண்டு காதுகளையும் மூடிக்கொண்டார்கள். காதில் விரலை விட்டும் அடைத்துக் கொள்வதுண்டு.

ஏரிக்கரையின் மீது குதிரை வண்டிகள் ஓட்டமெடுத்து வந்தன. ஜல் ஜல் இசை மட்டுமின்றி, லாந்தர் விளக்கின் ஒளிப்புள்ளிகளும் அசைந்தசைந்து நடனமாடி வருவதைப் போன்று காட்சியளித்தது. ஏரிகோடி மதகுப் பள்ளத்தில் வண்டிகள் இறங்கியேறுவது பிள்ளைகளுக்கு பிரமிப்பை உண்டு பண்ணியது. இந்த வாரமெல்லாம் 'டொக் டொக்' 'டொக் டொக்'கென்று நாக்கில் அடித்துக்கொண்டு குதிரைகளாகி ஓடுவார்கள்.

இன்றைக்குப் படம் போடுவற்கு நேரம் பார்க்க மாட்டார்கள். ஜமீன்தார் குடும்பம் வருவதே நேரம். அவர்கள் சீக்கிரம் வந்தால் சீக்கிரமாகவும், தாமதமாக வந்தால் தாமதமாகவும் படம் போடுவார்கள். பெஞ்ச் இருக்கைகள், சேர் இருக்கைகளை யாருக்கும் தராமல் காலியாக வைத்திருப்பார்கள். தரைச்சீட்டு மட்டுமே அனுமதிப்பார்கள்.

'தில்லானா மோகனாம்பாள்' படம்! போன ஆண்டே இரண்டுமுறை வந்து போனதுதான். ஜமீன்தார் ஏற்பாட்டில் இப்போது மூன்றாம் முறையாகப் போட்டிருக்கிறார்கள். ஒரு மாதமாகவே தொல்லை கொடுத்து வந்தார். படப்பெட்டி கிடைத்தபாடில்லை. திரையிடாத ஊரே நிறைய இருந்ததால் பெட்டி சுற்றிக் கொண்டிருந்தது. தபால் எழுதி கேட்கும்போதெல்லாம், திருவண்ணாமலையிலிருந்து வந்ததும் அனுப்பிவிடுவதாகவும், ஆற்காட்டிலிருந்து நேராய் ஏற்றி விடுவதாகவும்தான் பதில் வந்தது. படப்பெட்டி வரவில்லை. "பத்து பொட்டி சேத்து ப்ரின்ட் அடிக்க வேணாமா?" என்று கேட்டால், "மிச்சமாக் கெடந்தா ஆபீஸில்தான் தூங்கணும். மொதல் போடறது தூங்கறதுக்கா? ரிலீஸாகி மூணு வருஷமாகுது. நாலு ரவுண்டு அஞ்சி ரவுண்டு போயிட்டிருக்கு... மிச்சமா

பொட்டி வெச்சினு என்னாத்த பண்றது. புதுப்படம் வந்துட்டா சாம்பிராணி போட்டுதான் மணக்க வைக்கணும்" என பதில் வரும்.

மெட்ராஸ் கிளப்பிற்குச் சூதாடவும், நண்பர்களோடு மதுவாடவும் போன ஜமீன்தார், அப்படியே லிங்குசெட்டித் தெருவிற்குப் போய் சத்தம் போட்டு, சண்டை போட்டு, தில்லானா மோகனாம்பாளுக்குப் பணம் கட்டி, அவருடைய காரின் தலையிலேயே கட்டி வந்தார். ஐந்தாவது முறையாகத் திரையிட்டிருந்த தங்கப் பதுமையைத் தூக்கிவிட்டு தில்லானா மோகனாம்பாள் ஓட்டினார்கள்.

குதிரை வண்டிகள் நின்ற சற்று நேரத்தில் ஜமீன்தாரின் ஜீப்பும் வந்தது. பெண்கள், குழந்தைகள், பாட்டிகள், தாத்தாவென்று பன்னிரெண்டு யானைகள் இறங்கின. குதிரைகள் பாவம்தான்.

"குண்டா செவப்பா தெரிதே அதான் ஜமின்தார் பொஞ்சாதி" வேடிக்கை பார்த்திருந்த அம்மாவிடம் சகுந்தலக்கா சொல்ல,

"அடி இவளே ஜமின்தார் வூட்டுப் பொம்பளைங்க எல்லாருமே குண்டா செவ்ப்பாதான் தெரியறாங்கடி..."

"மூக்கு வாத்து மூக்காட்டும் நீண்டுக்கிட்டு இக்குதே..."

"போடி பங்காள்ச்சி முண்ட, ஜமின்தார் வூட்ல அத்தன பேரு மூக்கும் வாத்து மூக்குதாண்டி..."

குடிசைக்குப் பக்கத்திலேயே நின்று, ஒருத்தருக்கொருத்தர் மூக்கைத் தொட்டுப் பார்த்துக்கொண்டார்கள்.

டாக்டர் காளிமுத்துவும், அவரின் மனைவியும் ஸ்வேகா டீலக்ஸில் வந்து ஜமீன்தார் குடும்பத்துடன் இணைந்து கொண்டார்கள். ஜமீன்தாரும் டாக்டரும் கைகளைக் குலுக்கிக் கொண்டார்கள். டாக்டரின் பேன்ட் வயிற்றிற்கும் மேலே இறுக்கமாகச் சுற்றிக்கொண்டிருந்தது. அது போதாமல் அடிக்கடி பேன்ட்டை இழுத்து இழுத்து மேலேற்றியபடி இருந்தார்.

பெண்களும் குழந்தைகளும் டெண்ட் கொட்டாய்க்குள் நுழைய, டாக்டருக்கு ஜமீன்தார் சிகரெட் நீட்டினார். சிகரெட்டை வாங்கியதும், கோட்டிலிருந்த பையில் கையை விட்டு லைட்டர் எடுத்து இருவருக்கும் பற்ற வைத்தார். டெண்ட் தியேட்டர் முதலாளியே சவுக்குக் கம்புகளாலான பெரிய வாசல் கதவுகளைத் திறந்துவிட்டு, திருமண விழாவிற்கு வரவேற்பதைப்போல, "வரணும்.. வரணும்..." என்று இரண்டு கைகளையும் தலைக்கு மேலே உயர்த்திக் கும்பிட்டு பவ்யத்தை அர்ப்பணித்தார். பெண்களும், பிள்ளைகளும் கொட்டகைக்குள் நுழைந்ததும் பூட்டையும் சாவியையும் கையிலெடுத்துக்கொண்டே இருவரிடமும் வந்து வணக்கத்துடன் நின்று, "தொர உள்ள வந்து ஆட்டம் பார்த்துனே சுமோக் பண்ணலாமே...?" என்றார்.

"நான் வரலை அவசரமா ஐதராபாத்துக்கு டெலிபோன் பண்ணணும். எக்சேஞ்ச் ஆபீஸுக்கு சொல்லிட்டேன், எட்டு மணிக்கு லைன் கிடைக்கும்னு சொன்னான்."

"டாக்டர் சார்..?"

"டாக்டர் பார்ப்பார், நானும் இன்டர்வெல்லுக்கு வந்துடுவேன்."

"படம் ஆரம்பிக்கச் சொல்லட்டுங்களா துரை."

"ஓ. எஸ்" புகையை இழுத்துவிட்டு, "டாக்டர்! நீங்க பாருங்க... வந்து ஜாய்ன் பண்ணிக்கிறேன்" பாதி சிகரெட்டைக் கீழே போட்டு மிதித்துக்கொண்டு, "டாக்டர்! உங்க வண்டி எடுத்துட்டுப் போறேன், எப்படி போகறதுன்னு பார்க்கணும்."

"தொர சார் தமாஸ் பண்றீங்க...?"

"நோ... நோ.. ஐ லைக் திஸ் வேக்கல்."

"யுவர் ஹார்ஸ் வாஸ் லுக்கிங் ப்ரம் அங்கிரி" சிரித்துக்கொண்டே வண்டியை விட்டு நகர்ந்தார்.

ஒலிப்பெருக்கி 'பாட்டுப் பாடவா பறந்து செல்லவா' வோடு நின்றது. டாக்டர் புகையை இழுத்து ஊதிக்கொண்டே போனார்.

டென்ட் கொட்டாய் முதலாளி ஸ்வேகா டீலக்ஸை உதைத்து ஸ்டார்ட் பண்ணி ஜமீன்தாரிடம் கொடுத்தார்.

அந்த இரு சக்கர மோட்டார் சைக்கிள், ஜமீன்தார் பங்களாவை நோக்கிப் போகவில்லை. புளியஞ்சாலைக்குள் புகுந்து சந்தை மைதானத்திற்குள் நுழைந்து, ஆரம்பப் பள்ளிக்கூடக் கட்டிடத்தை நோக்கி விரைந்து, அதன் பக்கத்திலிருந்த புதிதாக வந்த இங்கிலீஸ் டீச்சர் வீட்டு முன் நின்றணைந்தது.

இங்கிலீஷ் டீச்சரென்றால், முழுதாகவே இங்கிலீஷ் டீச்சர்தான். சட்டக்காரியைப் போல் வெள்ளை. மெட்ராஸிலிருந்துதான் இங்கே சம்பளத்திற்கு வந்திருந்தாள். புடவையையும் ரவிக்கையையும் அயர்ன் பண்ணி, முன் கொசுவமும், முந்தானையும் விசிறி மடிப்பு மடித்து, சுற்றியிருப்பாள். வட்டக்கொண்டை, ஒற்றைப்பூ, மை இமை ரோஸ் பூசிய உதடுகள், குடை, குதிக்கால் செருப்பு நடை போதாதா? ஜமீன்தாருக்கு எதிரே சேலைகட்டிக்கொண்டு பன்றி வந்து நின்றாலே கிளர்ச்சியடைவார். இங்கிலீஷ் கலாச்சாரம், இங்கிலீஷ் பண்பாடு, இங்கிலீஷ் அழகு கொண்ட டீச்சரை விடுவாரா?

டீச்சருக்குத் திருமணமாகி இரண்டு ஆண்டுகள்தான் கடந்திருந்தன. பத்து மாதம் கைக்குழந்தையுடன் வந்திருந்தாள். வந்து சேர்ந்த முதல் நாளே, "டீச்சர்! யூஆர் வெரி வெரி ப்யூட்டிஃபுல்" என்று தூறல் போடத் தொடங்கினார்.

அதை வழக்கமான ஆண்களின் குணாதிசயம்தானென நினைத்தாள். "தாங்க் யூ சார்" சொல்லிவிட்டு அத்தோடு புன்னகையையும் கிள்ளி வைத்தாள். போகப்போக தூறலானது. வெறிகொண்ட மழையாகவும், தீவிர மின்னலாகவும், நாசமாக்கும் புயலாகவும், பாய்ந்து தாக்கும் இடியாகவும் பயமுறுத்தியது.

"சார்! எனக்கு அன்பா ஹஸ்பெண்ட் இருக்கார். என்மேல உயிரையே வைச்சிருக்கார்" புலியிடம் சைவச் சுவையைப்

பற்றி போதிப்பது வீணென்று புரியாமல், ஜமீன்தார் தன்மீது ஆசைப்படுவதை உணர்ந்த கணத்திலே அதைத் தடை போட எண்ணிச் சொன்னாள்.

“இங்கிலீஷ் டீச்சர்! ஹஸ்பெண்டு அன்பாத்தான் இருப்பார். உன்னை மாதிரி ப்யூட்டிஃபுல் வொய்ஃப்புன்னா நிறைய அன்பாத்தான் இருப்பார். பட், நான் யார்கிட்டேயும் பர்மிஷன் வேண்ட மாட்டேன். எடுத்துக்குவேன். நீ டீச்சரா வொர்க் பண்ணணும், புரிஞ்சுதா? நான் மனசு வெச்சாதான் டீச்சர், நான் மனசு வெச்சாதான் சம்பளம், இல்லனா மெட்ராஸ் ஸ்டேட்டுல, தமிழ்நாடு ஆயிருச்சில்ல, தமிழ்நாட்டுல எங்கேயும் வேலை இல்லை. அண்டர்ஸ்டேண்டு பண்ணிக்கோ, பணத்த தூக்கி வீசினா சினிமா ஸ்டாரே வர்றா... என்ன பண்றது உன் மேல ஆச வந்துருச்சி... நான் தொடாம இந்த ஊரைவிட்டு உன்னால போக முடியாது.” இப்படியான மிரட்டல்களால் நாள் தவறாமல் தாக்கினார். மான் மாட்டிக்கொண்டது. எத்தனை நாள் தப்பியோட முடியும்? இதோ இப்பொழுதும்.

கதவைத் தட்டினதும் இங்கிலீஷ் டீச்சர் கொஞ்சமாகக் கதவைத் திறந்து, “ஜமீன்தார் சார் ஸாரி! போதும் விட்டுடுங்க... ஒன் டேன்னு சொன்னீங்க, ரெகுலரா வர்றீங்க, திடீர்னு என் ஹஸ்பெண்ட் வந்துட்டார்னா... பயமா இருக்கு, செத்துப் போயிடுவேன்” கதவை மூடினாள்.

தள்ளிக்கொண்டு உள்ளே நுழைந்து கதவைத் தாழிட்டார். “நீதான் வேற ஊருக்குப் போகப்போறியே டீச்சர், புரியாத மாதிரி பாக்கற? ஆபீஸ்ல பெட்டிசன் கொடுத்திருக்கறதா சொன்னாங்க...” டீச்சருக்கு வியர்த்தது. நடுக்கம் உருவெடுத்தது. பெரிதாக மூச்செடுக்க, தலையை அடித்துக்கொண்டாள். கண்ணீர் வடிந்தது.

“ஸ்கூலைவிட்டு அனுப்பறதா இருந்தாலும் நான்தான் முடிவெடுக்கணும்.”

சுவற்றில் முகத்தை வைத்து விம்மினாள். ஜமீன்தார் குரூரமாகச்

சிரித்துக்கொண்டு சிகரெட் பற்றவைத்து, டீச்சரின் மீது புகையைப் பறக்கவிட்டார். துக்கமும் அழுகையும் அதிகமானது. தூங்கிக்கொண்டிருக்கும் குழந்தை முழிக்காமலிருப்பதற்காகச் சத்தமில்லாமல் அழுதாள். இடதுகையில் சிகரெட்டை மாற்றிக்கொண்டு, வலதுகையால் டீச்சரை வளைத்துப் பிடித்து இறுக்கினார். “டோன்ட் வொர்ரி, நான் தடுக்க மாட்டேன், வேற ஊருக்கு டிரான்ஸ்ஃபர் தர்றேன்.”

சிகரெட்டை வாயில் வைத்துக்கொண்டு, இரண்டு கைகளாலும் ரவிக்கையை அவிழ்க்க முனைந்தபோது தடுத்துப் பார்த்தாள். முடியவில்லை. குழந்தைக்குப் பால் புகட்டும் மார்பகங்களில் பசேலென்று வேப்பிலை அரைத்துப்பூசி இருந்தாள். ஜமீன்தார் கோபத்துடன் சிகரெட்டால் மார்பகத்தைச் சூடு வைப்பதுபோல் பயம்காட்டிவிட்டு, சூடு வைக்காமல் கீழே துப்பினார். “என்னடி இது?”

“பேபி பால் மறக்கட்டும்னு...” கண்ணீர் நிற்கவில்லை.

பச்சையான வார்த்தையால் திட்டினார். “பேபி பால் மறக்கறதுக்கா? நான் மறக்கறதுக்கா? ரெண்டையும் கட் பண்ணி போட்டுருவேன். உங்கிட்ட வர்றது உன்ன ஆள்றதுக்கு மட்டுமில்ல, அதுக்கு ஆயிரம் பேரு இருக்காங்க, தாய்ப்பால் குடிச்சா ஹெல்த்துக்கு நல்லதுன்னு டாக்டர் சொன்னார். அதுக்காகத்தான் அடுத்தடுத்து வர்றன். பேபிக்குப் பால் மறக்கடிச்சா, அப்புறம் சொரக்காது; ஸ்டாப்பாயிடும். எனக்கும் கிடைக்காது... இந்த வேப்பிலை பேபிக்கு இல்லை, எனக்குத்தானே, நான் மறக்கறதுக்குதானே!” கழுத்தைப் பிடித்தார், கோழியின் கழுத்தைப் பிடிப்பதைப் போல்.

டீச்சரின் தொண்டைக்குழி, கோலியுருண்டையைப் போல் எகிறித் துடித்தது. உயிர் பயம் மூச்சைத் தவிக்க வைத்தது. கழுத்திலிருந்த எடுத்த கையை, அதே வெறிகொண்ட கோபத்துடன் மார்பகங்களைப் பிடிக்க, குழந்தைக்காகப் பாலாக மாறிய குருதி ஜமீன்தாரின் முகத்தில் வெள்ளையாய்ப்

பீய்ச்சியது. வலி தாங்க முடியாமல், "இயேசுவே... இயேசுவே..." என்று கத்தினாள்.

விடுவித்து இன்னொரு சிகரெட் பற்ற வைத்தார். "ஸ்கூல் போகாத, வீட்ல ரெஸ்ட் எடு. சம்பளம் தேடி வரும். புரிஞ்சுதா? உனக்கு முந்திரி லட்டு, பன்னுன்னு எதுக்கு அனுப்பி வைக்கிறேன். நல்லா பால் ஊறணும்னுதான்... போ போயி நல்லா கழுவினு வா."

டீச்சர் பாதிப் பிணமாக மார்பகங்களைக் கழுவப் போனாள்.

3

மர நாற்காலிகளும், மேசைகளும் அழுக்காகவும் தூசு படிந்துமிருந்தது. விரலால் கோலம் போடலாம். குரங்கையோ, பூனைக்குட்டியையோ கொஞ்சம் ஞானமிருந்தால் ஆடையணியாத உடல்களையோ வரையலாம். இளம் வயதினர் வருவார்களானால் இரயில் வண்டிகளின் கழிவறைகளில் வரைவதைப்போல் குறிகளை மட்டுமே வரைந்து பார்த்துக்கொள்ளலாம். அதென்ன வயதானவர்கள் குறிகளை வரைய மாட்டார்களா என்ன? பிற்காலத்தில் டாக்டர், இன்ஜினீயர், மொழியறிஞர்களாகிவிட்ட இளைஞர்கள் வரைந்திருக்க மாட்டார்களா என்ன?

நூலகத்தில் நான் மட்டுமே உட்கார்ந்துகொண்டு ஒரே மாதிரியான செய்திகளோடிருந்த தாள்களைப் புரட்டியபடி, தூசுகளையும் புரட்டிக்கொண்டிருந்தேன். இரண்டு தவிட்டுக் குருவிகள் வெளியிலிருந்து பறந்து உள்ளே வருவதும், உள்ளேயிருந்து பறந்து வெளியே போவதுமாகக் கொண்டாடின. நூலகத்தின் வாழ்வுதனை சூது கவ்வுமென்று நினைத்துக்கூடப் பார்க்கவில்லை. நூலக வாழ்வு மறுபடியும் வெல்லுமெனவும் நம்பவில்லை. என்னைத் தவிர யாருமே நூலகத்திற்கு வருவதில்லை. நானும் போய்ச் சேர்ந்துவிட்டால் யாரும் வராமல் பாழடையுமோ? நூலகப் பணியாளரும் உட்காருவதில்லை.

பெண் என்பதால் தனியாக இருக்கையிலிருக்க பயப்படுகிறாரோ என்னவோ... நேரத்திற்குத் திறந்து வைப்பார். நேரத்திற்குப் பூட்டியும் விடுவார். சம்பளமெல்லாம் சரியாக வந்துவிடுகிறதாம்.

நூலகத்திற்கு வந்து ஏழு ஆண்டுகளாகியும் பிரித்துப் பார்க்காத நூல்களும் இருக்கின்றன. திருமணமாகாத முதிர் கன்னியைப் போல், திருமணமாகியும் உறவேற்படாத, ஆண்மையற்றவனின் மனைவியைப் போன்று தீண்டப்படாத நூல்கள்.

அதி ரகசியக் காதல், கள்ள, பிற ஜோடிகளுக்கு மனமுதிர்ச்சி இல்லை. இருந்தால் மார்புகளைப் போர்த்திக்கொண்டிருந்த துப்பட்டாவையெடுத்து முகத்தில் சுற்றிக்கொண்டு மறைவிடம் தேடி இறக்கையை விரிக்க மாட்டார்கள். இடமேதும் கிடைக்காமல், பெட்ரோல் குடிக்கும் விலைக்கு பைக்கிலேயே அறுபத்தைஞ்சாவது ஆய கலையைப் புரிந்தபடி சுற்றித்திரிய மாட்டார்கள். திருநிறைச்செல்விகள் பொய் வேறு சொல்லிவிட்டுப் பெயர வேண்டும். அகிலாவுக்குப் பிறந்த நாள், விமலாவோட அக்காவுக்குத் திருமண வரவேற்பு, அர்ச்சனாகிட்ட நோட்ஸ் வாங்கணுமென்று சந்தேகமெழாத பொய்களைத் தேர்ந்தெடுத்துப் போட வேண்டும். நூலகம் வருவதற்குப் பொய்கள் தேவையில்லை. நூலகம் போவதாகவே சொல்லிவிட்டு வரலாம். புத்தகம் தேடுவதைப்போல் அவயங்களைத் தேடலாம். நூல் விடுவதற்கேற்ற இடம் நூலகம். இப்படி அதி பயங்கரமாக யோசித்துக்கொண்டிருந்த மாலையில், "அண்ணா" வென்றழைத்துவிட்டு நூலகத்திற்குள்ளே நுழைந்து எதிரே நின்றான் சந்திரகுமார்.

"வாடா, லைப்ரரிக்கு வந்திருக்க, நல்ல பழக்கண்டா... போலீஸ் வேலைக்குப் போறதுக்கு முன்னே சிலவாட்டி லைப்ரரில பாத்திருக்கேன்."

வாயைத் திறந்து ஏதோ சொல்லுவதற்கு முனைந்து, சொல்ல முடியாமல் தடுமாற்றத்துடன் நின்றான். வேறொரு நிழல் தரையில் ஊர்ந்து வந்தது. திரும்பிப் பார்த்தால் ஒரு பெண் போலீஸ். மனதிற்குள் யோசித்த மாதிரியே நடக்கிறதா?

என்னவொரு வெறி பிடித்த ஞானமெனக்கு?

“டிஎஸ்பி உங்ககிட்ட பத்து நிமிஷம் பேசணும்னு சொன்னார்ண்ணா” எனக்குள் அச்சமெனும் திராவகம் ஊற்றிவிட்டு பத்தாயிரம் ரூபாய் கடன் கேட்கிறவனைப் போல், தலையை விரலால் சுண்டிக்கொண்டான். பெண் போலீஸை ஒரு பார்வை பார்த்தான். அவளோ நெஞ்சில் கைவைத்து ஏர் இந்தியா ஜோக்கர் மாதிரி, தலையை வளைத்து வணங்கினாள். கொஞ்ச காலமாய் இப்படியொரு வணக்கப் பழக்கம் புழக்கத்தில் இருக்கிறது. எந்த வெற்று அந்தஸ்தும் ஏற்படுத்திக் கொள்ளாத எனக்கெதற்கு இந்த வணக்கமெல்லாம்...? இந்தக் காக்கிப் புலிகளின் துப்பறியும் சவாலுக்கும், இவர்களின் நட்சத்திர சட்டையணிந்த ஆண்டையிட்ட கட்டளையை நிறைவேற்றவும், பிச்சைக்காரனான என்னை வணங்கி பிச்சை கேட்கிறார்கள். எனக்குள்ளிருந்த கொஞ்சம் பயத்தை, புத்தகத்தை மூடி வைத்த மாதிரி மறைத்தேன்.

“கரும பலனோ முன்னோருங்கள்ல யாரு செஞ்ச புண்ணியமோ லைப்ரரிக்குள்ள வந்துட்டீங்க... எதனா ரெண்டு புக்கையெடுத்துப் பிரிச்சுப் பாருங்களேன். உங்க பேரம் பேத்திங்களுக்குப் புண்ணியம் சேரும்” கண்ணாடியைக் கழற்றி உள் பனியனில் மாட்டிக்கொண்டு, சீப்பால் தலைசீவிக் கொண்டேன்.

பக்கத்து வீட்டில் தொலைக்காட்சித் தொடரைப் பார்த்துக்கொண்டிருந்த நூலகர் அம்மா, ஜன்னல் வழியாகக் கண்காணித்துவிட்டு, வேகமாக உள்ளே நுழைந்தார். போலீஸ் இனத்தைப் பார்த்து பற்களைக் காட்டினார். “புக்ஸ் ஏதாவது வேணுங்களா?”

“இல்ல மேடம், அண்ணனைப் பாக்கறதுக்கு வந்தோம்” இந்தப் பதிலை சந்திரகுமார் சொல்லவில்லை. அவன், “ஒரு பத்து நிமிஷம்ண்ணா சார் பேசணும்னு சொன்னாரு” என்றான், இடது கையிலிருந்த வெள்ளிக்காப்பைச் சுழற்றிக்கொண்டே.

“ராஜீவ்காந்தி கொலையானப்போ இப்படித்தாண்டா

அழைச்சிட்டுப் போனாங்க. ஒரு வாரம் வுடல, கொஞ்சூண்டு அறிவு இருக்கறவனுங்கள நிறைய்ய அதிகாரம் இருக்கறவங்களுக்கு ஆகாது. இப்பத்தான் வெளங்குது, ஜனங்க லைப்ரரிக்கு ஏன் வரலன்னு... வந்து அறிவை வளத்தா, அதிகாரத்துக்கு எதிரானவனா பார்ப்பீங்க...”

நான் சொன்னது எதுவுமே புரியாதது போல் நின்றார்கள். “நெசமாலுமே ராமலிங்கம் பத்தி எதுவும் தெரியாது, பத்து நிமிசம்னு கூட்டினு போய், பத்து நாளிக்கி பிரியாணி தின்ன வெக்காதீங்க, வர்றதா இருந்தா வக்கீல்கிட்ட பேசிட்டு, அவர கூட்டினு வர்றன்.”

“அய்யய்யோ... என்ன நம்ப மாட்டீங்களா? அப்படி வுடுவனா? நீங்க வளத்து ஆளாக்கிவுட்டவண்ணா நான்.”

“ஆனாலும் போலீஸ்டா... இப்போ உன்னை வளக்கறது டிபார்மென்ட், உன் ஆண்ட! உன் அதிகாரி! எந்த அதிகாரமும் பொது புத்தியா இருக்காது. ஒரு பக்கம் சாஞ்சிட்டுதான் இருக்கும். அது எந்தப் பக்கம்ங்கிறது வெட்ட வெளிச்சம்.”

இதுவும் அவனுக்குப் புரியவில்லை. நானும் கூட அவனுக்குப் புரிகிற மாதிரி பேசணும்... புரிகிற மாதிரியென்றால் கன்னத்தில் ஓங்கி அறையணும்.

பெண் போலீஸ் அவனைத் தாண்டி முன்னே வந்து, “ஐயா உங்கள எங்கேயும் கூட்டினு போவ மாட்டோம். டியெஸ்பி சார் ரோட்ல ஜீப்லதான் இருக்கார்” சொல்லிவிட்டு முந்தானையை இழுத்து மறைத்தபோது கோபமாகப் பார்த்தேன்.

பார்வையைப் பார்க்க முடியாமல் தலை கவிழ்ந்துகொண்டாள்.

நூலகர் என்னவோ முரணான வாதம் நடந்துகொண்டிருப்பதாகப் புரிந்துணர்ந்து அவருடைய கண்ணாடி அறைக்குள் சென்று மின்விசிறி சுற்றவைத்துக்கொண்டு இருக்கையில் சேர்ந்தார். நோட்டுப் புத்தகமொன்றைத் திறந்து வைத்து முக்கியமான பணிபுரிவதாகக் காட்டுவதற்குச் செயல்பட்டார்.

“இருபது வருசத்துக்கு முன்ன, ஜீப்புலதான் கூட்டினு போனாங்க...”

“இப்போ கூட்டினு போவ மாட்டோம். எங்கம்மா மேல சத்தியம், ரெண்டொரு வார்த்த பேசணும்னு சொன்னாரு, ஜீப்புலயே பேசிடுவாரு...”

“விசாரணன்னு சொல்லு. அதென்ன பேசறது? பொண்ணு கொடுக்கிற எடுத்துல, பொண்ணு எடுக்கற எடத்துல பேசறதுதான் பேச்சு வார்த்த... இது பேசறது இல்ல, விசாரண.” எங்களின் தலைக்கு மேலேயும் மின்விசிறி சுற்றியது. நூலகர் தட்டிவிட்டது.

“உங்க ஆபீஸுக்கே வர்றன். நானே வர்றேன்... போ பயமில்ல.”

நகர மாட்டார்களென்று தெரிந்தும் சொன்னேன். எங்களுக்குள் பிடிவாதமும், மறுப்பும் வெகு நேரம் இழுபறியாய் நீடிக்குமென்றுதான் கருதினேன். அதற்கு இடமின்றி டி.எஸ். பி சுந்தரராஜன் அவராகவே நூலகத்திற்குள் வந்தார். கறுப்பாகவும் குண்டாகவும், சற்றே குள்ளமாகவும் செதுக்கிய மீசைக்கு அடர் கறுப்பாய் மை தீட்டியுமிருந்தார். புருவத்திலும், மார்பிலும் காதுகளிலும் சில நரைகள் முந்தித் தெரிந்தன. வெந்தய நிற டி.சர்ட்டும், கறுப்பு நிற ஜீன்ஸும், தொப்பையும், கிட்டப்பார்வை, தூரப்பார்வை இரண்டிற்கும் சேர்ந்த மாதிரியான கண்ணாடியும், நீல நிற விளையாட்டு ஷூவும், சட்டென்று நொடியில் கண்ட அடையாளம். இருவரும் அவருக்கு ஒதுங்கி வழிவிட, “குட்மார்னிங் காம்ரேட் கண்ணப்பன்” என்றவாறு கை நீட்டினார்.

ஒருத்தர் கையை நீட்டும்போது அதைப் பிடிக்காமல் விடுவது, பண்பாட்டிற்கு எதிரானது என்பதால் கையைக் கொடுத்தேன். அந்த நேரத்திலொன்றைப் புரிந்து கொண்டேன். டி.எஸ். பி சுந்தர்ராஜன் தென் தமிழ்நாட்டைச் சேர்ந்தவரென்றும், கீழ் நிலையில் தள்ளி வைக்கப்பட்ட இடத்திலிருந்து படித்து சப்-இன்ஸ்பெக்டராகி, இன்ஸ்பெக்டராகி, டிஎஸ்பியாக

உயர்ந்திருக்கிறாரென்பதும் விளக்கமானது. மனித வாசம் அவரின் பதவியைத் தாண்டியும் வீசியது.

பக்கத்து நாற்காலியில் படிந்திருந்த தூசிகளைத் துடைக்காமலேயே உட்கார்ந்தார். “காம்ரேட்! குற்றவாளிகளைக் கண்டுபிடிக்கிறதுக்கு முன்னே, எல்லார் மேலயும் ஒரு டவுட் போகும். ராஜீவ்காந்தி படுகொலை நடந்த காலகட்டத்தில், குற்றவாளிகள் யாருன்னு முடிவு செய்யவே முடியாம இருந்தது. பல கோணத்துல விசாரண போச்சு. உங்களை மட்டுமில்ல, காங்கிரஸ்காரங்களையே சந்தேகப்பட்டாங்க. கட்சியின் எல்லாத் தலைவர்களையும் விசாரணை செஞ்சாங்க, ஒரு சிபிஐ அதிகாரி ராஜீவ்காந்தி குடும்பம் மேலேயே சந்தேகமா சொன்னாராம் தெரியுமா காம்ரேட்? விசாரணை இங்க மட்டுமில்ல; உலகம் பூராவும் நடந்தது. அக்யூஸ்ட்ட கண்டுபிடிக்கிற வரைக்கும் நோண்டித்தானே ஆகணும்?” மேசை மீதிருந்த செய்தித்தாள் கசங்குகிற மாதிரி வலது கையை ஊன்றிச் சாய்ந்தார்.

நான் சந்திரகுமாரிடம்தான் சொன்னேன், ராஜீவ்காந்தி கொல்லப்பட்டபோது என்னை அழைத்து விசாரித்த விஷயத்தை. ரோட்டிலிருந்த டிஎஸ்பியின் காதுகளுக்கு எப்படிப் போனது? யோசிக்கும்போதே சந்திரகுமார் சட்டைப்பையிலிருந்து கறுப்பு நிற நோக்கியோ கைப்பேசியை எடுத்து குமிழ் அழுத்தி மறுபடியும் வைத்துக்கொண்டான். புரிந்துகொண்டேன்.

“காம்ரேட்... உங்ககிட்ட விசாரணை பண்ண வரல, ஹெல்ஃப் கேட்டு வந்திருக்கேன். உதவி கேட்டு வந்திருக்கேன்.” என்னை மடக்குகிற தந்திரத்தைக் கையாண்டுவிட்ட மாதிரியான ஒளிரும் பார்வை காட்டினார்.

அந்தத் தந்திரத்தை உடைத்தேன். “லஞ்சத்திற்கு நிதி, நன்கொடைன்னு பேர் மாறிட்டத போல, விசாரணைக்கும் உதவின்னு பேரு மாறிடுச்சா சார்?”

“காம்ரேட்?”

“நானும் உங்ககிட்ட ஒரு உதவி கேட்கிறேன். என்னையோ வேற

யாரையுமோ இனிமே காம்ரேட்ன்னு கூப்பிடாதீங்க. அதுக்குத் தகுதியான ஆள் நானுமில்ல... காம்ரேட்னு உச்சரிக்கிற தகுதி மன்னிக்கவும் காம்ரேட்ன்னு உச்சரிக்கிற எடத்துல நீங்களும் இல்ல. நீங்க பார்த்த போலியான கம்யூனிஸ்டுங்கள காம்ரேட்னு கூப்பிட்டப்ப அவங்களுக்குப் போத ஏறியிருக்கும். அவங்கள்ல யாரும் காம்ரேட் கிடையாது. போஸ்டர் ஒட்டுவான், நேரா வந்து உங்ககிட்டயே நோட்டீஸூம், புக்கும் தருவான்; உங்ககிட்டயே துட்டும் வாங்கினு போவான். கட்டப்பஞ்சாயத்து பண்ணுவான், சாராயம் விக்கிறவனயும் கட்ட கடத்தறவனயும் புடிச்சிட்டு வந்தீங்கன்னா அவன காப்பாத்தி கூட்டினு போகா வருவான். அந்த ஆளுங்கள காம்ரேட்னு சொன்னீங்கன்னா அவங்களுக்குக் கிளுகிளுப்பா ஏறும். எனக்கு ஒரு மாதிரியா இருக்குது."

சாதாரணமாகத்தான் சொன்னேன். கோபமாகப் பேசின மாதிரியான தன்மையும், குவிந்த உணர்ச்சியும் கனமாய் வெளிப்பட்டுவிட்டது. "ஸாரி மிஸ்டர் கண்ணப்பன்" மறுபடியும் கையை நீட்டினார்.

இந்த முறை கையைத் தரவில்லை. "பரவால்ல சார்" புன்னகையைத் தந்தேன். கையை மடக்கிக்கொண்டார். அவருக்குள் சிரித்தார். கைப்பேசி மணி ஒலித்தது. எடுத்து துண்டித்துவிட்டு, "நீங்க கல்யாணமே பண்ணலையா?" பேச வந்த விஷயத்தை ஆரம்பிக்க முடியாமல் சம்பிரதாயப் பேச்சைத் தொடங்கினார்.

"இல்லை."

"பொது வாழ்க்கைக்குக் குடும்ப வாழ்க்க எடைஞ்சல் பண்ணும்னு கல்யாணத்த அவாய்டு பண்ணிட்டீங்க..?"

"சார்! என்னது பொது வாழ்க்கையா? இந்தக் கண்ணப்பன, காமராஜா, காந்தியா பண்ணிடுவீங்க போல... வெதவ பென்சனுக்கும், முதியோர் பென்சனுக்கும் மனு எழுதறவனல்லாம் காந்தியாக முடியாது."

“நல்லா பேசறீங்க, லவ் பெயிலியரா?” என்னையும் கிளுகிளுப்படைய வழிகளைத் தேடி உத்திகளைக் கையாண்டு இதைக் கேட்டார்.

“சார்! ஒளிவுமறைவு இல்லாம ஒரு விஷயத்த சொல்லட்டா, கல்யாணம் பண்ணாம போறதுக்கு உண்மையான காரணத்த மத்தவங்க சொல்றதுக்குத் தயங்குவாங்க, நானும் யார்கிட்டயும் சொன்னதில்ல... உங்ககிட்ட சொல்றன்” ரொம்பவும் குறைவான குரலில் அவரின் காதுக்கு மட்டும் போகிற மாதிரி சொல்லிவிட்டு, “இவங்கள கொஞ்சம் வெளியே அனுப்புங்களேன்” என்றேன்.

பார்வையாலேயே அவர்களைத் துரத்தினார். வெளியே போவதற்கு ஏங்கிக்கொண்டிருந்தவர்களைப் போல் போனார்கள்.

அவர்கள் போனதும், நாற்காலியை இன்னும் கொஞ்சம் கிட்டத்தில் நகர்த்தி உட்கார்ந்தார். நாற்காலி நகர்ந்த சத்தத்தில் ஜன்னலில் உட்கார்ந்திருந்த இரண்டு குருவிகள் பறந்து போனதைப் பார்த்தேன்.

“சொல்றதுக்கு வெக்கமில்ல சார், என்னோட ஆண்குறி ரொம்ப சின்னது. ரெண்டு இன்ச்சுக்கும் சின்னது... ஒரு இன்ச்சுதான்னு வெச்சுக்குங்களேன், கல்யாணம் பண்ணி ஒரு பொண்ணோட வாழ்க்கய நாசமாக்கத் தோணல.”

இப்படியொரு எதிர்பாராத விஷயம் சொல்வேனென்று அவர் எதிர்பார்க்கவில்லை. விஷயத்தை அழுத்தமாகச் சொன்னபிறகும் கூட இந்த விஷயமானது... பொய்யானதாகவோ, நகைச்சுவைக்குச் சொல்லப்பட்டதாகவோ உருமாறி, வேறொரு விஷயமாக மாறிவிடுமோ என்கிற எதிர்பார்ப்புதான் அவரிடம் காண முடிந்தது. முகத்தைத் துக்கம் வெளிப்படுமாறு மாற்றிக்கொள்ளவும் தவறவில்லை.

“கேட்கவே கஷ்டமா இருக்கு கண்ணப்பன். யார்கிட்டயும் சொல்லி வேதனைப்படவும் முடியாத துயரம்.”

“அய்யோ சார் கண்ணில்லாம, கைகால் இல்லாம

கஷ்டப்படறாங்க. இதெல்லாம் கஷ்டம் இல்ல. கிட்னி நல்லா இருக்குது, ஒண்ணுக்கு சரியா போறன்."

அவ்வளவு எளிதில் இந்தச் செய்தியானாது அவரைத் திருப்பிக் கொண்டுவருமென்று தெரியவில்லை. நம்பினாரோ, நம்பவில்லையோ தெரியாது. ஆனாலும் ஏதொவொரு முள் குத்தின மாதிரியான தடுமாற்றத்தைக் கொண்டிருந்தார்.

"கடவுள் ரொம்பத்தான் சோதிக்கிறார்" கூர்ந்து ஒருமுறை பார்த்துவிட்டு, "உங்களுக்குக் கடவுள் நம்பிக்கை இருக்காது, அப்படி ஏதாச்சும் இருக்கா என்ன?"

"நீங்க யோசிக்கிற மாதிரி, கடவுளிருந்தா என் ஆண் குறியை ஊனமா படைச்சிருப்பாரான்னு நான் யோசிக்கல, கடவுளிருந்தால் என்னைத் தேடி நீங்க வந்திருக்க மாட்டீங்க, கடவுள்தான் வந்திருப்பார். நமக்கு ஆயிரக்கணக்கான கடவுளுங்க இருக்காங்க சார்! இருந்தால் பிரதமர், ஜனாதிபதி, கவர்னர், முதலமைச்சர்னு மனுசங்கள விடுவாங்களா? அவங்களே ஆளுக்கொரு பதவியை வெச்சிட்டு லஞ்சம், ஊழல் இல்லாம மக்கள காப்பாத்துவாங்கல்ல சார்... சிவபெருமான் ஜனாதிபதி, விநாயகர் பிரதம மந்திரி, பார்வதி நிதித் துறை, முருகன் பாதுகாப்புத் துறைன்னு கடவுள்களே பொறுப்புகள் எடுத்துக்குவாங்க. என்னாவொண்ணு குடும்ப அரசியல்னு பழி போடுவாங்க..." சிரிப்பை அடக்க முடியவில்லை. சத்தம் போட்டுச் சிரித்ததில் நூலகரம்மா கண்ணாடி அறையிலிருந்து திரும்பிப் பார்த்தார்.

டி.எஸ்.பி சிரிக்கவில்லை. அவருக்குச் சிரிப்பு வருகிற மாதிரி நான் சொல்லவில்லையோ, கடவுள்களைப் பற்றி கேலியாகச் சித்திரிப்பதும், சிரிப்பதும் பாவமென்று எண்ணி இருக்கலாம். கடவுள் தண்டிப்பாரென்று பயப்படலாம்.

"சார்! நீங்க ஏதோ பெரிய விஷயம் பேச வந்துட்டு இந்தச் சின்னஞ்சிறு (அழுத்தமாக) விஷயத்துக்கு மண்டயை ஒடைச்சினு இருக்குறீங்க... விடுங்க..."

அவரால் மீண்டு வர முடியவில்லை? இப்படியொரு வானம் முறிந்து விழுந்ததற்குச் சமமான துயரத்தைக் கேட்டுவிட்டுச் சரியான தீர்வைச் சொல்ல முடியவில்லையெனும் இயலாமை. அதுவொண்ணும் கவலைப்படும் விஷயமில்லை. பாதி ஆம்பிளைங்களுக்கு அப்படித்தானென்று பொய் ஆறுதலும் சொல்லிக் கழிக்க முடியாத சிக்கலான குறைபாடு. ஆகையால் விஷயத்தைத் தலைவலிக்கு காபி குடிச்சா போச்சு என்பதைப்போல் சட்டென்று ஒதுக்கி வைக்கவும் முடியவில்லை.

“கண்ணப்பன் மெடிக்கல் லைன்ல ட்ரை பண்ணீங்களா? ஸ்பெஷலிஸ்ட் இப்போ நிறைய இருக்காங்க...”

“சார்! அது இல்லன்னா செத்துடுவேன், உயிர் போயிடும்னா டாக்டரைப் பாக்கலாம். உயிருக்குப் பாதமில்லை, ஒண்ணுக்குப் போறதுக்கு ஒரு குழா இருக்குதுன்னு சந்தோசப்பட்டுக்கிறேன்... இன்னும் கேன்சருக்கே மருந்தில்ல.”

“நாட்டு வைத்திய லேகியம்.”

“விடுங்க சார், அது புடலங்கா... சொரக்கா இல்ல, உரம் போடறதுக்கு. இருக்கிற கொஞ்சமே இல்லாமப் போனா பரவால்லன்னு நினைக்கறேன். அதுக்குதான் யார்ட்டயும் சொல்றதில்ல. பெரிய நடிகர் ஒருத்தருக்கும் என்ன மாதிரி சின்னப் பிரச்சனை. பொம்பள ரசிகர்கள் நிறைய அவருக்கு. நாலஞ்சி கல்யாணம் பண்ணாரு. ஆனா ஒண்ணுகூட நிலைக்கல.”

நூலகரால் உட்கார முடியவில்லை, எழுந்து சேலை மடிப்பைச் சரி செய்துகொண்டு, அடுக்குளிலிருந்து புத்தகங்களில் இரண்டையெடுத்து வேறு இடத்தில் வைத்துவிட்டு வெளியே வந்தார். புத்தகங்களிருந்த பகுதியைப் பூட்டிக்கொண்டார்.

“சகோதரி! வேல நேரம் முடிஞ்சிருச்சா?” டிஎஸ்பிக்கு அறைகிற மாதிரி கேட்க வேண்டுமென்று சத்தமாகக் கேட்டேன்.

அவர் கழுத்துக்கு நோகாமல் தலையாட்டினார். இதை

யோசித்துக்கொண்டுதானிருந்தேன். மனசுக்குள் சிரித்தபடி எழுந்து, “சார்! நானும் அவசரமா போணும். இன்னொரு தபா பாக்கலாம்” விரித்து வைத்திருந்த செய்தித்தாளை மடித்து வைத்தேன்.

“பேச வந்த விஷயத்தைப் பேசவேயில்ல...” எழுந்தார். “டீ சாப்பிடலாமா?”

“வேணாம், நண்பர் ஒருத்தரை முக்கியமா பாக்கணும். அதான் போறன்.” கழன்று விட முடிவெடுத்து வெளியேறினேன். அவரும் வேறு வழியின்றி கூடவே வெளியே வந்தார். சற்றுத் தள்ளியிருந்த வேப்ப மரத்தடியில் சந்திரகுமாரும், அந்தப் பெண் போலீஸும் நின்றிருந்தார்கள். பசுமையிழந்த வேப்பமரம், துளிர்க்காமல் காய்ந்திருந்தது. பார்த்ததும் ஓடி வந்தார்கள். “வரண்டா...” சந்திரகுமாரைப் பார்த்து கையசைத்துவிட்டு சைக்கிளைத் தள்ளி, ஏறி உட்கார்ந்து, திரும்பிப் பார்க்காமல் மிதித்தேன். பாவம் சைக்கிள் கழுதை மாதிரி நகர்ந்தது.

★★★

சந்திரகுமார் கொஞ்சம் வேகமாகவே ஓடி வந்தான். அவனுக்குப் பின்னால் ஓடிவந்த பெண் போலீஸ், ஓடுவதை நிறுத்தி செருப்பில் மாட்டிக்கொண்ட மண்ணையோ, சிறுபொடி கல்லையோ தட்டிவிட்டு செருப்பை மாட்டிக்கொண்டு நடந்து வந்தாள்.

“சார்! எதனா உருப்படியா கிடைச்சதா?”

“இல்லடா... உனக்குச் சொந்தக்காரனா?”

“இல்ல சார்.”

“ஒரு பிரச்சனையில மாட்டணும்டா. முதல்ல ஜட்டியைக் கழற்ற வைக்கணும்...” சிகரெட்டை எடுத்துக்கொண்டு, அதே வேப்பமரத்தை நோக்கி நடந்தார்.

4

வரலாறென்பது வேறெதுவாக இருக்க முடியும். லட்சோப லட்ச ஆண்டுகளாய் நம்மைவிட்டுப் பிரியாமல் தொடரும் ஞாபகம். ஞாபகமே வரலாறு! ஞாபகமென்பது உண்டு, பேண்ட களியோ புளிக்குழம்போ மட்டுமில்லை. பருகிய பானங்களோடு வறுத்துண்டு தலைக்கேறிய புலிக்கறியோ மட்டுமில்லை. ஞாபகம்தான் நாம் பிறந்ததிலிருந்து புலன்களெனும் ஆயுதம் தாங்கி வாழ்நாளெல்லாம் தொடரும் யுத்தங்களிலிருந்து உயிரைக் காப்பாற்றிக்கொள்ளும் உத்தி. எனில் ஞாபகம் உயிர், ஞாபகம் ரத்தம், ஞாபகம் கடவுள், ஞாபகம் அப்பா, ஞாபகம் அம்மா, ஞாபகம் உடலின்பம், ஞாபகம் முத்தம், ஞாபகம் அறிவு, ஞாபகம் இல்லையெனில் கல். ஞாபகம் இல்லையெனில் கட்டை. ஞாபகம் இல்லையெனில் பிணம். கோழிக்கும், குருவிக்கும், பாம்புக்கும், பல்லிக்கும் கலவி சொல்லிக் கொடுப்பது எதுவெனில் ஞாபகம். முட்டைகளை அடைகாத்து குஞ்சு பொறிக்கச் சொல்லித் தருவது எதுவெனில் ஞாபகம். லட்சோப லட்சம் ஆண்டுகளாய் மூச்சிழுத்து உயிர்களோடு உயிராய் ஓடி வருவது ஞாபகம். ஞாபகம் இல்லையெனில் பைத்தியம். ஞாபகமே ஞானம். ஞாபகமே கதை. ஞாபகமே கவிதை. ஞாபகமே இசை! விஷத்தைப் பருகும்போது அமுதங்கள் ஞாபகத்திற்கு வருவதைத் தடுக்க முடியாது. செத்த பிணம் ஒன்றைப் பார்க்கும்போது, அது வாழ்ந்த நல்லதையும்

கெட்டதையும் கண் முன்னே திரையாக்கும் ஞாபகத்தைத் தடுக்க முடியாது.

இந்த போலீஸ்காரர்களைப் பார்க்கும்போதெல்லாம் எங்கள் தெய்வம் நடராஜை அடித்துக் கொன்றதை ஞாபகங்கள் திரட்டி வரும். சிவந்த வானத்திலிருந்து மஞ்சள் நிற கதிரொளி மண் சாலையெங்கும் தங்கம் ஊற்றின மாதிரி பரவியிருந்தது. எனக்கென்று புத்தியை கவனத்தை வேரோடு அசைக்கிற மாதிரி படபடத்தது. அம்மாவும், செல்வி அத்தையும், சாராயக்காரி பவுனும், நசப் பாட்டியும் நெஞ்சையடித்துக் கொண்டு ஓடியது, நாற்பதாண்டுகள் தாண்டியும் இன்றைக்கு நிகழ்கிற மாதிரியே நினைக்கும்போதெல்லாம் மூச்சையடைக்கும்.

நடராஜண்ணனின் ஞாபகம், அந்த வட்ட முகம், தடித்த மூக்கு, முனியாண்டி மீசை, கருணைக் கண்கள், தைரியப் பார்வை! அவர் ராமன். அவர் கர்ணன். நடராஜண்ணனின் சேதமடைந்த, கொட்டிய குருதியில் கறுத்த உடலை இரயில் ரோட்டில் கண்டதும், பேயடித்து மாண்டுவிட்டதாகத்தான் முதலில் சொல்லிக்கொண்டார்கள். அந்தக் காலத்தில் திடீர் மரணங்களுக்கெல்லாம் இல்லவே இல்லாத பேய்கள் காரணமாகிவிடும்.

பதினைந்து போலீஸ் பேய்கள் சுற்றி வளைத்து, நெற் தாளையடிப்பதைப் போல் மறுக்கடிப்பதைப் போல் அடித்துக் கொன்றார்களென்பது தெரிந்ததும் துடித்துப் போனார்கள். விழுந்த அடிகள் ஒவ்வொன்றும் ஊர்க்காரர்களின் உயிர்களில் அடித்த அடிகள். "சாமிய எந்தப் பேயும் கொல்லாது. சாமிய பாத்தாவே பேய்ங்க ஓடிரும். ஏமாந்திட்டியேடா ஏஞ்சாமி, ஏமாந்திட்டியேடா ஏஞ்சாமி" நசப் பாட்டியின் ஒப்பாரி இரயில் ரோடு இருக்கும்வரை ஒலித்துக்கொண்டே இருக்கும்.

5

இரயில் ரோடென்பது நரகத்தின் அடையாளமாய் பயம் காட்டும். நூறு சுடுகாடுகளைக் கோர்த்துப் பார்த்த மாதிரியான அச்சத்தைத் தந்துவிடும். இருபுறமும் ஆற்றங்கரையைப் போன்று புதர் மண்டிய கரைகள், ஆற்றோடை ஓடுகிற மாதிரி தண்டவாளங்கள் புதைக்கப்பட்டிருந்தன. தண்டவாளங்களைச் சேதமாக்காமலும் நகராமலும் பாதுகாக்க ஒண்ணரை ஜல்லி கற்கள். புதர் கரைகளோடு ஊர் ஜனங்களும் நின்று கதறித் துடித்தார்கள். ஒரு கண்ணானது கண்ணீர் வழிய அழும்போது, மறு கண்ணானது ஆறுதலா சொல்லும்? ஒவ்வொருத்தரும் கண்களாகவே மாறி வடிந்தார்கள். கடவுளே வந்தாலும் யாருக்கும் ஆறுதல் சொல்ல முடியாது. ஒருவேளை அப்படிக் கடவுளுமிருந்தால் கூட்டத்தில் நின்று அழுது கொண்டிருந்திருப்பான். நடராஜண்ணன் தண்டவாளத்தில் செத்த பிணமாயிருந்தார். கனகா அண்ணி கரையில் சாகாத பிணமாய் மயங்கி விழுந்திருந்தாள்.

போலீஸ்காரன்களுக்கு எப்படி மனசு வந்தது? போலீஸாகவே இருக்கட்டும் மனிதர்கள்தானே? எட்டு வயதுப் பொடிப்பையனான எனக்கே போலீஸ்காரர்களைக் கல்லாலடித்துக் கொல்ல வேண்டுமென்று கோபம் வந்தது. நடராஜண்ணன் எப்படி ஏமாந்தார், நம்பவே முடியவில்லை.

யானை பலம் அவருக்கு. குதிரையாய் ஓடுவார், புலிபோல் பாய்வார், குரங்கு போல தாவுவார். ஓடிக்கொண்டிருக்கும் கூட்ஸ் இரயிலில் தாவி ஏறிவிடுவார்.

“அதுவொண்ணுமில்லடா, கூட்ஸ் ஓட்ற வேகத்துக்குக் கொஞ்ச தூரம் கூடவே ஓடணும். வேகன் கம்பியை எகிறிப் பிடிச்சுக்கணும். உடும்புப் பிடியா பிடிக்கணும். பிடியைத் தவறவுட்டோம், ஒரு எலும்புகூட கண்ணுல பாக்க முடியாது. வண்டியோட வேகத்துக்குக் காத்து பரபரன்னு ஆள இழுக்கும். ஓடற ஆத்துல சுழல் இழுக்குற மாதிரி ஓடற வண்டி முதலவாய் மாதிரி இழுக்கும். கண்ண தெறந்து மூடறதுக்குள்ள கஞ்சி கஞ்சா செதறிடுவோம். கையில் புடிப்பு கெட்டியா இருக்கணும்... டக்குனு எகிறி காலத்தூக்கிப் படியில வெச்சிடணும். வலுவா நிக்கணும். வலுவு தன்னால வராது... நல்லா தின்னாதான் வரும். நாம தின்றது வவுத்துக்கு மட்டும்னா ஓர் உண்ட களி போதும். நாம உயிர் வாழ்றதுக்கு மட்டும்னா காலுண்ட போதும். நூறு பேர் வாழணும்னா, நூறு வயிறு ரொம்பணும்னா, பூதமாட்டும் கொட்டிக்கணும். முடிஞ்சா பூதத்தையே துன்னணும்” என்னைச் சாப்பிட வைப்பதற்காக இத்தனையும் சொல்வார். கோழி எலும்புகள் கூர் தீட்டின இரும்புக் குழாய்கள் மாதிரி ரொம்பக் கெட்டியாக இருக்கும். எச்சிலென்றெல்லாம் பார்க்கவே மாட்டார், நான் கடிக்க முடியாமல் போட்ட துண்டுகளையெடுத்துக் கடவாயில் வைத்து அரைத்து அரைத்து மெல்லுவார். “எலும்பு மஜ்ஜையத்தாண்டா துன்னணும்.”

பசங்களென்றால் அவருக்குக் கொள்ளை ஆசை. சினிமாவில் எம்.ஜி.ஆர் தூக்கிக் கொஞ்சுகிற மாதிரியே கொஞ்சுவார். இரண்டு கைகளையும் தலையில் வைத்துக் கோர்த்துக்கொள்வார். அவரின் வலது கையில் இரண்டு பிள்ளைகள் இடது கையில் இரண்டு பிள்ளைகள் தொங்குவோம், ரெங்கராட்டினம் மாதிரி சுற்றிவிடுவார். பிள்ளைகளை மாற்றி மாற்றி ஏற்றிக்கொண்டு சுற்றுவார். கனகாண்ணி குழந்தை மாதிரி ஓடிவந்து அதுவும் ஒரு கையில் தொங்கும். கடைசியில் கனகாண்ணியை மட்டும் தூக்கிச் சுத்துவார்.

என்ன மனிதர் அவர்? இந்த உலகமே செத்துப் போனாலும் அவர் செத்திருக்கக் கூடாதே...

“நடராஜ போலீஸ்காரங்க தொட முடியுமா? பதனஞ்சி போலீஸையும் பாப்பான், நூறு போலீஸையும் பாப்பான்.” காடக்கார புண்ணியக்கோடி தாத்தா இப்போது சொன்னது போலவே காதுக்குள் பதிவு உள்ளது.

“கண்ணப்பா! என்னடா துன்ற... சோத்த துன்னாத. ஏமே கனகா இன்னமே இவனுக்குக் கிண்ணில சோத்த கொட்டாத, கறிய்ய மாத்ரம் போடு. மென்னு மென்னு முழுங்கட்டும். ஒடம்பு எப்படி இருக்கணும் தெரிமா? இரும்பு மாரி இருக்கணும். கத்தில குத்தனா கத்தி வளையணும். ஒடம்புல எறங்கக் கூடாது, கட்டையில அடிச்சா கட்ட பொளந்து செதறணும்.” என் கிண்ணியிலிருப்பதை எடுக்காமல் அவர் கிண்ணியிலிருந்து சதைக்கறியாய் ஊட்டுவார்.

நடராஜண்ணன் நக்சல்பாரியும் இல்லை. கம்யூனிஸ்ட்டும் இல்லை. எந்தவொரு கட்சி கண்றாவியும் இல்லை. படிப்பும் இல்லை. “போலீஸ்காரங்க முடுக்கும்போது ஒளியறதுக்குக்கூட பள்ளிக்கூடம் பக்கம் போனதில்லடா... என்னமாரி தப்பு பண்றவனோட நிழலுகூட பள்ளிக்கூடத்துல வுழக் கூடாது.” உறுதியாகச் சொல்வார்.

சரக்கு இரயிலில் எது கிடைத்தாலும் விடமாட்டார். கொள்ளையடித்து விடுவார். “ஆகாத அருகம்புல்லும் ஒதவும்னு சொல்லி இருக்காங்க... வேகன்ல காசு பணத்தையா மூட்டகட்டி அனுப்புவான்? இல்ல தங்கமும், வைரமும் அனுப்புவானா? புண்ணாக்குக் கெடைச்சாலும் அதான் நமக்குத் தங்கம்.”

தாழம்புதர் காட்டு வழியாக சரக்கு ரெயில் ஆள் ஓடுகிற வேகத்தில்தான் போகும், பெங்களூர் பக்கம் போகும் இரயில்கள் பாலத்தின் மீது வளைந்து போவதைப் பார்ப்பதற்கு திகிலைத் தந்துவிடும். சாய்ந்தபடியே நகர்வதாகவும், ஒரு பக்க சக்கரங்களில் மட்டும் ஓடுவதைப் போலவும், இன்னொரு பக்க சக்கரங்கள்

தரையிலில்லாமல் மேலே பறக்கிற மாதிரியும் புரிந்துகொள்வேன். அந்த வயதில் எதைப் பார்த்தாலும் ரெங்கராட்டினம்தான் ஞாபகத்திற்கு வரும். நாலாம் வகுப்பில் பூமி தன்னைத்தானே சுற்றுவதற்கு சாந்தி டீச்சர் சொல்லிக்காட்டிய உதாரணங்களும் ரெங்கராட்டினம் போலவேதான் இருந்தது. பாலத்தின் மேலே நகர்கிற இரயில் என்னைப் பயமுறுத்தியிருக்கிறது. இரயிலிலிருந்து குழந்தைகள் சிரித்துக்கொண்டு டாடா சொல்வார்கள். நான் மட்டுமே பயப்படுவேன். நடராஜண்ணன் எப்போதாவது என்னைத் தாழம்புதர் காட்டுக்கு அழைத்துப் போவார். தாழம்புதருக்குப் போவதென்றால் கொண்டாட்டம்தானெனக்கு. அழகும், பயமும் பாம்புகளைப் போல பிணையப்பட்ட காடு. தாழம்பூவின் தேவ நறுமணமும், நாயோ, நரியோ செத்த எம விஷ வாடையும் மாறி மாறி வீசுகிற மர்மச் சோலை. தாழம்பூக்கள் பார்ப்பதற்குத் தென்னங்குருத்துகளைப் போல்தான் தெரியும். கருக்கருவாளைப் போன்று இருபக்கமும் ஊசி ஊசியாய் முட்கள் காயப்படுத்தாமலிருக்காது. மஞ்சள் பூத்த பசுங்காடாய் விரிந்திருந்த தாழம்பொதரைக் காவல் காக்கும் ராணுவச் சிப்பாய்கள் மாதிரி பனை மரங்களும், ஈச்ச மரங்களும் விறைப்பு நிலையில் நின்றிருக்கும். நானும் ஒருமுறை தாழம் பறிக்கும் வித்தை வராமல், உள்ளங்கையிலிருந்து முழங்கை வரை கீறல் கண்டு, நீளமாய் இரத்தக் கோடு போட்டுத் துடிதுடித்திருக்கிறேன். “டேய் குட்டி! பூ வேணும்னாலும் ஈச்சம்பழம் வேணும்னாலும் என்னைத்தான் கேக்கணும். பொதருக்குள்ள போய் மாட்டிக்காத. முதல வாயில மாட்ன மாதிரிதான்” வார்த்தைக்கு வார்த்தை எச்சரித்தபடியே இருப்பார். கண்காணித்துக்கொண்டே இருப்பார். நல்லபாம்பு நல்லாயில்லாத பாம்புகளெல்லாம் குருவிகளை விழுங்க ஆற்றில் கொக்குகள் காத்திருக்கிற மாதிரி ஒற்றை வாலில் நின்றிருக்கும். சாரப்பாம்பும், நல்லபாம்பும் ஒன்றையொன்று கொடி மாதிரி பின்னிக்கொண்டிருந்ததை ஜெகன்மோகினி படம் பார்த்த மாதிரி பயத்துடன் பார்த்திருக்கிறேன். பொன்வண்டைப் பிடித்து என் கையில் கொடுப்பார். கொஞ்சநேரம் விளையாடினதும் விட்டுவிடச் சொல்வார். அது பறந்து போவது அப்படியொரு

பிரமிப்பாகவும் அழகாகவும் தெரியும். இந்தக் காலத்து பிள்ளைகள் சீன ஹெலிகாப்டர் பொம்மையை வாங்கி பேட்டரியில் பறக்க விடுகிறார்கள்.

நடராஜண்ணனின் வேலை முடிந்ததும், தாழம்பூவையும், ஈச்சம் பழங்களையும் பறித்து, பழங்களைக் கைத்துண்டில் மூட்டை கட்டியும், தாழம்பூவை ஏதேனும் மரத்திலிருந்து நாரைப் பிய்த்துக் கட்டுக்கட்டியும் தருவார். அதைப் புலிவேட்டைக்குப் போய்வந்த மாவீரனைப் போல் தோளில் வைத்துத் தூக்கிக்கொண்டுபோய் கனகாண்ணிக்கும், அம்மாவுக்கும் கொட்டுவேன்.

ஒரு தடவை கூட்ஸ் பெட்டியிலிருந்து தள்ளிய கோதுமை மூட்டையை இழுத்து வருவதற்காகப் போனபோது, ஒரு பெண்ணின் கதறல் காடெல்லாம் ஒலித்தது. பெரும் கதறல். ஒட்டுமொத்தத் தாழம்பூக்காடும் ஒரு பெண்ணாக மாறிக் கதறுவதைப் போன்ற அலறல். காட்டுக்கத்தலென்றால் அதுதான் காட்டுக்கத்தல். நடராஜண்ணன் ரொம்ப நீளமான தொரட்டிக் கம்பொன்றைப் புதருக்குள் மறைத்து வைத்திருப்பார். பதினைந்தடி நீளமான மூங்கில் கழி. அதன் நுனியில் இரும்புக்கொக்கி கழண்டு விடாதபடி சொருகப்பட்டிருக்கும். எருக்கம்பாலும், வெல்லத்தூளும் குழைத்துக் காடாத்துணியில் ஊறப்போட்டு, கழியின் நுனியில் சுற்றி, தொரட்டிக் கொக்கியைச் சொருகிவிட்டால், எந்தக் காலத்திலும் பிரியாது. உடைந்தாலும் உடையுமே தவிர தனித்தனியாகப் பிரிக்க முடியாது. புதருக்குள் விழுந்த கோதுமை மூட்டைகளையோ, அரிசி மூட்டைகளையோ தொரட்டியால்தான் இழுக்க முடியும்.

தொரட்டிக் கம்பைத் தோளில் வைத்துக்கொண்டு ஓடினார். வழி கிடைக்கின்ற திசையும், குரல் வருகின்ற திசையும் ஒன்றாய் அமையவில்லை. அதை மாயக்காடென்றே கூடச் சொல்லலாம். பரமபத விளையாட்டுப் படம் போலவே ஓட வைக்கும். ஒரு வழியில் ஓடினால் அதன் முடிவில் பாம்பின் தலையாய்ப் புதரொன்று தடைபோடும். திரும்பி ஓடி இன்னொரு வழியில் ஓடினோம். ஆயிரம் ஏக்கர் காடு, காட்டைச்

சுற்றிலும் நூறு பின்னல் வழிகள். எல்லாமே திருட்டு வழிகள். திகிலைத் தின்ன வைக்கும் வழிகள். சுழலில் சிக்கினவரைத் தேடுவதைப் போல் சுற்றிச் சுற்றி அலைந்தாலும் கதறல்தான் வழியைக் காட்டியும் கொடுத்தது. அது ஒரு பாஞ்சாலியின் கதறலாகக் கூட இருக்கலாமென்று யோசிக்கவில்லை. பூவறுக்க வந்தவளை மலைப்பாம்பு ஏதேனும் விழுங்கிக் கொண்டிருக்குமென்றும் அல்லது செந்நாய் கூட்டத்தில் சிக்கிக் கொண்டிருப்பாளென்றும், இல்லையென்றால் புதருக்குள் விழுந்து மீள முடியாமல், மீன் வலைக்குள் மாட்டின மாதிரி துடித்துக்கொண்டிருப்பாளென்றும் அவர் பலவிதமான ஆபத்துகளை மூச்சிறைக்கச் சொல்லிக்கொண்டுதான் ஓடினார். மழை பெய்யாததால், சிற்றோடை காய்ந்த பரப்புகள், வளைந்து நெளிந்து போய்க்கொண்டிருந்தன. ஒன்றோடொன்று தொடற்பற்ற முறுக்கு வழிகள். புதரில் நுழைந்து, மரங்களில் ஏறி, தாவிக் குதித்து அந்த இடத்தை அடைந்தோம்.

அவள் சிக்கிக் கதறிக் கொண்டிருந்தது ஐந்து ஆண்களிடம். ஒரு மணற்பரப்பில் முதன்முதலாக ஒரு பெண்ணை ஆடையின்றி பிறப்புடலாகப் பார்த்தது அவளைத்தான். ஆண்களும் கூட உடுத்தியும், உடுத்தாத மாதிரியும்தான். சலசலப்பு கேட்டுத் திரும்பிப் பார்க்கும் எருமைகள் மாதிரி பார்த்தார்கள். ஒருத்தரும் கீழாடை மாட்டிக்கொண்டிருக்கவில்லை. இரண்டு பேர் மட்டும்தான் சட்டையணிந்திருந்தார்கள். அதுவும் பட்டன்கள் மாட்டாமல் பிரிந்திருந்தது. அந்த வயதில் நான் ஆடுகளின், நாய்களின், கோழிகளின், எருதுகளின் தவளைகளின் புணர்வுகளை மட்டுமே கண்டிருக்கிறேன். அதெதுவும் எனக்கு மனச் சங்கடங்களை உருவாக்கினதில்லை. அவை எப்போதுமே ஆடையின்றியே பார்த்துப் பழகின உயிரினங்கள். அதன் எந்த உறுப்புகளும் மனதைக் கத்தியால் கிழிப்பதில்லை. அதன் புணர்வு ஆட்டங்களைப் பார்க்கும் கண்கள் அச்சம் கொள்வதில்லை, திகிலாவதில்லை. ஒரு கணத்தில் அந்தக் காட்சியைக் கடந்து விடுகிறோம். மனிதர்களின் புணர்வைக் காண்பது புத்தியைக் கண்டதுண்டமாக வெட்டுவதாகி விடுகிறது. நினைவிலாறாத வடுவாகிவிடுகிறது.

அந்த ஆறாவடுவைத்தான் பார்த்தேன். நெருக்கமாக இணைந்திருந்த நான்கு பனை மரக் குடைகளின் நிழலில் ஐந்து ஆம்பள நாய்கள் ஒரு பெண்ணைக் குதறிக் கொண்டிருந்தன. கத்தி, கடப்பாரைகளைவிடக் கொடூரமான ஆயுதங்களாக ஆண்களின் குறிகளைக் கருதியது அங்கேதான். எந்தச் சிறுவனின் வாழ்விலும் இதுபோன்ற காட்சிகளைக் காணும் கொடுமை நேர்ந்திடவே கூடாது. “சாகடிக்காதீங்க வுட்ருங்க சாமி” பெண்ணின் கதறல். ஆம்பிளைகளின் சிரிப்பும், குதிப்பும் கொண்டாட்டமும்... இரண்டு நாய்களின் வாய்களில் பீடி புகைந்து கொண்டிருந்தது. தாழம்பூக்காட்டின் வாசத்தையும் மீறி சாராயமும், பீடிப் புகையும் கலந்த நெடி குமட்டியது. நடராஜண்ணன் தொரட்டிக் கம்பால், ஈச்ச மட்டையொன்றை ஓலையோடு இழுத்தார். ஓலையின் ஒவ்வொரு மடலின் நுனியிலும் ஊசி ஊசியாய் முட்கள். விளாச ஆரம்பித்தார். அண்ணனின் கண்களையும், கோபத்தையும், விளாசலின் வேகத்தையும் அவர்களால் எதிர்க்க இயலாமல் ஓடினார்கள். ஒருவன் குவியலாயிருந்த கழற்றிப்போட்ட உடைகளை அள்ளிக்கொண்டு ஓடினான்.

“பொடவ, பொடவ எம்புடவய்யா சாமிங்களா...” ஒரு சாமிக்கும் கேட்கவில்லை, ஓட்டம் பிடித்தார்கள். முழு நிர்வாணமாய் அவளும் நாய்களைத் துரத்தியோடப் பார்த்தாள். கால்கள் ஒத்துழைக்கவில்லை, ஓட முடியாமல் நின்றாள். அந்த இடத்தில் நான்தான் புழுவாய்த் துடித்தேன். கண்களை மூடிக்கொள்வதா? திறப்பதா? பார்ப்பதா? வேறு திசையில் திரும்பிக் கொள்வதா? புத்திக்குப் புரியவில்லை. பார்த்தாலும் பார்த்துவிட்ட மாதிரியில்லை. புரிந்துகொள்ள முடியாத விசித்திரமானதாகப்பட்டது. இத்தனை பெரிய மார்பகங்கள் இருக்குமா? வயிறு வரை சொரைக்காயைப் போல் தொங்கிக்கொண்டிருந்தது. பின்புறங்களிரண்டும் பூசணிக்காய்களைப் போல் பெருத்திருந்தது. முழங்கைச் சதைகளும் கூட மார்புகளைப் போலவே தொங்கிக்கொண்டிருப்பதாகக் காண முடிந்தது. கழுத்தில் பொட்டுநகை எதுவுமில்லாத, நிறம் மங்கிக் கறுப்பான தாலிக் கயிறு இரு மார்புகளுக்கும் மேலே

முறுக்கிக்கொண்டிருந்தது. காலில் கறுப்பு நிறக் கயிறொன்று அன்றைக்குதான் மந்திரித்துக் கட்டியிருக்க வேண்டும். ஓட முடியாமல் ரோடுரோலரைப் போல் நின்றவள், “பொடவ பொடவ” கைகளை ஓடிப் போனவர்களின் திசையைக் காட்டிக் கத்தினாள். நடராஜண்ணன் டவுசர் பாக்கெட்டில் வைத்திருந்த மடக்குக்கத்தியை என்னிடம் தந்தார். “எவன் வந்தாலும் தெகிரமா குத்திடு.” சொல்லிக்கொண்டே ஈச்ச மட்டையோடு ஓடினார். எனக்கு பயம் வந்துவிட்டது. அது தூக்கத்தில் வருகிற பேய்க்கனவுகளைப் போல வெளிச்சத்தில் விழித்ததும் போய் விடுகிற பயமல்ல. ஆகாயத்திலிருந்து விழுந்து கொண்டிருக்கிற மாதிரியான பயம். நடராஜண்ணன் ஒரு பாதையில் ஓடிவிட்டார். இன்னொரு பாதையில் அந்த ஆம்பள மிருகங்கள் புகுந்துவிட்டால் என்ன செய்வது? சூரியன் மரத்தின் உயரம்தான் இருந்தான். மரத்தின் நிழல் நான்கு மடங்கு நீண்டிருந்தது. அந்தப் பெண் மர நிழலில் மூச்சிறைக்க உட்கார்ந்தாள். இரண்டு கால்களையும் அகல விரித்துக்கொண்டாள். கெட்ட வார்த்தைகளால் ஓடிப்போனவர்களைத் திட்டிக்கொண்டாள். “குட்டிப்பையா, வெயில்ல நிக்காத, இங்ஙன வா, கிட்டக்க ஒக்காரு” மென்மையான குரல்தான். இந்தக் குரலிலிருந்தா வந்தது அந்தக் கதறல்? சந்தேகம் உண்டானது, இவ்வளவு நேரம் பார்க்காத முகத்தை அப்போது பார்த்தேன். உடம்பிலிருந்த விலங்குத்தனமெதுவும் முகத்தில் இல்லை. கன்னங்கள் பெரிதானதென்றாலும் சிறிய கண்கள், தெருவில் யானை வரும்போது அம்மா சொன்னது அப்போது ஞாபகத்திற்கு வந்தது. ‘யான ஒடம்பப் பாக்காதடா பயந்துருவ, கண்ணப் பாரு ஆளுங்க கண்ணு மாரியே இருக்கும், பாசத்தோட பாக்கும்’ அம்மா சொன்னது அப்போது ஞாபகத்திற்கு வந்தது. அம்மா சொன்ன மாதிரியேதான் அவளின் கண்களிருந்தது. கூச்சமற்ற, பயம் காட்டாத கண்கள், உண்மையில் பருத்த உடம்பும் கூட பயமுறுத்தவில்லை. பார்த்துப் பழக்கமற்றதைப் பார்த்துவிட்ட நெருடல், பார்க்கக் கூடாததைப் பார்த்துவிட்ட உறுத்தல், பெண்ணை ஆடையின்றி பார்ப்பது குற்றமென்கிற உணர்வு, தடுமாற்றத்தைக் கொடுத்தது. பாவச் செயலென்கிற வளர்ப்பு பயம்

காட்டியது. பச்சம்மா புழக்கடையில் குளிப்பதை ஓலைச்சந்தில் பார்த்த பூபதியை அவனுடைய அம்மா தென்னந்துடைப்பத்தில் அடித்ததை மறக்க முடியாது. இருபத்தைந்து வயதில் அவன் தூக்குமாட்டி செத்து போனதற்குக் காரணம் தெரியவில்லை. எட்டு வயதில் பச்சம்மாவை அம்மணமாகப் பார்த்துவிட்டு துடைப்பத்தில் அம்மாவிடம் வாங்கின அடி, ஆறாத உள் புண், இருபத்தைந்து வயதில் கொன்றிருக்குமோ? நான் ஓலைச்சந்தில் பார்க்கவில்லை. பெண்ணுடலைப் பார்க்க விரும்பாத உத்தமன் எவனும் இல்லை. பெண்ணுடலைப் பார்க்காதவனெல்லாம் உத்தமனும் இல்லை.

மாலை நேரப் பறவைகள், சுற்றிச் சுற்றிப் பறந்தன. எனக்கு எப்போதுமே பச்சைக் கிளிகளை ரொம்பவும் பிடிக்கும். பூனையெனும் பிராணி மட்டுமே இல்லாவிட்டால் ஒவ்வொருத்தர் வீட்டிலும் பச்சைக் கிளிகளை வளர்ப்பார்கள். தாழம்புதரில் சிட்டுக் குருவிகளும், பச்சைக் கிளிகளும்தான் மிச்சமாகப் பறந்தன. நீல நிறத்திலும், சாம்பல் நிறத்திலும், கறுப்பு நிறத்திலும் உட்கார்ந்திருந்த பறவைகளின் பெயர் அப்போது அறிந்திருக்கவில்லை. இப்போது அந்தப் பறவைகளையே அறிய முடியவில்லை.

"பேர் சொல்றா குட்டி."

திரும்பி "கண்ணப்பன்" என்று சொல்லிவிட்டு, வேகமாகத் திரும்பிக் கொண்டேன். பருத்த தொடைகள் மறைத்தன. கையில் கத்தியை அழுத்திப் பிடித்தேன்.

"ஒங்கம்மா மாரி நெனச்சுக்கோ... எம்மவனும் ஒன்னமாறி இருக்கிறான். படிக்கிறியா?"

"மூணாவது" இந்த முறையும் பார்த்தேன். பார்வைக்குக் கிடைக்கவில்லை. அல்லது சரியாகப் பார்க்கவில்லை. கண்களைத்தான் பார்க்க முடிந்தது.

"நாலு வயசுலயே சேத்துட்டாங்களா? எம் பைய்யன ஏழு வயசுல சேத்தனன். எருமக் கடாவாட்டம் இருக்கறான்.

பெயிலாயி பெயிலாயி ரெண்டாவதுல முக்கறான்." தலையைக் கீறி நகத்திலேயே கொட்டையாய் பேன் ஒன்றை எடுத்து இடது பெருவிரல் நகத்தில் வைத்து அதை மோசமான கெட்டவார்த்தையில் திட்டிவிட்டு வலது கை பெருவிரலால் நசுக்கிக் கொன்றாள். "நான் இப்பிடி இருக்கறன்ன கோச்சுக்காத, எந்த ஜெம்மத்து பாவமோ, இப்பிடிச் சாகறன், இந்தப் பாவம் இன்னும் எத்தனி ஜெம்மத்துக்கோ, எத்தினி வாட்டி சாவணுமோ?" கண்களில் நீர் கசிய, அதைச் சிந்தவிடாமல் துடைத்து, "வூட்ல கூட வேக்காட்டுக்கு முந்தான போட்டுக்காம தூங்குவேன், எம்மவன் தப்பா நெனிச்சுக்க மாட்டான். நீயும் எம் மவந்தான…" மறுபடியும் தலையைக் கீறி பேன் எடுத்தாள். "மழக் காலத்துல இங்க தண்ணி ஓடும். பாக்கறதுக்கு மொகம் பாக்ற கண்ணாடி மாரி பளபளன்னு காட்டும்." இந்த இடத்திற்குத் தொடர்ந்து வருபவளைப் போலச் சொன்னாள்.

நடராஜண்ணன் நேரமாகியும் வரவில்லை. பனை மரத்தின் நிழல் எத்தனை மைல் தூரத்திற்குப் போனது என்பது தெரியவில்லை. தாழம்புதரின் நிழலே ஓடைமணற்மேடு வரைக்கும் தார்ப்பாய் போர்த்தின மாதிரி பரவிவிட்டது. காற்றின் ஈரம் குளிர்ச்சியுடன் தழுவியது. அவள் நிர்வாணமாக இருக்கிறாளெனும் உணர்வு போய்விட்டது. அம்மாவைப் பற்றி, அப்பாவைப் பற்றி, தங்கையைப் பற்றி விவரங்கள் கேட்டாள். சொல்லிக்கொண்டிருந்தேன். அப்பாவின் குடியைப் பற்றிச் சொன்னபோது, அவளும் அவளுடைய அப்பாவைப் பற்றியும் கணவன் பற்றியும் குடித்துவிட்டுத் தெருவில் புரியும் தகராறு பற்றியும் சிரித்தும் அழுதும் சொல்லிக் கொண்டிருந்தவள், தூங்கிவிட்டாள். மல்லாந்து படுத்துக்கொண்டு தலையணையாகக் கைகளை மடக்கித் தலைக்குக் கீழ் வைத்துக்கொண்டதும் அக்குளில் ஒரு கரும்புதரிருந்தது. கவைப் போல் விரித்துக்கொண்ட கால்களைப் பார்த்தேன். குறட்டையொலி ஏதோவொரு மிருகம் கத்துவதைப்போல் ஒலிக்க, குருவிகள் பயந்து அடுத்த புதருக்கு எண்ணங்களைப் போல் பறந்தன. மறுபடியும் அந்தப் புதருக்கே வந்தமர்ந்தன. மறுபடியும் பறந்தன. மறுபடியும் வந்தமர்ந்தன. பயமென்பது

ஆயுதங்களைப் பார்த்தோ, பூத வடிவங்களைப் பார்த்தோ, ஆபத்துகளை உணர்ந்தோ மட்டும் உண்டாவதில்லை.

இருள் வருவதற்குள் நடராஜண்ணன் வந்துவிட்டார். அந்தம்மாவை எழுப்புவதற்கு சாபத்தால் படுத்திருக்கும் கல்லைப் பிறவியெடுக்க வைப்பது போலானது. "ஏம்மா... ஏம்மா..." கத்திப் பார்த்துவிட்டு காலால் உதைத்தெழுப்பப் பார்த்தார். காலால் சீண்டவில்லை. 'மல பன்னியாட்டமா தூங்குவ...' அருகம்புல் மத்தாப்பூவைப் பறித்து வந்து மூக்கில் விட்டார். வெடி வெடித்த மாதிரியான தும்மலுடன் எழுந்தாள். "ஏய்யா மூக்குலயா வுடுவ...?" இன்னொரு முறை தும்மினாள். ஏதோ அர்த்தத்துடன் கேட்டவளாய்ச் சிரித்தாள்.

"சனியம் புடிச்சவள.. எழுந்து பொடவ சுத்து, ஒன்னால இன்னிக்கி பொழப்பு நாண்டுருச்சு. தருதலங்ககிட்ட ஏங் மாட்ன?"

"அம்பது ரூபா தர்றன்னு ஆச காட்னானுங்க. அஞ்சி பேருன்னானுங்க, ஒவ்வொருத்தனா மாளுவாங்கன்ன நெனச்சேன்... ஒன்னா மாள்றானுங்க. பொட்லம் வேற இழுத்துட்டுக் கீறானுங்க. பரங்கிக்கான்னு சொல்லிச் சொல்லிக் கடிக்கிறானுங்க... செத்துடுவேன்னு நெனச்சன். நல்ல வேளக்கி வந்த..."

புடவை சுற்றின பிறகு அவள் அப்படியொரு அழகாகத் தெரிந்தாள். இரவிக்கையணிந்த பிறகு அவள் பாதி காணாமல் போனாள். என்னவொரு லட்சணம்!

6

பள்ளிக்கூடமில்லாத சனிக்கிழமை! கொஞ்சநேரம் தூறல், கொஞ்ச நேரம் வெயிலென்று வானம் தெருக்கூத்து நடத்திக்கொண்டிருந்த நாளில்தான் நடராஜண்ணன் முதன்முதலாகத் தாழம்புதர் காட்டிற்கு அழைத்துப் போனார்.

அப்போது தனம் அத்தையின் குழந்தைகளோடு டீக்கடைக்குள் விளையாடிக்கொண்டிருந்தேன். நான்கு ஆண் குழந்தைகள். பெரியவனை ஒருத்தரும் பிடிக்காவிட்டால் ரோடு பக்கம் ஓடிவிடுகிறான். மாட்டுவண்டிகளும் மாடுகளும் போய்க் கொண்டே இருக்கும். சைக்கிள்காரன்கள் கூட கண்மண் தெரியாமல்தான் பறப்பார்கள். டிராக்டரிலும், பர்கோ லாரிகளிலும், ரெட்டை மாட்டு வண்டிகளிலும் கரும்பு லோடுகள் போகும். நிறைய வண்டிக்காரர்கள் நிறுத்தி டீ குடித்துவிட்டுப் போவார்கள். நான் இல்லாவிட்டால் பெரியவனைக் கன்றுக்குட்டியைப் போல் கட்டிப்போட்டு வைப்பார்கள். அடுத்தவன் டீக்கடைக்குள்ளேயே சுற்றிக்கொண்டிருப்பான். மூணாவது குழந்தை நாலு காலில் தவழ்வது முடித்து மெல்ல மெல்ல திண்ணையைப் பிடித்துக்கொண்டு நடக்கிறான். கடைசி கைக்குழந்தை அதிக நேரம் தூளியிலிருப்பான். அழும்போது தனம் அத்தை ஓடிவந்து பால் புகட்டிவிட்டுப் போவாள். நாலுமே பாலை மறக்காமல் தனம் அத்தையைப் பாடாய்ப்படுத்தும்.

கொடுக்காவிட்டால் பெரியவன் கன்னத்திலடிப்பான். முதுகைக் கடிப்பான். இரண்டாமவன் பரவாயில்லை, உள்ளங்கையில் கொஞ்சம் சர்க்கரையைக் கொட்டிவிட்டால் அதை நாக்கில் நக்கிக்கொண்டே உட்கார்ந்துவிடுவான். தனம் அத்தை அவன் மீது பாவப்பட்டு இழுத்துக் கொடுக்கும்.

“நாலுங்களுக்கும் வுடாம தர்றியே அதென்ன ஊத்தா, கெணறா?” பள்ளத்தூட்டு கெழவி ஒருமுறை கேட்டபோது தனம் அத்தைக்குக் கோபம் வந்துவிட்டது.

“எட்டு பெத்த உனக்கு என்னா ஊத்துச்சோ அதேதான் நாலு பெத்த எனக்கும் ஊத்துது” என்று சத்தமாகச் சொல்லிவிட்டு “கண்ணுல கொள்ளிக்கட்டையை நுந்தணும்” என்று முனகினாள்.

டீ குடிக்க யாரும் வராதபோது ராமசாமி மாமா, சாம்பலில் ஒரு முறையும், உப்பில் ஒரு முறையும் தனம் அத்தையின் மார்புகளுக்குத் திருஷ்டி சுற்றிப் போடுவார்.

ராமசாமி மாமா சோம்பேறி. உட்கார்ந்து டீ குடிக்க வந்தவர்களிடம் அரசியலும், ஊர் வம்பும்தான் பேசுவார். எந்த வேலையையும் நொட்ட மாட்டார். தனம் அத்தைதான் ஒரு வேலை விடாமல் எடுத்துப் போட்டுச் செய்வாள். வயிற்றில் குழந்தையிருக்கும்போதும் சரி, பிறந்த பின்பும் சரி வேலை செய்யாமல் இருந்ததில்லை. குழந்தைகளுக்குப் பால் கொடுக்கும்போது மட்டுமே உட்கார்ந்து பார்த்திருக்கிறேன். குழந்தைகள் மாறி மாறிப் போவார்கள். அதை வாரிக் கொட்டிவிட்டுக் கழுவி விடுவாள். மூத்திரத்துணிகளை அலசிப்போடுவாள். கிணற்றில் தண்ணீர் சேந்தி வருவாள். டீ கிளாஸ்களைக் கழுவிக் கவிழ்த்து வைப்பாள். பாலேடு சேர்த்து வைத்து நெய்க் காய்ச்சுவாள். கருப்புக் கல் போலக் கட்டிகட்டியாய் இருக்கும் நிலக்கரியைச் சுத்தியால் தூள்தூளாய் உடைத்து வைப்பாள். பாய்லரில் போடுவதற்கு சிறு சிறு துண்டுகளாக இருந்தால்தான் தோதாக இருக்கும். விறகுகளை வெட்டியும், பிளந்தும் வைப்பாள். பால் காய்ச்சுவாள். நாள் தவறாமல் உள்ளேயும், வெளியேயும் மாட்டுச்சாணம்

போட்டு மெழுகிவிட்டு, கோலம் போட்டு வைப்பாள். விடிவதற்குள் எழுந்து குளித்துவிட்டு சாமி படங்களுக்கு ஊதுபத்தி ஏற்றி வைப்பாள். இத்தனை வேலைகள் செய்தும் எப்பவும் சிரித்துப் பேசிக்கொண்டே இருப்பாள். அந்தச் சாமந்திப் பூ முகத்தில் களைப்பைப் பார்த்ததே இல்லை. பள்ளிக்கூடத்தில் அம்சவேணி டீச்சர்தான் ரொம்ப அழகென்று சொல்வார்கள். டீச்சரைவிட தனம் அத்தை அழகு. நீளமான கூந்தல், முழு நீளமும் ஜடைப் பின்னல் போட்டால் தொடைவரை தொங்கும். திருஷ்டிப்படுமென்று இரண்டாக மடித்துக் கட்டிக்கொள்வாள். இமைகளுக்கும், புருவத்திற்கும் கருஞ்சாந்தும், நெற்றிக்குச் செஞ்சாந்தும் தீட்டுவதற்குத் தவற மாட்டாள். மற்ற பெண்களிடமிருந்து வீசும் வியர்வை நாற்றமோ, கற்றாழை நாற்றமோ தனம் அத்தை மீது இருக்காது. மஞ்சக் கிழங்கு மணக்கும். முகத்திற்கு மட்டுமில்லை... கைகளுக்கும், கால்களுக்கும் கூட மஞ்சக்கிழங்கு தேய்த்துப் பூசிக்கொள்வாள். பிள்ளைகளோடு நானிருந்தாலும் தனம் அத்தை கொஞ்சமும் கூச்சமில்லாம பால் கொடுக்கும். பெரியவன் பால் கேட்டு அடிக்கும்போது “டே சாமி! கொஞ்சம் பொறுடா, எங்கிட்ட ரெண்டுதான் இக்குது நாலு இல்ல” என்று சிரித்துக்கொண்டே தள்ளிவிடுவாள். “இவன இழுத்துனு போடா” என்றதும் அவனை இழுப்பேன். என் கையைக் கடிப்பான். யாரும் வராதபோது ராமசாமி மாமா உள்ளே வந்து, “நீ வெளியே உட்காருடா” என்று என்னை அனுப்புவார். தனம் அத்தை முறைக்கும். “நீ போ சாமி” என்று மாமாவைத் தள்ளி விடுவாள். நான் வெளியே வந்துவிடுவேன். கடை பெரிசா இருக்காது, ரெண்டு ரெட்டை மாட்டு வண்டியைச் சேர்த்து நிறுத்தினா எவ்வளவு அகண்டிருக்குமோ அவ்வளவுதான். மூன்று பக்கமும் திண்ணை இருக்கும். சீம ஓடு போட்ட கூரை, ஐந்து பலகைகள்தான் கதவு. ரெண்டு பலகைகளை மட்டும் எடுத்துச் சுவரோரம் நிறுத்தி வைப்பார். மூன்று பலகைகள் எப்பவும் கதவுகள் போலில்லாமல் சுவராகவே நின்றிருக்கும். சினிமா போஸ்டர்களை டீ மேடை சுவரிலும், கதவு பலகைகளிலும், பக்கத்துச் சுவர்களிலும் ஒட்டுவார்கள். நிறைய பேர் டீ குடிக்க

வருகிற மாதிரியே வருவார்கள். போஸ்டரை சினிமாப் பார்க்கிற மாதிரியே நின்று பார்த்துவிட்டுப் போவார்கள். வெளியே திண்ணை மாதிரி ஐந்தடிக்கு ஐந்தடி ரெண்டு கல் பலகை போட்டு வைத்திருந்தார்கள். டீ குடிக்க வருபவர்கள், கல் திண்ணையில்தான் உட்காருவார்கள். கடைக்குள் யாரும் வர மாட்டார்கள். உள்ளிருந்த திண்ணையில் அத்தையின் துணிப்பெட்டியும், பிள்ளைகளின் துணி மூட்டையும் தண்ணீர்ப் பானைகளும், பால் மொந்தையும், சாப்பாட்டு சாமான்களும் இடம் பிடித்துக்கொண்டன. வெளி ஆளென்றால் நான் மட்டும்தான் கடைக்குள் நுழைவேன். அப்புறம் ரெட்டியூர் ஜமீன்தார் நுழைய ஆரம்பித்தார். பணம் எண்ணுவதாக உள்ளே வந்து ரொம்ப நேரம் உட்காருவார். ஒரு ரூபாய்க் கட்டுகள், ரெண்டு ரூபாய்க் கட்டுகள், காடாதுணி பையிலிருந்து கொட்டுவார். கடைக்கு டீ குடிக்க வருபவர்களுக்கு, ஜமீன்தாரே துட்டு தருவார். டீ அப்போது பதினைந்து பைசாதான். ரெண்டு ரூபாய்த் தாளைத் தந்துவிடுவார். ஜமீன்தார் உள்ளே இருந்தாலும், வெளியே ஒருத்தரும் கல் திண்ணையில் உட்கார மாட்டார்கள். நின்று குடித்துவிட்டுப் போய்விடுவார்கள். தனம் அத்தை ஜமீன்தாருக்குத் தனியா பித்தளை கிளாஸ் வைத்திருந்தாள். அதில் டீ போட்டுத் தருவாள். அதை நீண்ட நேரம் குடிப்பார். முன்பெல்லாம் வாரத்திற்கொரு முறை சந்தை நாளில்தான் டீக்கடைக்கு வருவார். புதன் சந்தை ஜமீன்தாருக்குச் சொந்தமாக இருந்தது. சுங்க வசூலை அவர்தான் செய்வார். பெரிய சந்தை ஜமீன்தாரின் ஆட்கள் பத்துப் பேர் வசூலித்து வந்து கணக்குப் பிள்ளையிடம் ஒப்படைப்பார்கள். அவர்கள் வந்து இரண்டு முறை கணக்கு சொல்லி டீ குடிப்பார்கள்.

தனம் அத்தை சந்தை நாளில் இன்னொரு மடங்கு சேர்ந்து அழகாக இருப்பாள். தலையில் பூ வைத்திருப்பாள். ரவிக்கையை இறுக்கமாகப் போட்டிருப்பாள். மஞ்சள் பூசிய முகத்திற்கு மேலே வாசனை மாவும் பூசி இருப்பாள். தலைக்குக் குளித்து கூந்தலுக்கு சாம்பிராணியும், சந்தனத் தூளும் புகை காட்டியிருப்பாள். பார்க்கவே மயக்கமாக இருக்கும். ஒருமுறை ஜமீன்தார், தனம் அத்தையிடம், “ஏதாவது கேட்டா கோபிச்சுக்க

மாட்டியே” கேட்டபோது கோபித்துக்கொள்ளாமல் சிரித்தாள். “பத்மினிக்குக்கூட இப்படி இருக்காது” என்று சொன்னது அப்போதெனக்குப் புரியவில்லை. இப்போது நினைத்துப் பார்த்தால் அந்த வர்ணிப்பு உண்மை.

“தொர பாத்துட்டீங்களோ பத்மனியம்மாவ?”

“பத்மினி சொன்னா பாத்துடலாம்.”

இந்தப் பேச்சாடல் காதுக்குள்ளேயே சுற்றுகிறது.

ஜமீன்தார் வந்து போன பிறகு தனம் அத்தையின் முகம் ஒளியுடன் தெரியும். எங்களோடு கலகலப்பாய் விளையாட வருவாள். பெரியவனை இழுத்துக் கட்டாயமாகப் பால் தருவாள். ரவிக்கையின் கீழிரண்டு ப்ரஸ் பட்டன்களை எப்போதுமே போடாமல்தான் இருப்பாள். வெளியே போகும்போது முந்தானையை இழுத்து மூடிக்கொள்வாள். மூச்சை வெளியேவிட்டு பட்டன் போட்டாலும் அதுவாகவே கழன்றுவிடும். குழந்தைகளை முதுகில் உட்கார வைத்துக்கொண்டு, நான்கு கால்களில் யானைச் சவாரி, குதிரைச் சவாரி போவாள். என் பார்வையைத் திசை மாற்றுவேன். பயந்து கவனமாக தனம் அத்தையின் முதுகிலமர்ந்த குழந்தைகளைப் பிடித்துக்கொள்வேன்.

தனம் அத்தை எனக்குக் கண்ணாடி கிளாஸ் ரொப்ப அமரிக்கன் போட்டு அதுக்கு மேலே மலாய் போட்டு, சர்க்கரை தூவித் தரும். குடித்து முடித்ததும் சோறுண்ட மாதிரி வயிறு நிரம்பிவிடும். அன்றைக்குப் பிள்ளைகளோடு விளையாடிக் கொண்டிருந்தபோது பசியோடிருந்தேன். தனம் அத்தை வேலையாக இருந்ததால் எனக்கு அமரிக்கன்பால் இன்னும் தராமலிருந்தாள். நடராஜண்ணன் கூப்பிட்டதும், போவதற்கு மனமில்லைதான். ஆனால், மறுக்காமல் சைக்கிளில் உட்கார்ந்து கொண்டேன்.

“அவன ஏண்டா கூட்னு போற?” ராமசாமி மாமா கத்தினார். பதில் சொல்லாமல் சைக்கிளை வேகமாக மிதித்தார்.

மூலபாட்டை சோடாக் கடைமுன் நிறுத்தி, ஆரஞ்சு சோடா வாங்கித் தந்தார். குடிப்பதற்குத் தெரியாமல் வாய்க்குள் நுழைந்தபோது கோலி அடைத்துக் கொண்டது. நடராஜண்ணன் கோலி பாட்டிலில் கலர் குடிப்பதற்குச் சொல்லிக் கொடுத்தார். “ரெண்டு பொக்க இக்குதில்ல, அது கீழுக்கா இக்கணும், கோலிகுண்ட அது புடிச்சிக்கும். வாழப் பழத்த வுடுற மாதிரி பாட்டல் வாய்க்குள்ள வுடாத” சொல்லிக் கொடுத்தார்.

சோடாக்கடை தேவன், “பசங்களுக்குக் கடகடன்னு குடிச்சா தீந்துடும், மாரி வாய்க்குள்ள வுட்டுனு சொட்டு சொட்டா முழுங்கனாதான் நல்லா இருக்கும்.”

நடராஜண்ணனுக்குக் கோபம் வந்தது. “யோவ் பெரியாளுங்கிட்ட பேசற மாரி சின்னப் பசங்ககிட்ட பேசாத. பெறகு கட பக்கமா திரும்பிப் பாக்க மாட்டன்.”

“ஏய்யா மாப்ள... வெளாட்டா பேசனா முறிக்கி கீற... மாம மச்சானா பேசனய்யா...”

“அது எங்கிட்ட. உன் பாட்ல என் வாயில கூட வெய்யி. பசங்க கிட்ட வேணாம்.”

அவர்களின் பேச்சு அப்போது புரியவில்லை. ஆரஞ்சு சோடாவும் கியாஸும் வயிறை நிரப்பிப் பெரிது பெரிதாக ஏப்பங்களைக் கொடுத்தது. காசைப் போட்டுவிட்டு சைக்கிளை எடுத்தபோது ஆரஞ்சு ஏப்பம் வந்தது.

ரெயில் ரோட்டையொட்டி ஒற்றையடி மண் பாதையில் சைக்கிளை ஓட்டினார். எம்.ஜி.யார் பாடல்களைப் பாடிக்கொண்டும், விசிலடித்தும் மிதித்தார். போகப்போக ஒற்றையடிப்பாதை கீழேயும், இரயில் பாதை மலையின் மீது போவது போலவும் தெரிந்தது. சைக்கிளில் உட்கார்ந்தபடி, அண்ணாந்து பார்க்கையில் இரயில் மலை மேல் போகிறதா, வானத்தில் பறக்கிறதாவெனும் சந்தேகம் வந்தது. காரணம் எனக்குப் புகை மட்டுமே கண்களுக்குத் தெரிந்தது. ஜிக்ஜிக் சத்தம் கேட்டது. இரயிலைவிட வேகமாக நடராஜண்ணன்

சைக்கிளை மிதித்தார். இல்லை, சைக்கிள் வேகத்தைவிடக் குறைவாக இரயில் போனது. எப்போதாவது வானத்தில் ராக்கெட் போவதைப் பசங்களோடு சேர்ந்து பார்த்திருக்கிறேன். வானத்தின் ஒரு முனையிலிருந்து இன்னொரு முனைவரை புகை மட்டுமே போவது தெரியும்.

ரயில் இன்ஜினிலிருந்து எழும்புகிற புகையும், ராக்கெட் புகை போலவே தெரிய, “ராக்கெட்டும் ரெயிலும் ஒண்ணாண்ணா?” என்று கேட்டேன். அவர் சொன்ன பதில் முழுவதுமாக ஞாபகமில்லை. “மேல போறவனும் மனுசந்தான், கீழப்போறவனும் மனுசந்தான்” என்றதுதான் நிற்கிறது. முதல்முறை தாழம்புதர் காடு கனவில் பார்க்கிற மாதிரியே பிரமிப்பூட்டியது. கடலும் காடும் ஒன்றுதான் எவ்வளவு பார்த்தாலும் தீராது. பார்த்துக்கொண்டேயிருப்பதற்கு ஆசைகளைத் தூண்டிக்கொண்டும், பார்த்துக்கொண்டேயிருந்தால் அச்சத்தையூட்டிக்கொண்டும் பச்சை சிரிப்பு சிரிக்கும். அன்று சைக்கிளைப் பிடித்துக்கொண்டு நிற்கச் சொல்லிவிட்டுப் புதருக்குள்ளிருந்து அரிசி மூட்டையை இழுத்துவந்து பின்னால் வைத்துக் கட்டினார். அப்போதுதான் புரிந்தது. சைக்கிளில் ஸ்டாண்டு உடைந்திருப்பது. சைக்கிளை நிறுத்தி வைக்க முடியாதென்பதால் அதை நிறுத்திப் பிடித்துக்கொள்ள என்னை அழைத்து வந்திருக்கிறார். உடைந்த சைக்கிள் ஸ்டாண்டை மெட்கார்டு கம்பியோடு சேர்த்து நாரில் சுற்றிக் கட்டிவிட்டிருந்தார்.

சைக்கிள் ஸ்டாண்டை சரி பண்ணுவதற்கு ஒரு வாரமாகிவிட்டது. வாரமெல்லாம் அழைத்துப்போன பழக்கம், விட்டுப் போகவில்லை. என்னை அழைத்துப் போவதற்காக பகலில் போகாமல், பள்ளி விட்டு வந்ததும் அழைத்துப் போவார். முன்புறம் சைக்கிள் பைப்பில் உட்காருவதற்குப் பின்புறங்கள் பழகிக்கொண்டன. கடலை மிட்டாய், புள்ளி வாழைப்பழம், பயிறுண்டை, குலுகோந்து ஒவ்வொரு நாளைக்கு ஒவ்வொன்றை வாங்கித் தருவார். கனகா அண்ணி கிண்ணி ரொப்பச் சோறும் கறிக்குழம்பும் போட்டுத் தரும்.

தின்பது மட்டுமில்லை; தாழம்புதர் காடு ரொம்பப் பிடித்திருந்தது. மயில்களையும் பல முறை பார்த்தேன். பாலத்தின் மீது இரயில் போவதைப் பார்ப்பதற்குப் பார்வையும், மூளையும் உணர்வுகளும் மகிழ்ந்துவிடும். இருட்டிய பிறகு பாலத்தின் மீது இரயில் போவதைப் பார்க்க வேண்டுமே, மொத்த நட்சத்திரங்களும் ஆகாயத்தில் கைகள் கோர்த்து ஓடுகிற மாதிரி தெரியும். பாலத்திற்கு அடியில் நின்றுகொண்டு, அண்ணாந்து பார்க்க வேண்டுமெனும் ஆசையிருந்தது. “வேணாண்டா... இன்ஜின்லருந்து சாம்பல் விழும், மூஞ்சி வெந்துரும். ஆளுங்க பேஞ்சினோ, பேண்டுனோ போனாங்கனா அது வுழும்.”

“ஆளுங்க வுழ மாட்டாங்களாண்ணா?”

“வுழ மாட்டாங்க”

“அது மட்டும் எப்படி வுழுது?”

“குழா வெச்சிருக்காங்க...”

கேள்விகள் கேட்டால் பதில் சொல்வார். ஆனால், என்னால் புரிந்துகொள்ள முடியாது. கீழே இருந்து பார்த்தால் ஒண்ணுக்கும் ரெண்டுக்கும் போகிறவர்களின் உறுப்புகள் தெரியுமாவெனும் கேள்வியும் இருந்தது. கேட்கவில்லை. ஒருமுறை என்னையும், கனகா அண்ணியையும் இரயிலில் அழைத்துப் போவதாகச் சொன்னார்.

தரை வழியாக வடக்கிலிருந்து தெற்கே போகும் இரயில்கள் மூச்சு வாங்காமல் நொண்டாமல், முக்கல் முனகலில்லாமல் ஓடும். வடக்கிலிருந்து மேற்கிற்குத் தாழம்புதர் பாலத்தின் மீது குதிரை லாடம் போல் வளைந்து செல்லும் இரயில்கள், நோய்க் கோழியைப் போல் உயிரைப் பிடித்துக்கொண்டே நடக்கும். பாலமென்னவோ ஜமீன்தார் வீட்டு மொட்டை மாடியில் காலளவும் கூட இருக்காது. அதில் ரெயில் போவதற்காகப் பாலம்வரை இந்தப் பக்கம் மூன்று மைல் தூரத்திற்கும், அந்தப் பக்கம் மூன்று மைல் தூரத்திற்கும் மலையைப் போல் மண்ணைக் கொட்டி பாதை போட்டிருக்கிறார்கள். எந்திரங்களில்லாத

வெள்ளைக்காரன் காலத்தில் மூன்று வேளை கஞ்சி குடித்து உயிர் வாழ்வதற்காக மக்கள் கொட்டிய வியர்வை.

தொழிற்சங்கத் தலைவர் தோழர் காளிமுத்து பேசும்போது, "கீழ் மக்க, கீழ் மக்கன்னு சொல்றமில்ல... உச்சில நிக்றது எல்லாமே கீழ் மக்க ஒழப்புதான். எத நாம அண்ணாந்து பாத்தாலும் அதுக்கடியில வேரா ஓடறது, கடகாலா தாங்கினு இருக்கிறது கீழ இருந்தவங்க ரத்தமும் வேர்வையும்தான்" என்பார். அதை மறக்க முடியாது. மாடிகளையோ, கோயில் கோபுரங்களையோ, தேர்களையோ பார்க்கும்போதெல்லாம் கீழே பார்ப்பேன். மனம் அழுதபடி பார்க்கும் ரத்தத்தையும் வியர்வையையும்.

இரயிலேறும் பாதை சீனப்பெருஞ்சுவரைப் பார்த்த மாதிரி ஜோலார்பேட்டையிலிருந்து மூன்று மைல் தூரத்திற்கு மலை போல் நீண்டோடும். இரயிலில் பயணிப்பவர்களுக்கு மேடேறிப் போகிற மாதிரியெல்லாம் அடிவயிற்றில் சக்கரம் சுத்தாது. சமதளத்தில் போகிற மாதிரியே ஆடாமல், அதிராமல் ஏழைகளின் புளிச்சோறு கை தவறாமல், பணம் படைத்த தம்பதிகளின் காம முத்தம் சிதறாமல், தாழம்பூ மணத்தை முகர்ந்துகொண்டும், புதர்வனத்தின் அழகை ரசித்தவாறும் பயணிப்பார்கள். மூன்று மைல் தூர மண் மேடெங்கும் ஊட்டி தேயிலைத் தோட்டத்தைப் பார்க்கிற மாதிரி கொர்கம் தட்டுகளும் கோரைப்புற்களும் மஞ்சுபுற்களும் அறுக்க அறுக்க சளைக்காமல் தாடி, மீசை மாதிரி வளர்ந்துகொண்டே பச்சையாய்ச் சிரிக்கும். சரிவில் கால் இடறாமல் மேய்ந்து கொண்டிருக்கும் எருமைகள் மீதும், பசுக்கள் மீதும், சிட்டுக்குருவிகளும், காகங்களும் எகிறிக் குதிக்கும். எருதின் கொம்புகளை மரங்கொத்தி தலையைச் சாய்த்துக் கொத்திப் பார்த்துவிட்டு ஓடும்.

இரவில் மண்மேட்டில் சரக்கு ரயில்கள் மிதந்து போகிற மூன்று மைல் தூரம்தான் நடராஜ அண்ணனின் களவுக் கோட்டம். பத்தே பத்து நிமிட அவகாசம். ஓடுகிற ஒவ்வொரு பெட்டியும் எஃகுக் கோட்டை. வாடி வாசலை விட்டு எருது தாவ முனைகிற நொடியே திமிலைப் பிடிப்பவன் வீரன். கரி

இன்ஜின் டிரைவர்களின் பார்வையில் படாமலிருப்பதற்காகக் கோணிப்பையைத் தலைக்கு மாட்டிக்கொண்டு கொர்கம் தட்டுப்புதருக்குள் மறைந்து உட்கார்ந்துவிடுவார். இன்ஜினும், இன்ஜினுக்கு அடுத்த இரண்டு பெட்டிகளும் நகர்ந்து போனதும், சீறி எழுவார். எதுவுமே கண்களுக்குப் புலப்படாத முழு இருள் என்பது ஏதுமில்லை. காரிருளென்றாலும் நிழலாய் உருவங்கள், வடிவங்கள் புலப்படாமல் இருக்காது. சரக்குப் பெட்டியின் நுழைவாயில் கம்பியை இறுக்கிப் பிடிப்பார். உடும்புப்பிடி பிடித்த அதே கணம் எகிறி கால்களைத் தூக்கி படியில் வைப்பார். சர்க்கஸில் அந்தரத்தில் பறப்பவர்கள் ஊஞ்சல் கம்பியைப் பிடிப்பது போன்ற உயிர் பிசையும் சாகசம்தான். இடுப்பில் சுத்தியல் வைத்திருப்பார். சுத்தியால் கொண்டியை ஒரே அடியில் நீக்குவார். இரும்புக்கோட்டையின் கதவு திறக்கும். உள்ளே பாய்வார். கோதுமையோ, அரிசியோ, பருப்போ மூட்டையில் என்ன இருக்கிறதென்று பார்க்க மாட்டார். தள்ளிவிடுவார். இரயில் பாலத்தைத் தொடுவதற்குள் அவர் இறங்கிவிட வேண்டும். பாலத்தின் மீது போகும்போது குதித்துவிட்டால், அவரின் உடம்பு மட்டும்தான் விழும். உயிர் விழாது. பாலத்தைத் தாண்டிவிட்டால் இரயில் அறுபதில் பறக்கும். அப்போது குதித்தால் இரயிலோடு சேர்ந்து எலும்புகளும் பறந்தோடும். இரயில் பாலத்தைத் தொடுவதற்குள் கல் கம்பமோ, சிக்னல் கம்பமோ, முள் மரமோ, உடம்பையும் உயிரையும் வெட்டியெடுக்கவிடாமல் பத்திரமாகக் குதித்து, பத்தடி ஓடி நின்று உயிரிருப்பதை நம்பின பிறகு மூச்சு வாங்க வேண்டும்.

“என்னைக்காச்சும் தவறி கால் மாட்டினு உருண்டன்னு வெச்சுக்க... தாழம்பொதர் முழுங்கிடும். பெறவு இந்த ஒடம்ப மண்ணு தின்னாது. நரி தின்னுமோ, செந்நாய் தின்னுமோ மரநாய் தின்னுமோ தெரியாது. எதுக்கும் ஆப்புடலன்னா, அழுகி நாறி எறும்பும், புழுவும் தின்னும்” என்று ஒரு வாட்டி சொல்லி இருக்கிறார்.

ஆனால், போலீஸ்காரர்களின் பற்களில் சிக்குவாரென்று அவர் கனவிலும் நினைத்ததில்லை.

7

டீக்கடையின் வலதுபக்கச் சுவரில் பெரிய பெரிய எழுத்துகளைச் செம்மண்ணில் எழுதியிருந்தார்கள். அதைப் பார்த்தவாறு நின்றிருந்த தனம் அத்தை, “கண்ணப்பா வாடா இங்க” என்று சத்தம் போட்டாள். இடுப்பில் கடைசி உட்கார்ந்து சிரித்தது. பெரியவன் அத்தையின் கையைப் பிடித்துக்கொண்டு அம்மணமாய் நின்றிருந்தது. ஆறு மணிக்குத் தூங்கியெழுந்ததும் நேரா ஏரிக்குதான் போவேன். காலை பாக்கிகளை ஏரியில்தான் கழிக்க வேண்டும்.

“ஏரிக்கா போயிட்டு வர்றன்யா அத்தி” சத்தமாகவே சொன்னேன்.

“வாடா போவ” என்றாள் அதட்டலான குரலில்.

“வாடாய் மாமாய்” என்றான் பெரியவன்.

அதிசயமாய் ராமசாமி மாமா டீ போட்டுக் கொண்டிருந்தார். கல் திண்ணையில் ரேணு அண்ணனும், பானைவடிக்கும் முனிராஜியும் பீடி இழுத்தபடி உட்கார்ந்திருந்தார்கள். ரேணு கால்களைத் தொங்கப் போடாமல் கல் பலகை மீது ஏறி அய்யப்பசாமி மாதிரி உட்கார்ந்திருந்தார். காதில் ஒரு ரூபாய் காசிருந்தது. அந்தக் காலத்தில் காசு வைக்கிற மாடம்,

தலைப்பாக்கட்டில் பீடிக்கட்டும் தீப்பெட்டியும் தெரிந்தது. தனம் அத்தை ஆறு மணிக்கே டீச்சர் வேலைக்குப் போகிற மாதிரி தயாராகிவிட்டிருந்தாள். அத்தைக்கு ராமசாமி மாமா மூன்று வேளை திருஷ்டி சுற்றுவதில் தவறில்லை. ஆனால் முகம் மட்டும் என்றைக்குமில்லாத மாதிரி சுடுதண்ணீரைப் போல் கொதிப்புக் காட்டியது.

கிட்டே போனதும் தனம் அத்தையின் இடுப்பிலிருந்த கடைசி தாவிக்கொண்டு வந்தான். “போட்றப் போறடா பத்துரம்” என்று சொல்லிக்கொண்டே கொடுத்தவள், “சுவத்துல எழுதிப் போட்டுருக்காங்க, படிறா...” என்றாள்.

“மாமா படிப்பாரே...”

“அந்த மனுசன கேட்டா என்னவோ போடின்னிட்டாரு. நீ படி”

ஒவ்வொரு எழுத்தா ஒருமுறை சொன்னேன். “ந... க்...சா... ல்....பா... ரி...க...ள். நக்சல் பா... பா... பாரிகள், தே... சா... தேசா, ப...க்...தா...ர்...க...ள பக்தருகள்...”

தனம் அத்தையின் முகம் வாடிற்று. “நீ போடா, வேற யார்னா வந்தா படிச்சி சொல்லச் சொல்றன்.” குழந்தையை வாங்கினாள். அவன் என்னைவிட்டுப் போகாமல் இறுக்கிப் பிடித்தான். இழுத்துப் பிடுங்கினாள். அழுதான். “ஏரிக்குப் போறானாம், பெறவு வருவான்.” சமாதானம் செய்தாள். ராமசாமி மாமா டீ போட்டுவிட்டுச் சிலை மாதிரி நின்றிருந்தார். முகத்தில் பாய்லர் தெரிந்தது. ரெண்டு பேருக்கும் என்னவோ சண்டை என்பது சொல்லாமல் சொன்னது. தெரிந்தவரை இருவரும் சண்டை போட்டுப் பார்த்ததில்லை.

ஏரிக்குப் போய் திரும்பும்போது ஜமீன்தாரின் குட்குட்டா வண்டி, டீக்கடை எதிரே நின்றிருந்தது. அவர் கடைக்குள் போயிருப்பார். கல் திண்ணையில் நான்கு பேர் புகைக்காமல் உட்கார்ந்திருந்தார்கள். புளியமரத்து நிழலில் ரெட்டை மாட்டுவண்டி ஒன்று கரும்பு லோடோடு நின்றிருந்தது.

கரும்புலோடைச் சுற்றி பச்சை வேலி முட்களைக் கட்டித் தொங்கவிட்டிருந்தார்கள். யாரும் கரும்பில் கை வைக்காதிருப்பதற்காக இந்தப் பாதுகாப்பு. மாடுகள் புண்ணாக்கை அசைபோட்டுக்கொண்டு நின்றிருந்தது. வெல்லப்பாகு காய்ச்சறவங்களும் கொப்பரையைப் புளியமரத்தில் சாய்த்துவிட்டு டீ குடித்துக் கொண்டிருந்தார்கள். ராமசாமி மாமா இவ்வளவு நேரம் டீ போடுவது அபூர்வம்தான்.

தனம் அத்தை டீ போட வராமல் கோபத்தில் ஒதுங்கிவிட்டிருக்கிறார். என்ன கோபமோ, என்ன சண்டையோ? ஜமீன்தார் வருவது அவருக்குப் பிடிக்கவில்லையென்பது மட்டும் தெரியும். ஜமீன்தார் வரும்போதெல்லாம் முகம் வேகுவதைப் பார்க்கிறேன். அந்த நேரத்தில் யாரிடமும் சிரித்துக்கொண்டு பேசுவதில்லை. அவரை குறை சொல்லியோ, கேலி செய்தோ பேசினால்கூட வருந்தாதவர் சமீபமாய் வாடுவதைப் பார்த்தேன்.

ராமசாமி மாமாவுக்கு இரண்டு கைகளுமே பாதி நீளம்தான் இருக்கும். வெறும் ராமசாமியென்றால் அவரைத் தெரியாது. எந்த ராமசாமியென்று திருப்பிக் கேட்பார்கள். குட்டக்கை ராமசாமியென்றால் அத்துப்படி. ராமசாமி மாமா பற்றி ஒரு கதை உண்டு. நிலாவில் பாட்டி வடை சுடும் கதையைப் போன்று பிரசித்தம். ஒரே ஒரு கதைதான். அந்த ஒரே ஒரு கதையை யாருமே சொல்லி முடிக்கும்வரை கேட்டதில்லை. கதையைச் சொல்பவர் ரத்தம் வடியும் வரை சொல்வார். அல்லது கதை கேட்பவர் நாய் துரத்துகிற மாதிரியோ, நாயைக் கல் துரத்துகிற மாதிரியோ ஓடிப்போவார். கதை வெறி நாயாய் கடிப்பதற்குத் துரத்தும்.

“ஒரு ஊர்ல ராமசாமி ராமசாமின்னு ஒருத்தன் இருந்தானாம். அவனை அஞ்சி வயசுல பள்ளிக்கோடம் சேக்க கூட்டினு போனாக்கா, காது எட்டலன்னு சேக்கலயாம், ஒரு வருசம் கழிச்சி ராமசாமியை ஆறு வயசுல பள்ளிக்கோடம் கூட்டினு போனாக்கா அப்பவும் காது எட்டலன்னு சேக்கலயாம், பெறவு ஒரு வருசம் கழிச்சி ராமசாமியை ஏழு வயசுல

பள்ளிக்கோடம் கூட்டினு போனாக்கா, அப்பவும் காது எட்டலன்னு சேக்கலயாம், பெறவு ஒரு வருசம் கழிச்சி எட்டு வயசுல பள்ளிக்கோடம் கூட்டினு போனாக்கா அப்பவும் காது எட்டலன்னு சேக்கலயாம், பெறவு ஒரு வருசம் கழிச்சி...” முடிவு வரை தொடராமல் முடியும். இத்தனைக்கும் டீக்கடையில் உட்கார்ந்து ராமசாமி மாமா முன்னாடியே பேசுவார்கள். அவரும் சிரிப்பார்.

“ராமசாமிக்கு காதே எட்டலியே, கழுவுறதுக்கு குண்டி எட்டுமா?” பேச்சுப் பட்டாசு வெடிக்கும். குட்டக்கை பேச்சு, எங்கெங்கோ நீளும். ஒரு நாள் மரமேறி காசி, கதை சொல்லிக்கொண்டிருந்தபோது, டீ குடிக்க வந்த வக்கீல் கிருஷ்ணன், காசியை அடித்துவிட்டார். “ரெண்டு கையையும் வெறக ஒடிக்கிற மாறி ஒடிச்சுடுவேன் ராசுக்கல், போயி நீ கும்பட்ற சாமிய்ய கேளு. கழுவுறயா, நக்கறய்யான்னு. ஒருத்தன மட்டம் தட்றதுன்னா, எதை மட்டம் தட்டணும், தெரியுமா? அவன் பொறப்பையோ, உறுப்பையோ இல்ல. மூடத்தனமா, முட்டாத்தனமா எதனா பண்ணா மட்டம் தட்டணும். கை பொறக்கும்போதே அப்படித்தான். இவன் என்னா பண்ணுவான்?”

வக்கீல் கிருஷ்ணனை வேறு ஒரு சிக்கலில் சிக்க வைத்தது. “வக்கீலு! நான் சாதில கீழன்னுதான கை வைச்சிட்ட, பெரிய எடத்துல பேசனா கை வெப்பியா?” என்று கேட்டான் மரமேறி காசி. திருப்பிக் கை வைத்திருந்தால் கூட காயமேற்பட்டிருக்காது. இந்த வார்த்தைகள் அவரின் லட்சியத்தைக் கடப்பாறையால் குத்திக் கிழித்தது.

வக்கீல் கிருஷ்ணன் சமாளித்தார். “காசி உம்மேல கைதான் வெச்சேன், நீ பெரிய எடம்ங்கிறியே அவுங்க மேல கத்திய வெய்க்கப் போறோம், போடா” கடைக்குள் ஜமீன்தார் உட்கார்ந்து பணம் எண்ணிக் கொண்டிருந்ததை கிருஷ்ணன் பார்க்கவில்லை.

ராமசாமி மாமாதான் “வக்கீலு, தமாஸுக்குதான பேசறாங்க.

வுடுப்பா, கஷ்டம்னா அவங்கதான ஓடி வருவாங்க... ஊருல நாலுபேர் டீ போடறாங்க, எங்கிட்டதான குடிக்க வர்றாங்க... எல்லாரயும் திட்டப் போனா, கடசில யார்யா மிஞ்சுவாங்க?" என்று பேசி இருவரையும் சமாதானம் பண்ணி வைத்தார். வக்கீல் கிருஷ்ணன் காசியை அடித்ததற்குக் கையைப் பிடித்து மன்னிப்புக் கேட்டுவிட்டுப் போனார்.

ராமசாமி மாமாவுக்கு கோபம் வந்ததே இல்லை. குழந்தையிலிருந்தே அவரை குட்டக்கையன் என்று ஏளனமாகப் பேசிப் பேசி அவருக்குப் பழக்கமாகிவிட்டது. மூணாம் வகுப்பு வரை படித்திருக்கிறார்; தடுமாற்றமின்றி செய்தித்தாள் படிக்கிறார், கடிதம் எழுதுகிறார். ஊரில் கடிதம் எழுதுவதென்றால் ராமசாமி மாமாவிடம்தான் வருவார்கள்.

அவரோட சந்தோஷத்திற்குக் காரணம் தனம் அத்தைதான். 'இவனுக்கு இந்தப் பொண்ணா? எப்பிடித் தந்தாங்க?' ஊரில் ஆச்சர்யப்படாதவர்கள் யாருமில்லை. அந்த ஆச்சர்யம் ராமசாமி மாமாவுக்கும் இருந்தது. "மூணே மாசத்துல ஆத்தா வூட்டுக்கு ஓடப்போறா பாரு..." என்று சொன்னவர்கள்தான் எல்லோருமே. அழகை வைத்தும், உடலமைப்பை வைத்தும் ஊரார் போட்ட கணிப்புகள் பொய்த்தன. அவர்களிருவரும் அவர்களுக்குள் உடலிலும், வாழ்விலும் பொருந்திவிட்டார்கள்.

தனம் அத்தையைப் பார்த்தால் திருமணமாகி ஏழு வருடமானதென்று சொல்லவே முடியாது. எப்போது பார்த்தாலும் புதுப்பொண்ணாகவே தெரிவாள். அதெல்லாம் வரம். எல்லா முகங்களுக்கும் அது வாய்க்காது. எத்தனை திருஷ்டியைச் சுற்றிப் போட்டாலும், திருஷ்டித் தேங்காயைப் போலவே சிதறிவிடுவதற்குப் பெயர்தான் வாழ்க்கை. பவுர்ணமியின் முகம் வாடியிருப்பதை வேண்டுமானால் பார்த்துவிட முடியும். தனம் அத்தையின் தேய்பிறை முகத்தைப் பார்க்க கஷ்டமாக இருந்தது. என்றுமே எதற்குமே கலங்காதவள், எப்போதுமே சிரித்த முகத்தைத்தான் அணிந்திருப்பாளெனும் அனுமானம் கழுவி வைத்த டீ கிளாஸ் கை தவறி விழுந்து, சில்லுச் சில்லாய் உடைந்த மாதிரி உடைந்தது. தனம் அத்தை

மட்டுமில்லை, ராமசாமி மாமாவின் குழந்தைள், அவர்களின் சந்தோஷம், நிம்மதி, வாழ்க்கை, குடும்பம், அன்பு, பாசம், தூக்கம், கனவு, உறவு எல்லாமே உடைந்தது. பெண்களின் அழகு அலங்காரத்திலோ, அங்க அமைப்பிலோ இல்லை, அவர்களின் சந்தோஷத்தில் இருக்கிருதென்பதை அத்தையிடம் படித்தறிந்தேன்.

நடராஜண்ணனோடு தாழம்புதர் காட்டிற்குப் போய், திரும்புவதற்குள் பொழுது தாண்டிவிட்டது. டீக்கடைக்குப் போனபோது பால் அடுப்பும், தண்ணீர் பாய்லரும் சீக்கிரமே அணைந்து தூங்கியது. பிராந்தி பாட்டிலில் திரிபோட்ட மண்ணெண்ணெய் விளக்கு பிள்ளைகளுக்கு எட்டாதபடி வெளியே டீ மேடையில் எரிந்து கொண்டிருந்தது. உள்ளே சிம்னி விளக்கு சுவற்று ஆணியில் தொங்கிக்கொண்டு ஒளி காட்டிற்று. ராமசாமி மாமா கல் பலகையின் மீது, கல்லைப் போலவே உட்கார்ந்திருந்தார். பெரியவன்கள் இரண்டு பேரும் அவர் மடியில் விரலைச் சப்பிக்கொண்டு தலை வைத்துப் படுத்திருந்தார்கள். குழந்தை கை கால்களை உதைத்துக்கொண்டு தரையில் படுத்தபடி அழுதுகொண்டிருந்தான். மூணாவது பையன் அடி வாங்கியிருக்க வேண்டும். சுவருக்குச் சாய்ந்து தேம்பிக்கொண்டிருந்தான்.

“யோவ் மாமா! பேயடிச்ச மாரி ஒக்காந்துட்ட” கேட்டுக்கொண்டே உள்ளே நுழைந்தேன்.

“என்னையா அத்தி மாரியா இக்குற... காய்லாவா?” என்றபடி பக்கத்தில் போய் உட்கார்ந்து, நாலாவதைத் தூக்கி மடியில் வைத்துக்கொண்டேன். மழையிலோ வெயிலிலோ சிக்கி வதைபட்டவர்களுக்கு ஒதுங்க மரம் கிடைத்த மாதிரி அந்த இடத்தில் அவர்களுக்கு நானானேன். மாமாவிடமிருந்த ஒண்ணாவதும், ரெண்டாவதும் என்னிடம் வந்து விட்டது.

“அத்தி! படத்துக்குப் போலாமா?”

“நாலுங்களையும் தூக்கினு எங்க போயும் நாண்டுக்க முடியாது.

எழவெடுத்தாலும் இதுங்களோடத்தான் எழவெடுக்கணும், பீசுலு பிளாக்கு அடிச்சி மாள மாட்டேங்குதுங்…”

“அத்தி! கம்னு இரு, ஏங் இப்படிப் பேசற?”

“பேச வெக்கிறாப்புள. ஓங்க ஊரு கேடுகெட்ட ஊருடா, இந்தூர்ல கால வெச்சதுக்கு என்னய சாணி மொறத்துல சாத்தணும். சின்னப் பய்யனாலும் நீ நேயம் சொல்றா.. சத்த நேரம் செவனேன்னு ஓய்ஞ்சி ஒக்காந்து பாத்தியா? எவங்கிட்டனா பல்ல இழிச்சினு பேசனத்த பாத்தியா? நன்னி கெட்டதுங்க. ஓங்க மாமனுக்கு என்னால மானம் போதாம், மருவாத போதாம், மருவாத கெட்டவள ஏங் கட்டினு வந்தாப்பள, சொக்கமானவளா பாத்து கட்டினு வர்றது.. மாடுகோட இம்முட்டு ஓழய்க்காது…”

வெளியே இருந்து ராமசாமி மாமா தொடர்ந்தார். “டேய் இவனே கல்லாணமாயி ஏழு வருசமாச்சி. சோத்துப்பருக்க அம்முட்டு சொல்லு சொல்லி இக்கறனா? ஆத்தா அம்மான்னு பேசி இக்கறனா? ஓங்க அத்திக்குத் தெரியாம ஒத்த பைசா எனக்குன்னு அழிச்சிக்கறனா, பீடி பாத்தனா, சாராயம் பாத்தனா?”

“போய் குடிக்கச் சொல்றா, தடுத்தனா செருப்பால தோலுரிக்கட்டும். நான் மாத்தரம் எதான அழிச்சனா? சினிமாக்குப் போனனா? தெருக்கூத்து போனனா?”

மாறி மாறி பேச்சை வளர்த்தார்கள். இது சண்டைக்கான பேச்சு அல்ல, சமாதானத்திற்கான பேச்சு என்று புரிந்தது.

“யோவ் மாமா சும்மா இருய்யா… எங்கப்பங்காரன் போதையில பேசறான். நீ சும்மாதிக்கே பேசற.”

“அத்திதாண்டா பேசறா… நான் வுட்டுட்டன்.”

தனம் அத்தையைச் சாந்தப்படுத்த முடியாது போலிருந்தது. “அங்கம் வேகுதுறா… குடிச்சிட்டு வந்து அடிக்கிற ஆம்பளகிட்ட

பொழப்பு பண்ணலாம், வஞ்சம் வெச்சினு பேசற ஆம்பளகிட்ட பொழப்பு ஏறாது. சாக்கட பன்னி மாரி என்ன வெச்சிகினா நல்லவ, நாலு பேர் வந்து டீ குடிக்கிறாங்ளேன்னு கழுவி மொழுகறன் பாரு. அவங்க ஆத்தாவ மாரியே கப்பு கழுவாம நாறணும்." நிறுத்துகிற மாதிரி தெரியவில்லை.

மாமா வேட்டி ஒரு பக்கம் அவிழ, கோபத்தோடு உள்ளே வந்தார். கிட்டேவரும்போது காலைத் தூக்கினார். "அடங்கறாளா பாரு..." கோவணத்தோடு நின்றார்.

"யோவ் இதய்யா மாமா..." என்று குறுக்கே நின்றேன்.

"எங்கிட்ட காட்ற சவடால ஜமீன்தார்கிட்ட காட்டு. வராதடான்னு சொல்லு. அந்த ஆள் வந்தா பால சுண்டவச்சி ஒனத்தியா டீ போட்டுத் தர்றது... கும்புடு போடறது. பெறவு எங்கிட்ட பேசாத, சிரிக்காதன்னு சிலப்பறது..." தனம் அத்தையின் சீற்றம்.

"கட தாவு அவுங்களது. நாம வராதன்னு சொன்னா, ஜாகயைக் காலி பண்ணுன்னு திரும்புவாப்ள... முன்னியெல்லாம் சந்த நாள் மாத்தரம் கேட்டு வசூலுக்கு வருவாப்புள... இப்ப மத்த நாள்லயும் வந்துர்றாப்ள... நொத்தி மேல பழி வெக்கிறனா? வெசபூச்சின்னா நாமதான் ஒதுங்கணும்னு சொன்னன்." மாமா மென்மையான குரலில் சொன்னார். அத்தை தன்னை நியாயப்படுத்தி பதிலளித்தார். மாமா பதப்படுத்தும் வார்த்தைகள் பேசினாலும் அத்தை எளிதாகப் பதமாகவில்லை.

குழந்தைகளை நினைத்து, அவர்கள் பிரச்சனைகளை வளர்க்காமல் முடிக்க வேண்டுமென்று யோசித்தேன். என்னாகுமோவெனும் பயமும் கவலையும் உண்டானது. ஏதோ நடக்கக்கூடாதது நடக்குமென்றால்தானே பயமும், கவலையும் உண்டாகும்.

8

தனம் அத்தை புத்தம் புது பித்தளைக் குடம் வாங்கி வந்தாள். அதன் பளபளப்பு ஊர்ப் பெண்களை வயிறெரிய வைத்தது. சூரிய ஒளியை உருக்கிச் செய்த மாதிரி அப்படியொரு பிரகாசம். அதில் என் முகத்தைப் பார்த்தேன். முகத்தைக் குடத்தின் அருகாமையில் கொண்டுபோகும்போது பூதாகரமாகத் தெரிந்தது. மூக்கும் கண்களும் குடம் முழுவதும் தெரிந்தது. பிள்ளைகளும் நான்கு கால்களில் குடத்தை நோக்கி நகர்ந்து வந்தார்கள். தூரத்திலிருக்கும்போது சிறு புள்ளியாகத் தெரிபவர்கள் குடத்தினருகாமையில் வரும்போது, பெரிய உருவமாய்த் தெரிந்ததும் கைகளைத் தட்டி எகிறி எகிறிக் குதித்தார்கள்.

எப்படியோ கணவன் மனைவி சண்டை இப்போதைக்கு முடியாதென்று பயந்தேன். பித்தளைக் குடம் பிரச்சனையை முடித்து வைத்திருந்தது. பித்தளைக் குடம் என்பது பெண்ணாகப் பிறந்துவிட்ட ஒவ்வொருவரின் கனவு. பெண் குழந்தை பிறக்கும்போதே, ஒரு அண்டா, ஒரு தவலை வாங்கி கோணிப் பையில் போட்டுக் கட்டி வைப்பவர்கள் இருக்கிறார்கள். நெல் விளைந்த ரெண்டு கழனியை விற்றுவிட்டு நான்கு பித்தளைச் சாமான்களைச் சீர் தந்து பெண்ணைக் கட்டிக் கொடுப்பவர்கள்தான், கரும்பு வெட்டவும் நாத்து நடவும் கூலிக்குப் போகும் அம்மாக்கள்.

தனம் அத்தையின் இடுப்பில் உட்காரும்போது பித்தளைக் குடம் தனித்திருந்ததை விட அழகாக மிளிர்ந்தது.

“ஒட்டியாணம் செஞ்சி போட்டிருந்தாக்கூட இம்முட்டு அழகா இக்காது தனம். இடுப்புல தவல வெச்சி பாக்கும்போது அம்முட்டு அழகா இருக்கே...” மாமா நின்று ரசித்தார்.

“ஓங்க கண்ணுல கொள்ளி வெக்கிணும். திஷ்டியாகறதே உன்னாலதான்.” செல்லமாகத் தட்டிவிட்டாள்.

“பித்தளைத் தவலயில கெணத்து தண்ணி சேந்தி வெக்கியாத. தவல பூரா சொரங்கு புடிச்ச மாதிரி ஆயிரும்.”

“கொழாத் தண்ணிக்கு எத்துனு போனா, ஆர்.பி.எப் போலிஸு சும்மா இப்பானா, புடுங்கிக்குவானே..?”

“அந்த எழவு வேற, எல்லாருமே இந்தி போலிஸுங்க, எவன் புடுங்கினான்னு தெரியாது. பானையிலயோ, டேக்சாவுலயோ எத்தனு வந்து, தவலயில் ஊத்தி வெச்சிடு” தனம் அத்தையின் அருகே வந்து, குடத்தைத் தடவுவது போல் தடவி, அத்தையின் இடுப்பையும் தடவிட்டுப் போனார்.

★★★

ஒன்றரை மைல் தூரத்திலிருக்கும் இரயில் நிலையத்தில்தான் குடிதண்ணீர் கிடைக்கும். மண் குடங்களைத் தூக்கிக்கொண்டு போய்ச் சுமந்து வருவார்கள்.

“பாவம் செஞ்ச பொம்பள ஜென்மங்க. சாவத்தினிக்கும் வெறகு சொமக்கவும், தண்ணி சொமக்கவும் தீந்துடுது. ஆம்பளங்கிளுக்கென்ன தின்னும்போது நொட்ட சொல்லுவானுங்க.” தண்ணிக்குப் போகும்போது அம்மா புலம்பினாள்.

“உனக்கென்ன சித்தி பான மட்டுந்தான் சொமக்கற, நான் எம்முட்டு கஷ்டப்பட்டன் பாத்த இல்ல, வயித்துல ஒருத்தன், இடுப்புல ஒருத்தன தூக்கினு தலயில தண்ணி பான தூக்கினு வருவேன்.” தனம் அத்தை அவள் பட்டதைச் சொன்னாள்.

“நான் சுமக்கலயா? நானும் பட்டவதான். ரெண்டோட நிப்பாட்டிட்டன்.”

“யார் நிப்பாட்டனது, நீயா? சித்தப்பனா?” சிரிப்பாள்.

எல்லோரும் சிரிப்பார்கள். அம்மாவுக்கு எந்த இடத்தில் எதைப் பேசவேண்டுமென்று தெரியாது. “கனகா பாடு மேலு... புள்ளிக்குட்டி இல்லாதவளுக்கு எந்தத் தொல்லயும் இல்ல” என்றாள்.

கனகா அண்ணியின் அழுகையைத் தோண்டிவிட்டது அம்மாவின் வார்த்தைகள். “சித்தி! இதுக்குதான் யாரோடவும் கலக்காம, தனியா போறது, ஆர்.பி.எப் போலிஸுக்குப் பயந்துதான் ஓங்களோட வர்றன். அதுக்கானா, தனியா போயி போலிஸுகிட்ட ரெண்டு அடி வாங்கினு வந்துடலாம். புள்ள இல்லன்றத சொல்லி கொத்தி எடுக்கிறாங்கன்னுதான் யாரு கல்யாணத்துக்கும் போறதில்ல.” கட்டுப்படுத்த முடியாமல் அழுதாள்.

“இல்லடி கனகா! நான் அப்படிச் சொல்லல” அம்மா சொல்லும் சமாதானத்தை அண்ணி ஏற்கவில்லை.

“கம்னு வர மாட்டியாம்மா. இதுக்குதான் அப்பா ஒன்ன ஒத கொடுக்கறது” என்று சொல்லிவிட்டேன். அம்மா புலம்பிக்கொண்டே வந்தாள்.

தாழம்புதர் எவ்வளவு பிடிக்குமோ, அந்த அளவிற்கு இரயில்வே ஸ்டேஷன் போகும் கொடி வழியும் ரொம்பப் பிடிக்கும். ஒன்றரை மைல் தூரத்திற்கும் கொல்லைகள் அடர்ந்திருக்கும். சோளக்கொல்லை, கரும்புக்கொல்லை, கம்பங்கொல்லைகள்தான். அண்ணாந்து வானத்தையும் பார்க்க முடியாது. கதிர்கள் முத்தினதும், தலைக்கனம் தாங்காமல் தட்டுகள் கூன் வளைந்துவிடும். வரப்பு வழிகளை ஆக்கிரமித்துவிடும். பச்சையாய் சோளத்தையும் கம்பையும் நிமிட்டித் தின்னும்போது அப்படியொரு ருசியா இருக்கும். வரப்புகளைச் செதுக்கி விடாவிட்டால் புற்களும் முழங்கால் உயரம் வளர்ந்திருக்கும். மேயவிட்டால் கொழுப்பேறிய மாடுகள் மேயாது. புற்கள் இல்லாதபோது மாடுகளைப் பார்ப்பதற்குப்

பாவமாக இருக்கும். கரும்புக் கொல்லைக்கும் சோளக் கொல்லைக்கும் கீரிப்புள்ள, பாம்பு, குள்ளநரி, முள்ளம்பன்றி, தேள் போன்ற பயமூட்டும் உயிர்களும், சிட்டுக்குருவி, தவிட்டுக்குருவி, பட்டாம்பூச்சி, பட்டுப்பூச்சி, ஓணான், தவளை, தும்பி போன்ற சாதுவான உயிர்களும் கேட்பாரற்று சுற்றித் திரியும். எப்போதாவது குருவிக்காரர்கள் வந்து தங்கினால் கீரிப்பிள்ளைகளையும், முள்ளம் பன்றிகளையும் விட மாட்டார்கள். துப்பாக்கி மாட்டிக்கொண்டிருக்கும் தைரியத்தில், கரும்புக் கொல்லையிலேயே உட்கார்ந்திருப்பார்கள்.

“காட, கொக்கு, கீரிப்புள்ள, முள்ளம்பன்னி எல்லாத்தையும் குருவிக்காரன்ங்க தின்னுட்டு வீரியமா இருப்பானுங்கடா, ஆனா தனியா போற எந்தப் பொம்பளகிட்டயும் வம்பு பண்ண மாட்டான். கையெடுத்துக் கும்புடு போட்டுட்டு ஒதுங்கிக்குவான். வீரியம் இல்லாதவனுங்கதான் சோளக்காட்டு பொம்மைக்குப் பொடவ சுத்திவுட்டாகூட தப்பு பண்ணிட்டு வருவானுங்க.” தோழர் காளிமுத்து எப்போ பேசினாலும் இப்படித்தான் ஆய்வு பண்ணி பேசுவார்.

மாசி, தை மாதங்களில் அறுவடைக் காலம். அதன்பிறகு எல்லா நிலங்களும் மொட்டையா தெரியும். நிலம் முழுவதும் வழிகள்தான். ஏர் ஓட்டி சோளமோட்டுகளைப் பெயர்த்துவிட்டால் மண் நிறத்து வானம்போல் தெரியும். விஷ உயிர்கள் எங்கே மறையுமென்று தெரியாது. இரயில் ரோட்டோரப் புதர்களை அடைகிறதா? ஏலகிரி மலைக்குப் போகிறதா? தெரியவில்லை.

பாம்பு பயமில்லைன்னாலும் ஆர்பிஎஃப் பயம் அப்படியேத்தானே இருக்கும். “ஆர்பிஎப் போலிஸ்கிட்ட ஆம்பளைங்க மாட்னா கணுக்கால் எலும்ப ஒடச்சிடுவாங்க. பொம்பளைங்க மாட்னா இடுப்பெலும்ப ஒடச்சிடுவாங்க” இது இரயில்வே ஸ்டேஷன் வந்த காலத்திலிருந்து சொல்லப்பட்டு பெண்களைப் பயத்துடனே வைத்திருக்கும் சொற்கள். பாதிப்பு ஏதுமின்றி சொற்கள் தானாக விளையாது.

ஜோலார்பேட்டை சுற்றிலும் எந்தக் கிணற்றில் நீரெடுத்தாலும் உப்பையும், வேப்பெண்ணையையும் கரைத்து ஊற்றின மாதிரிதான் கரிக்கும்.

“பருப்பை வேக வெக்கிறமோ, பொணத்த வேக வெக்கிறமோ, வெறகுதான் எரிஞ்சி காலியாகுது, பருப்பு போட்டது போட்ட மாதிரியே இக்குது” அம்மா எப்போதும் புலம்புவாள். அத்தனை பாடுதான். என்றைக்காவது இரயில்வே குழாய்த் தண்ணீர் எடுத்து வராமல் உப்புத் தண்ணீரில் பருப்பு வேக வைத்தால், அடுப்புடன் சேர்ந்து அடுப்புக்கரியும் எரிய வேண்டியதுதான். கடல் காற்றைச் சுவாசித்து, மாதக்கணக்கில் கப்பலில் பயணித்து மெட்ராஸ் பட்டணத்தில் இறங்கிய வெள்ளைக்காரனுக்கு, மெட்ராஸின் கடல் உப்பு தோய்ந்த வெப்பத்திலிருந்து தப்பித்து மலைக்காடுகளின் நல்ல காற்றைச் சுவாசிக்கக் கிடைத்த குளிர்பிரதேசம்தான் ஏலகிரி மலை. ஏலகிரி மலையின் குளிர்ச்சிக்காகவே அதன் அடிமடியில் ஊராயிருந்த ஜோலார்பேட்டையில் இரயில் நிலையம் அமைத்தான். ஒய்வெடுக்கவும் உல்லாசம் கொண்டாடவும், மலையில் விளையும் பலாவையும், ஏலக்காய்களையும் அவன் நாட்டிற்கு ஏற்றி அனுப்பவும் ஜோலார்பேட்டை வெள்ளைக்காரனின் ஊஞ்சலானது. அதுவரை இனிப்பு மதுவை அறியாமலிருந்தவன், ஏலகிரி மலையின் பழங்குடியினர் சுவை மிகுந்த பழங்களால் காய்ச்சும் மதுரசம் மேலும் அவர்களை மயக்கியது.

இப்போதும் கூட ஜோலார்பேட்டையில் ஆங்கிலோ இண்டியர்கள் கவுன் அணிந்த வெள்ளை கிராண்டுமாக்களும், டவுசருக்கு கோட்டும், பூட்டும் அணிந்து நடந்து போகும் ‘அவ் ஆர் யு’ கிராண்ட்பாக்களும் ரேஷன் கடையில் இலவச ரேசன் அரிசியும், பொங்கலுக்கு இலவச புடவை வேட்டியும் வாங்கிக்கொண்டு, கட்சிக்காரர்கள் கொடுக்கும் காசை மறுக்காமல் வாங்கி ஓட்டு போட்டுக்கொண்டும் வசிக்கிறார்கள்.

நான்கு போலிஸ்காரர்களை வெடிகுண்டு வீசி கொன்றுவிட்ட குற்றச்சாட்டுடன் தலைமறைவாகிவிட்ட இராமலிங்கம் ஒரு வெள்ளைக்காரியைக் காதலித்ததாக உபபாண்டவம் ஓடுகிறது.

போலிஸ்காரர்கள் வெள்ளைக்காரியை ஏன் மோப்பம் பிடிக்கவில்லை.

நல்ல காற்றை நாடிவந்த வெள்ளைக்காரன் நல்ல தண்ணீரை நாட மாட்டானா? பத்து மைல் தூரத்தில் ஓடாமல் ஓடும் பாலாற்றைத் தோண்டி இரயில் நிலையத்திற்குக் குழாய் மூலம் தண்ணீர் கொண்டு வந்தான். எப்போதாவது இரயில்வே பாதுகாப்புப் படைவீரர்களில் சிலர் மனித குணங்களோடும் பணிக்கு வருவதுண்டு. காக்கி உடை சிலரை மட்டும் மிருகங்களாக மாற்றாமல் வைத்திருக்கும். சிரித்த முகத்தோடு தண்ணீர் பிடித்துக்கொள்ள அனுமதிப்பார்கள். தண்ணீர்ப் பானையைத் தலையில் தூக்கி வைப்பார்கள். கொய்யா மரத்திலிருந்து காய்களைப் பறித்தும் தருவார்கள்.

தண்ணீர் பிடிக்கப் போகும் பெண்களில் சில கைகாரிகளும் இருப்பார்கள். ஆர்பிஎஃப் போலிஸ்காரர்கள் ஏமாந்த நேரத்தில் பானைகளில் இரும்புத் துண்டுகளைத் திருடி போட்டுக்கொண்டு வருவார்கள்.

தனம் அத்தை பித்தளைக் குடத்தை எடுத்து வந்தாள். “எங்கூட்டு மனுசன் பித்தள தவலய எடுத்துனு போவாதன்னுதான் சொன்னாரு சித்தி. வூட்டுக்குள்ளயே ஒளிச்சி வெக்கிறதுக்கு இதென்ன தங்கமா, வைரமா, இல்ல சமஞ்ச பொண்ணா, தூக்கினு வந்துட்டேன்.” என்றாள்.

தனம் அத்தையைத் தவிர எங்களோடு வந்த எல்லோருமே பானைகள்தான். என் வயதுப் பையன்களிடம் குடுவையைக் கூடத் தர மாட்டார்கள். சும்மா வந்தால்தானே... தூக்கிப் போடுவதும் பிடிப்பதும் பந்தாடிக்கொண்டே வருவோம். “யாரு அயிட்ல தூக்கிப் போட்டு பிடிக்கிறாங்கன்னு பாக்கலாமா?” என்கிற போட்டிதான். உடைப்பதும் அம்மாக்களிடம் துடப்பத்தில் அடி வாங்குவதும் வழக்கமாக நடப்பதுதான். எனக்கு எப்படியோ அலுமினிய குண்டானொன்றைத் தந்துவிட்டாள். அதுவும் உடம்பு பூராவும் நொக்குடன்தானிருக்கும். அம்மாவுக்கு ரொம்ப காலமாக பித்தளைக் குடத்தின் மேல் ஆசை. தீராத மோகம்,

உயிரென்றும் சொல்லலாம். "பித்தளைத் தவல ஒண்ண வாங்க முடியலடி, வாழ்ந்து என்னா புரோஜனம்" என்று புலம்புவாள். கடைசி வரை வாங்காமலேயே செத்துப் போனாள்.

"சிறுவாடு சேத்து தவல வாங்கினாலும் எங்கூட்டு குடிகாரன் வெப்பாப்ளயா? வெச்சி சாராயம் குடிச்சி பேஞ்சிட்டிருப்பாப்ளபா" என்றும் புலம்புவாள் அம்மா.

தனம் அத்தை பித்தளைக் குடம் எடுத்து வந்த தினத்தில் ஆர்பிஎஃப் போலிஸ்காரர்கள் சிரித்துப் பேசினார்கள். தனம் அத்தையும் அவர்களிடம் சிரித்துப் பேசினாள். அவர்கள் பேசின இந்தி யாருக்கும் புரியவில்லை. தனம் அத்தையும் சிரித்துக்கொண்டே, "பொறுக்கித் தாயோலிங்களா... அழகா வந்துட்டா பல்ல காட்டுவீங்க. வயசானதுங்க வந்தா, துப்பாக்கி காட்டுவீங்களா... தொடப்பத்தால அடிக்கணும்" என்றாள். என்னவொரு சிரிப்பு. அத்தை சொன்னது புரியாமல் போலிஸ்காரர்கள் சிரித்தார்களே அந்தச் சிரிப்பைப் பார்த்து நாங்கள் ஆடிக்காற்று மாதிரி சிரித்தோம்.

தனம் அத்தை எப்பேர்பட்ட அழகு. ஜடையை மடித்துக் கட்டாமல் பின்னங்கால் வரை தொங்கவிட்டிருந்தாள். அன்று அத்தை குடத்தைத் தலையில் வைத்து வரவில்லை. இடுப்பிலேயே வைத்து அசைந்து அசைந்து நடந்து வந்தாள். கண்களை மூடி இப்போது யோசித்தால்கூட ஒரு தங்கச்சிலை, பித்தளைக் குடத்தை இடுப்பில் வைத்து அசைந்தசைந்து நடந்து வருவதைப் போலிருந்தது. "ரொம்ப அழகா இருக்கற அத்தி" என்று சொன்னேன். அத்தை என் தலையைக் கோதி விட்டாள். எனக்கு சந்தோசமாக இருந்தது.

அம்மாவுக்கு எப்போதும் கொள்ளிக்கட்டை நாக்கு. "ஏண்டி தனம், பித்தள தவல ஜமீன்தார் வாங்கித் தந்தாப்பளயா?" என்றாள். என்னாலேயே தாங்க முடியவில்லை; தனம் அத்தை என்னாவாள்? தண்ணீரோடு குடத்தை அப்படியே போட்டுவிட்டு அழுதுகொண்டு ஓடினாள்.

9

நான்கு பக்கமும் நான்கு காட்சிகளைக் கொண்டிருந்தது வாழகிரி ஏரி! இரயில் ரோட்டிலிருந்து மலையடிவாரத்து மயில்பாறை வரை ரெண்டு மைல் தூரத்திற்கு நீண்டிருந்தது ஏரிக்கரை. எந்தக் கோடையிலும் வற்றாத ஏரி, கரை நீளத்திற்கும் கைகோர்த்து தொப்பியணிந்த சிப்பாய்கள் போல் நின்றிருக்கும் பனைமரங்கள், பனைமரங்களில் மல்லிகைப் பூக்கள் பூத்த மாதிரி உட்கார்ந்திருக்கும் கொக்குகள், சூரிய ஒளிக் கைகள் தண்ணீரைக் கிளறிவிட்ட மாதிரி தகதகத்து நகரும் அலைகள். அலைகள் நூறு பாம்புகளை வரிசையாக ஓட்டப்பந்தயம் விட்ட மாதிரி நகர்ந்தது. பரிசல் கூடைகளில் மீன் பிடித்துக்கொண்டிருந்தார்கள். கரை மீது அமர்ந்தும் தூண்டில் போட்டிருந்தார்கள். கரையின் கிழக்குப் பக்கத்தில் பெண்கள் நீந்தினார்கள். சிலருக்குப் பாவாடை மட்டுமே மார்பு வரை இருந்தது. சில பெண்கள் பாவாடையை அலசிப் போட்டுவிட்டுக் கிழிந்த புடவையின் துண்டை மார்பு வரை சுற்றியிருந்தார்கள். “சின்னவள்ளி என்னாடி அது, நீ ஒடம்புல சுத்தினு இக்கறதும் ஒண்ணு, சுத்தமாக இக்கறதும் ஒண்ணு” பெரியாத்தா பாதிப் புடவையை உடம்பில் சுற்றி, பாதிப் புடவையைப் பனைமரத்துப் பிசிறில் கட்டி வெயிலில் காயப்போட்டு நின்றிருந்தாள்.

“ஆம்பளிங்க யார்யா வரப்போறாங்க... வந்தா தண்ணில இறங்கிடுவேன்” உடம்பை நீரில் மறைத்துக் காட்டினாள்.

“தண்ணி, துணியவிட மெலிசா இருக்குதுடி.”

“மீனுங்க கடிச்சிடும்னு பயப்படறியா பெரியாத்தா?”

“ஒங்கள கடிச்சா மீனுங்கதாண்டி சாகும்” என்றவள், தனியாக முக வாட்டத்துடன் தண்ணீரில் நின்றிருந்த தனத்தைப் பார்த்தாள்.

தனத்தின் தலையிலிருந்து முகத்தில் வழிந்த தண்ணீரும், கண்களிலிருந்து வழிந்த கண்ணீரும் கலந்துகொண்டன.

“ஏண்டி தனம், தண்ணில எறங்கினு கம்முனு நிக்கிறவ. கரகாட்டக்காரி மாதிரி டிங்கு டிங்குன்னு ஆடுவே...”

“தண்ணி நல்லா இருக்குதுயா பெரியாத்தா... சாகற மட்டும் இப்பிடியே தண்ணிலயே இருந்து செத்துடலாம்னு பாக்கறன்”

“வாயைக் கழுவுடி....! சிங்கக்குட்டிங்களாட்டும் நாலு பெத்துட்டுப் பேசறா பாரு பேச்சு.”

“அவங்கவங்க கஷ்டம் அவங்கவங்களுக்குதான் தெரியும் பெரியாத்தா.”

“எல்லாருக்கும் எல்லாப் பவுசும் தெரியுண்டி... ஏரிக்கு வர்றது துணி தொவைக்க மட்டுமில்ல, நம்பளயும் சேத்துத் தொவைக்கத்தான், மூணுவாட்டி தண்ணில் முங்கி அழுதுக்க. கண்ணுத்தண்ணி பூரா, ஏரித்தண்ணில கரையட்டும்.”

முறுக்கின துணியில் முதுகைத் தேய்த்துக் கொண்டாள். “மனசுல வெசம் வெச்சினுதான் நாலயும் ஆம்புடையாங்கிட்ட வுட்டுட்டு வந்தியா?”

“என்னாடி எக்கா வெசனம்?” சின்னவள்ளி நீந்தி வந்து தனத்தை இரண்டு கைகளாலும் இறுக்கிக் கட்டிக்கொண்டாள்.

“வெளக்குமாவைக் கட்டிப்புடிச்ச மாரி இருக்குது, பாவம்! மாமாவுக்கு இப்படி கட்டிப்புடிச்சி சொகம் காண வக்கேது, கடவுள் ஒன்ன கட்டிப்புடிக்கவனா நீளநீளமா தந்துருக்கணும்” சந்தோசப்படுத்துவதாக நினைத்து காயப்படுத்தினாள்.

“மூடினு வாடி சின்னவள்ளி. வந்தனா அது மேலேயே ஒதைப்பேன்” சிறியதாகக் கல்லொன்றைத் தேடியெடுத்து வீசினாள்.

“ஏறுங்கடி ஏறுங்கடி.... ஏய் இவள தனம். ஏறி வாடி நானெல்லாம் செத்துப் போயிருந்தா, மண்ணு தின்னுட்டிருக்கும், எம்.ஜி.ஆர் மாரி குண்டுபட்டாக்கூட சாவக் கூடாதுடி” ஆண்கள் அணியும் சட்டையைப் போலிருந்த ஆடையை மாட்டி முடிச்சி போட்டது. “கொடுப்பன இருந்துச்சுன்னா வாத்தியார ஒருவாட்டி கண்ல பாத்துட்டு சாகணும்ண்டி.”

தனம் நீந்தி வந்தாள். ஏரித் தண்ணீர், தங்கத் தட்டில் நெய்த வலையாடையைப் போல் தகதகக்க, வலையிலிருந்து தப்பித்த விலாங்கு மீனைப் போல் நீந்திக் கரையேறினாள்.

எல்லோருமே அவள் அழகை விழுங்கினார்கள். வேகமாக ஓடி மரத்தடியிலிருந்த சேலையைப் போர்த்திக்கொண்டு உடலோடு ஒட்டியிருந்த ஈரத்துணியைக் கழட்டித் தரையில் போட்டாள்.

“நாலு பெத்தவன்னு சொன்னா படைச்ச சாமிகூட நம்பாதடி ஆத்தா.” பெரியாத்தா கண்களைப் பெரிதாக்கிப் பார்த்தாள்.

★★★

ஏரியின் நீண்ட கரை மேற்கே பெருஞ்சாலையோரம் முடிந்தது. பெருஞ்சாலையை ஒட்டியே புகைவண்டிச்சாலை. கோடிக்கரையும் வண்ணாந்துறையும் கருங்கற்களால் நேர்த்தியாக, அழகாக அமைக்கப்பட்டிருந்தன. கோடிக்கரை கோட்டையின் நுழைவாயிலைப் போன்று காட்சி தரும். கார்த்திகை மழையிலும் வைகாசிக் கோடை மழையிலும் ஏரி நிரம்பி கோடிக்கரையில் பொங்கி நுரைத்து ஓடும்போது பசுந்தாவரங்களின் மணமும்

மலை மண்ணின் மணமும் கலந்து வாரி இழுக்கும். மழை இல்லாத காலங்களில், கோடிக்கரை கல் பாதையில் தேங்கும் தண்ணீரானது கண்ணாடிகளை உருக்கி ஊற்றின மாதிரி பளபளக்கும். ஏழு ஊர் சலவைக்காரர்களின் வெள்ளாவி அடுப்புகள் வரிசையாகக் குட்டைப் பனைமரம்போல் உட்கார்ந்திருந்தன. என்னதான் பனை ஓலைகளையும் தென்னை ஓலைகளையும் போர்த்திவிட்டாலும் கனமழை அடிக்கும்போது அடுப்பில் பூசிய களிமண் பூச்சு கரைந்துவிடும். அடுக்கி வைக்கப்பட்ட கற்கள் மட்டும் எலும்புகளாய் நிற்கும். மறுபடியும் பூசி மெழுகி வெயிலில் காயப்போடும்போது பசங்களுக்கு ஒளிந்துகொள்ளும் விளையாட்டு, ஐஸ் நெம்பர் விளையாட்டு, கண்ணாமூச்சி விளையாட்டு விளையாடும்போது பறவைகளாகிப் பறப்பார்கள். சில முத்திவிட்ட பசங்க தப்பா விளையாடுவதும் பெரியவங்க பார்த்து இழுத்துவந்து அழுக்குத் துணியைத் துவைப்பது போல் துவைப்பதும் அந்தப் பிரச்சனை பெரியவர்கள் சண்டையாக மாறுவதும் பசங்க முன்னாடி பெரியவர்கள் அடக்கமாக இருப்பதில்லையென்று பெரியவர்களின் பெரியவர்கள் கண்டிப்பதும் கண்டித்த சொற்கள் வெளுப்பதற்குள் மறுபடியும் விளையாடுவதும்... நிறுத்த முடியாத வெள்ளப் பெருக்குகள்.

அதில் இரண்டாவது முறையாகவும் மாட்டிக்கொண்டது டென்ட் கொட்டாய்க்காரர் பேரன் ராமனும், கிளியம்மாப் பொண்ணு மலரும். வெள்ளாவி அடுப்பை உடைத்துவிடப் போகிறார்களென்று கத்திக்கொண்டு வந்த டோபி பெருமாளின் குரல், ரெயில் போய்க் கொண்டிருந்த சத்தத்தில் கேட்காததால் மாட்டிக்கொண்டார்கள். கண்டித்து அனுப்பியே பழகியவர்தான்... என்னவாயிற்றோ அவருக்கு... ராமனைக் கெட்டியாகப் பிடித்துக் கைகளைப் பின்னுக்கு வளைத்தவர், “உங்கப்பனுக்குச் சொல்லாம வுட மாட்டண்டா” என்று கழுதை உடம்பில் சுற்றிக்கொண்டிருந்த துணி முறுக்குக் கயிறால் கைகளைக் கட்டும்போது, உதறித் தள்ளிவிட்டுத் தப்பித்து ஓடிய ராமன் சாலையில் வந்துகொண்டிருந்த கரும்பு லாரியைக் கவனிக்காமல் மோதி பின்பக்க இரட்டைச் சக்கரங்களில் தலை

நசுங்கி செத்துப் போனான். டென்ட் கொட்டாய் கோபால் கவுண்டருக்கு ராமன் ஒரே பையன். ஐந்து பெண்களுக்குப் பிறகு வரத்திலோ, உரத்திலோ பிறந்தவன். ராமன் அகால மரணமடைந்தபோது அவன் வயது பதினொன்று. மலருக்குப் பதினெட்டு. அதுதான் பிரச்சனை. ஜமீன் குடும்பத்திற்கு மலர் இன்னும் பருவமடையவில்லையென்று பொய்யைச் சொல்லி வந்த கிளியம்மாள் கொலை பாதகக்காரியானாள்.

ராமனின் உறவுக்காரர்களும், டென்ட் கொட்டாயில் வேலை செய்த பணியாளர்களும், ஆத்திரத்திலும் விசுவாசத்திலும் டோபி பெருமாளை அடித்த அடியில் பைத்தியமாகிவிட்டான். வண்ணாந்துறை பழஞ்சுவராகிவிட்டது. ராமனின் ஆவி சுத்துவதாக அஞ்சினார்கள். பிள்ளைகள் விளையாடப் போவதில்லை. முள் மரங்கள், கள்ளிச் செடிகள், மூங்கில் புதர்கள், விஷக் கொடிகள் வளர்ந்து புகைவண்டி நிலையத்தின் கழிவுநீரும் சேர்ந்து, 'ராமன் செத்த கோடி' ஆகிவிட்டது. பிறகு ராமன் கோடியானது.

★★★

ஏரியின் வடமேற்கு மூலையில் சுடுகாட்டு மேடு. பெருஞ்சாலை வளைவில், சுண்ணாம்புக்காளை. சுண்ணாம்புச் சூளையில் ராவும் பகலும் சுண்ணாம்பு வெந்து கொண்டிருக்கும். சுடுகாட்டில் பிணம் எரியும் நாற்றத்திற்கும் சூளையில் சுண்ணாம்பு வேகும் நாற்றத்திற்கும் வித்தியாசம் தெரியாது. சூளைக்கும் சுண்ணாம்பு அரைக்கும் செக்கு களத்திற்குமிடையில்தான் ஏரியோர சுடுகாட்டிற்கு வண்டிப்பாதை போகிறது. வண்டிப்பாதை போனாலும் ஒற்றையடிப் பாதைதான் கண்ணுக்குப் புலப்படுகிறது. எப்போதாவதுதான் பிண ஊர்வலம் போகும். மாட்டுவண்டி போவதேயில்லை. ஊரில் யாராவது பெரியவீட்டுச் சாவென்றால் புஷ்பப் பாடை, தேர்ப் பாடை கட்டித் தூக்கிப் போவார்கள். அடைந்து போயிருக்கும் சுடுகாட்டு வழியைச் சீர் பண்ணாமல் கழனியில் இறங்கித் தூக்கிப் போவார்கள். எளியவர்கள் இறந்தால் சிறிய கைப்பாடை கட்டி ஒற்றையடிப் பாதையிலேயே தூக்கிப்போவார்கள்.

சுடுகாடு, நடராஜண்ணனின் குடோனாகிவிட்டது. சுடுகாட்டில் பிணம் புதைக்கும் குழிகளைப் போல் ஆறடி நீளமும், இரண்டடி அகலமும் மூன்றடி ஆழமும் தோண்டி ரெயில் பெட்டியில் திருடிவந்த நிலக்கரிகளைப் புதைத்து மூடி வைத்திருக்கிறார். டீக்கடை பாய்லருக்கோ, கருமார்களின் உலைக்கூடத்திற்கோ, சுண்ணாம்புச் சூளைக்கோ, செங்கல் சூளைக்கோ நிலக்கரி தேவைப்படுகிறது. திருப்பத்தூர் கரிமண்டியில் நிலக்கரி கிலோ எட்டணாவுக்கு விற்றால் நடராஜண்ணன் நாலணாவுக்கு விற்பார். நடராஜண்ணன் போலீஸ்காரர் டவுசர் மாதிரி பெரிய டவுசர் போட்டிருந்தார். டவுசர் பையிலேயே ரெண்டு ரெண்டு கிலோ, நாலு கிலோ போட்டு வந்து விற்பார். திருட்டு நிலக்கரி வாங்குபவர்களும், திருப்பத்தூர் மண்டியில் ரசீது போட்டு மாதத்திற்கு ஐந்து கிலோ வாங்கி வந்து விடுவார்கள். போலீஸோ ஆர்பிஎஃப்போ வந்தால் ரசீது காட்டி தப்பித்துவிடும் தந்திரம்.

நடராஜண்ணன் நிலக்கரி, லீக்கோ கரி, இரும்புத் துண்டுகள் ஆகியவற்றைத்தான் காசுக்கு விற்றிருக்கிறார். அரிசியோ, பருப்போ, கோதுமையோ எந்தக் கஷ்டத்திலும் காசுக்கு விற்றதில்லை. ஊராருக்குப் படி அளந்துவிடுவார். இரவோடிரவாக இவரே சைக்கிளில் மூட்டையை வைத்துக்கொண்டுபோய் ஒரு வீடில்லாமல் ஒவ்வொரு படி தந்துவிட்டு வருவார். போலீஸ் ரோந்து வருவது தெரிந்தால் டீக்கடை வெளித் திண்ணையில் படுத்திருக்கும் ராமசாமி மாமா பீடி பற்ற வைப்பார். அவருக்குப் பீடி பழக்கமில்லை. போலீஸ் ரோந்து வருவதைத் தெரியப்படுத்தும் சிக்னல் விளக்கு.

“என்னாய்யா டீ... தூக்கம் வர்லியா?” சைக்கிளில் நின்றுகொண்டே கேட்பார்கள்.

“சிக்காடு தொல்ல... பீடி இழுக்கறீங்களா?”

“வேணாம்... டீ தந்தினா குடிக்கலாம்.”

“நடு கூருக்கு அடுப்பு பத்த வெக்க முடியுமா?”

“சும்மா கேட்டன்.”

இரண்டு சைக்கிள்களிலும் பார் பைப்பில் லட்டி கட்டி வைக்கப்பட்டிருக்கும். இருவரின் கண்களிலும் தூக்கக் கலக்கமிருக்கும். ட்யூட்டி மாறி மாறி வேறு வேறு போலீஸ்காரர்கள் வருவார்கள். பொன்னேரி வரை ரோந்து போவார்கள். பொன்னேரி பள்ளிக்கூடத்தின் இரவுக் காவலாளி வைத்திருக்கும் நோட்டுப்புத்தகத்தில் கையெழுத்துப் போட்டுவிட்டு வருவார்கள். ராமசாமி மாமாவிற்கு போலீஸ்காரர்களைப் பிடிக்காது. சனியம் பிடித்த துறையை யாருக்குதான் பிடித்தது?

போலீஸ்காரர்கள் நகர்ந்து போகும்வரை நெஞ்சில் பயம் அடி கொடுத்துக்கொண்டே இருக்கும். அவர்கள் புறப்பட்டுப் போனபிறகு மறுபடியும் கொளுத்தி பீடி பற்ற வைப்பார். போய்விட்டார்கள் என்பதற்கான சிக்னல்.

ஒருமுறை ராமசாமி மாமா கேட்டார். “எதுக்குடா இந்தப் பொழப்பு?”

“இந்தப் பொழப்ப வுட்டுட்டு வேற எந்தப் பொழப்பு பண்ணலாம் சொல்லுயா மாமா? டீ கடய்ய வெக்கிட்டுமா?... போயாங்க, என்னய்ய நம்பி நாலூரு உசுருங்க வாழுதுய்யா. என் ஒருத்தன நம்பித்தான் கூலிப் போராட்டத்துல எறங்கப் போறாங்க. வுட்டர்றன் என்னா வேலய்க்குப் போவச் சொல்ற... எவங்கிட்டப் போனாலும் ஆள்காரன் வேலதானய்யா? கூழும் கஞ்சியும் ஒரு உண்ட களியும்தானய்யா மாட்டுக்குக் காட்ற மாதிரி காட்றாங்க. நெலத்து வேலய்யோட வுட்றாகளா... அவங்க வளக்கற நாய் பீய்ய வாரணும். நாயைக் கழுவணும். அவங்க பேண்ட குழிய்ய கழுவணும்... அப்புறம் கூழ குடிக்க முடியுதுன்ற...?”

“இப்ப பரவால்ல, உனக்குக் கொழந்த குட்டி ஆச்சின்னா, அதுகளோட நிம்மதியா இல்லாம...”

“இதுக்க மேல எங்கயா பொறக்கும்? ஏழு வருசமாச்சி.”

“பொறக்கும்ண்டா.”

“பொறக்கட்டும்ய்யா மாமா...” முகம் ஒளிர்ந்தது. “உன் சொல்லு பலிக்கட்டும். பொண்டாட்டி புள்ளய்ங்கள கூட்டினு வேற ஊருக்குப் போயிடறன். வெறகு வெட்டியாவது காப்பாத்த மாட்டனா? இந்தக் கூலிப் போராட்டம் முடியணும். ரெயில் ரோட்ட மறந்துடறன்.”

“ஏண்டா என் பொழப்பு... பாய்லருக்கு சீமக்கரி யார்ரா தருவாங்க?”

“இருக்குய்யா.. ஒனக்குதான்.”

“ஏண்டா ஏரில சோளக்காட்டுல எங்கனா பொதச்சி வச்சா ஆகாதா? சுடுகாட்லயா பொதப்பே?”

“யோவ் மாமா! சீமக்கரியே பொணந்தான்யா தெரிமா? எப்பவோ பூமி அழிஞ்சப்போ மண்ணுக்குள்ள மண்ணா செத்து பொதஞ்சதத்தான் இப்போ சீமக்கரியா தோண்டி எடுக்கறாங்க. யோசிச்சிப் பாருய்யா மாமா. ஒவ்வொரு மனுசனும் ஒரு சுடுகாடுய்யா. வயித்துல எம்முட்டு பொணம் பொதைக்கிறோம். ஆடு, கோழி, பன்னி, மீனு, முட்டன்னு வயித்துச் சுடுகாட்டுல எம்முட்டு பொதைக்கிறோம். நீ ஒக்காந்துனு இக்கறியே மாம்பலக அதுவும் பொணந்தாய்யா மாமா. வேப்பமரமா உசுரோட இந்துச்சி மரத்த அறுத்து அது மேல ஒக்காந்துனு பேசற...”

“வுட்றா இவனே... நீ தர்ற வெளக்கத்துல நான் செத்துப் போயிறவன் போல இக்குது” ரெண்டு கைகளையும் சேர்த்துக் கும்பிடுவதற்குக் கொண்டு வந்தார். கைகள் எட்டவில்லை.

★★★

ஏரியின் தென்புறமும் வடபுறமும் பார்வைக்கு எட்டும் தூரம்வரை நஞ்சைப் பயிர்களின் பசுமையே அடர்ந்திருக்கும். நெற்கதிர்கள் முற்றி அறுவடைக்குக் காத்திருக்கும்போது, தங்க நகைகளை குபேரன் கொட்டிவிட்டுப் போனதைப் போல் காட்சியளிக்கும்.

நெல் வயல்களுக்கு மத்தியில் வற்றாத கிணறுகள். மழையில்லாத காலங்களில் கூடப் பாதிக்கிணறு தண்ணீர் பார்க்க முடியும். பனிக்காலமென்றாலும் வெயில் காலமென்றாலும் நடராஜண்ணன் கிணற்றில்தான் நீந்திக் குளிப்பார். அதிகமாகக் காலொடைஞ்ச ஆஞ்சி கிணறுக்குதான் போவார். படிக்கற்கள் நீள நீளமாகவும், நெருக்கமாகவும் இருக்கும். வேகமாக ஏறி வர முடியும். சுற்றிலும் கல் கட்டிடம், குளம்போல் அகன்ற கிணறு. கிணற்றில் இறங்க மாட்டார். மேலேயிருந்து தலைகீழ் டைவ் அடிப்பார். பல்டி அடிப்பார். கால்களை மடக்கிக் குண்டுக்கட்டாய்க் குதித்தார் என்றால், குண்டு போட்ட மாதிரியே தண்ணீர் இரண்டு ஆள் உயரத்துக்கு எழும்பும். திண்டுத்திண்டாய் அலைகள் ஏவுகணைகள் சீறுவதைப் போல் சீறும். அவர் வட்டமடித்து நீந்தும்போது, பின்னங்கால்களை மடக்கி மடக்கி தண்ணீரை அடிக்கும் சத்தம், ஏரிக்கரை மேல் போகிறவர்களுக்குக் கேட்கும். எனக்கு, கண்ணுமகன் செந்திலுக்கு, சைதா டாக்டர் மகன் வக்கீல் பாஷாவுக்கு நடராஜண்ணன்தான் நீச்சல் கற்றுக்கொடுத்தார். ஏதாவது சொல்லிப் பேசிக்கொண்டே, கொஞ்சமும் எதிர்பாராமல் கிணற்றில் தூக்கிப் போட்டுவிடுவார். செந்தில்தான் பயத்தில் திக்குமுக்காடி பொணம் போலாகிவிட்டான். நடராஜண்ணனே பயந்துவிட்டார். தலைகீழாகத் தூக்கித் தொங்கவிட்டு ஊஞ்சலாட்டி நெஞ்சில் அழுத்தி, கன்னத்தில் பளாரென்று அறை கொடுத்து உயிர் வர வைத்தார். நீச்சலை வீரத்தனமாக கற்றுக்கொண்டது செந்தில்தான். தென்னை மரத்திலேறி அங்கிருந்து கிணற்றில் குதிப்பான். எவ்வளவு ஆழமாக இருந்தாலும் கிணறில் மூழ்கி மண் எடுத்து வருவான்.

“கெணத்துக்கடில ரெண்டு செலய்ங்க இக்குடா. சாமி செலய்ங்க... பயந்துட்டன்” என்று சொன்னான் செந்தில். இது போன்ற கதைகளை அவன் எப்போதும் சொல்லுவான். கிணற்றில் நீண்டநேரம் நீச்சலடித்தோம். வெந்து எரிந்துகொண்டிருந்த சூரியன், அவனுடைய கொள்ளிக்கைகளை நீட்டி நீட்டி தண்ணீருக்குள்ளேயே அழுத்திவிட்டான். என்னையும் செந்திலையும் முதுகில் உட்கார வைத்துக்கொண்டு படகுபோல

நீச்சலடித்தார் நடராஜண்ணன். காலொடைந்த ஆஞ்சியூட்டு அகன்ற கிணற்றில் பத்து முறை வட்டமடித்தார். அந்தச் சந்தோஷ அனுபவம், அந்தச் சுகம், வாழ்வின் மறக்க முடியாத காலத் துண்டு. நடராஜண்ணன் என்கிற ஒரு மனிதனின் முதுகின் மேல் உட்கார்ந்துகொண்டு போவதைப் போல் தெரியவில்லை. பாட்டியின் இனிமையான கதையொன்றில் தங்கச்சுறாவின் முதுகில் அமர்ந்து ஏழு கடல்களையும் ஏழு பனிமலைகளையும் நீந்திக் கடந்துபோன கதையுணர்வு. நாம் ஒரு பாட்டியின் கதைக்குள்ளே வாழ்கிறோம் எனும் உணர்வைவிட சந்தோஷமானது ஏதுமில்லை. கற்பனைக் காட்சிகள், நிஜமான மாதிரியான வெளிச்சம், கனவுகளில் வாழ்ந்த மாதிரியான பிரமிப்பு, சாகசத்தைப் பள்ளிக்கூடத்திலும் ஏரியிலும் சாராயம் வாங்கப் போகும்போதும் சொல்லி பிரமிக்க வைப்போம். குதிரைச் சவாரியென்பது குதிரையின் சாகசமாகச் சொல்லாமல், குதிரையோட்டியின் சாகசமாகப் பெயர்வது போல், நடராஜண்ணனின் சாகசத்தை எங்களின் சாகசமாகச் சொல்வோம்.

கிணற்றைவிட்டு வெளியே வந்ததும், பச்சையம்மனுக்கு விடுமுறை விடாமல் கற்பூரமேற்றி வணங்கி, வேப்பமரத்தில் கட்டி வைத்த தகர டப்பா உண்டியலில் நாலணா போட்டுவிட்டு, சைக்கிளில் உட்காரவைத்து ராமசாமி மாமா டீக்கடைக்கு அழைத்து வந்தார். செந்தில் சுண்ணாம்புக் காளையில் இறங்கிக்கொண்டான்.

தனம் அத்தை என்னை இறுக்கியணைத்துக் கொண்டாள். அத்தையின் மார்பு உயரத்திற்கு வளர்ந்திருந்தேன். "கம்நாட்டி! எத்தன நாளாச்சு.. பசங்க மேலகூட ஞாபகம் வர்லியா?"

"வந்தென் அத்தி, ரெண்டுவாட்டி வந்தென், நீதான் இல்ல. ஒரு வாட்டி கொல்லிமோட்டுக்கு... ஆயாவுக்குக் களி எத்துனு போனியாம். இன்னொரு வாட்டி இங்கிலீஷ் டீச்சர் வூட்டாண்ட் போனியாம்."

"அக்காங்ண்டா எப்பா, அந்த டீச்சரு லேஸ் பின்றதுக்குக்

கத்துத் தந்தாங்க."

"உனக்கெங்கய்யா அத்தி நேரம் இருக்குது?"

"கத்து வெச்சிக்குனா ஒதவுது" தனம் அத்தை முகம் வழக்கத்தை விட அழகாகத் தெரிந்தது. சிவப்புக்கற்கள் பதிந்த புதிய கம்மல்கள் காதுகளில் விளக்கேற்றின மாதிரி ஒளிர்ந்தன. தலையில் நேர்வகிடு வழக்கம் மாறி, கொஞ்சம் தள்ளி இடம் மாறி ஓடியது.

அத்தை தடித்த நூலால் பின்னல் பின்னிக் கொண்டிருந்ததைக் காட்டினாள்.

"என்னாய்யா அத்தி" கீழ உட்கார்ந்து சின்னவனைத் தூக்கினேன்.

"உள்பாடி பின்றண்டா... மெட்ராஸ் டீச்சர் அடிபாகம் பின்னித் தந்தாங்க. எனக்கு ரெண்டு பின்னிக்கறன். பசங்களுக்கு ஆளுக்கு ரெண்டு ரெண்டு பின்றன். உனக்கும் மாமாவுக்கும் கூடத் பின்னித் தர்றன். வாசக்காலுக்குத் தோரணம் பின்றன்." பின்னிக்கொண்டே, சந்தோஷமாகச் சொன்னாள்.

"டீ போடறதில்லையா?"

"சத்த நேரம் போடுவன்."

ராமசாமி மாமா, மலாய்ப் போட்ட அமரிக்கன் உள்ளே எடுத்து வந்தார். "மாமோய்,.. நானே வந்து வாங்கிக்கறன், எடுத்துனு வந்துட்டியா?"

"போனமாச கண்ணப்பனாடா நீ. நடராஜன் ஜோஸ்த்துன்னா கம்மியா?" வெளியே நின்றிருந்த நடராஜண்ணனுக்கும் கேட்கிற மாதிரி சத்தமாகச் சொன்னார். அதற்கு பதில் தரத் தெரியவில்லை.

அமரிக்கன் குடித்து முடிந்ததும் தனம் அத்தை பத்து பைசா கொடுத்து, "வெள்ளக்கண்ணு கடயில பத்து காரமிட்டாய் வாங்கினு வாடா" என்றாள். அத்தை இப்போதெல்லாம்

அடிக்கடி வாயில் காரமிட்டாய் போட்டுக்கொண்டு சப்பிக் கொண்டிருக்கிறாள்.

ஓடிப்போய் காரமிட்டாய் வாங்கிவந்து தந்தேன். கீறல்விட்ட ஒரு டீ கிளாஸில் போட்டு வைத்துக்கொண்டாள்.

"அத்தி..."

"சொல்றா?"

"அந்த இங்கிலீஷ் டீச்சருக்கும் உனக்கும் எப்படிப் பழக்கமாச்சு?"

தனம் அத்தை யோசனையுடன் பார்த்தாள். "ஓங்கம்மா மாரியே கேக்கறடா" என்று மழுப்பினாள்.

10

கொல்லைமேடு புளியந்தோப்புக்கும் மேலே கிருத்துவக் கல்லறையை ஒட்டி வக்கீல் கிருஷ்ணனின் மாட்டுக் கொட்டகை. தெற்குப் பக்கமாக கல்லறைத் தோட்டத்திற்கு வருவதற்கு வண்டி வழி போகிறது. வெள்ளைக்காரன் காலத்திலேயே உருவான கல்லறைத் தோட்டம், கருங்கல்லால் எழுப்பப்பட்ட மதில் சுவர், சிலுவைகளை உயர்த்திப் பிடித்துக் கொண்டிருக்கும் சமாதிகள். பன்னீர் மரங்கள், நந்தியாவட்டை, அலரிச் செடிகள், பிணங்கள் உறங்குகிற இடம் போலவே தெரியாது. பளிங்குக் கற்களாலான சமாதிகள் ஒவ்வொன்றும் நிலாவில் மண்ணெடுத்து வந்து கட்டப்பட்ட ராஜாக்கள் சயனிக்கும் கட்டில்களைப் போன்று காட்சியளிக்கும். ஏரிக்கரைச் சுடுகாட்டிற்கும், இந்தச் சுடுகாட்டிற்கும்தான் எத்தனை வித்தியாசம்? இந்தக் கல்லறைத் தோட்டம் அத்தனை அழகாக இருந்தது.

வக்கீல் கிருஷ்ணனின் மாட்டுக் கொட்டகை கல்லறைத் தோட்டத்திற்கு வடக்கே இருக்கிறது. நெடுஞ்சாலைக்குப் போய் பாபு ரெட்டி டென்ட் தியேட்டருக்குப் பின்புறம் போகும் ஒற்றையடிப் பாதையில் நுழைந்து, புளியந்தோப்பிற்குள் ஊடுருவிப் போனால்தான் அடைய முடியும். அதற்கு இரண்டு மைல்கள் சுற்றிப் போக வேண்டும். கல்லறைத் தோட்டத்திற்குள் நுழைந்துவிட்டால் பக்கத்திலேயே ஏறிக்

குதித்துப் போய்விடலாம். நடராஜண்ணனுக்கு அது கால் வந்த கலை. அவரிடம் சுவரேறுவதற்கு எளிய முறையும் இருந்தது. சைக்கிளைச் சுவரோரம் சாய்த்து நிறுத்தினார். என்னைத் தூக்கி மதில்மேல் உட்கார வைத்துவிட்டு, நடராஜண்ணன் சைக்கிள் மீது கால் வைத்து, ஒரே எகிறில் குதிரை மேல் உட்கார்ந்த மாதிரி சுவர் மீது உட்கார்ந்துகொண்டார்.

“குதிடா...”

“பயமா இருக்குதுண்ணா.”

அவர் கிணற்றுத்தண்ணீரில் குதிக்கிற மாதிரி, சாதாரணமாகக் குதித்தார். கைகளை நீட்டி என்னை இறக்கினார்.

சூரியன் இன்னும் ஒரு முழம் இறங்கினால் மறைந்துவிடும். மேற்கே மேகமும் வானமும், திருவிழாவில் அம்மன் சிரசுக்கு ஆடுகளையும் எருமைகளையும் வெட்டும்போது, கோயில் வாசல் முழுவதும் ரத்த ஆறு பரவுமே அப்படிக் காட்சியளித்தது கடைசி வானம்.

இருட்டுவதற்கு முன்பே புகைவண்டி நிலையக் கட்டிடத்தின் உச்சியில் மின்விளக்கை எரிய வைத்திருந்தார்கள்.

ஒவ்வொரு சமாதியாய் ஏறியும், தாண்டியும் போனோம்.

“ஏண்ணா.. இந்தச் சுடுகாடு இம்முட்டு அழகா இக்குது, நம்ம சுடுகாடு முள்ளும், புதரும் மொளச்சி அந்தக் கதியா இருக்குதே?” என்றேன்.

“சுடுகாட்டயும், சர்ச்சையும் ஃபாதர் பாத்துக்கறார். எனக்கென்னவோ கல்லறைத் தோட்டத்துல நொழயறது கூட சர்ச்சிக்குள்ள நொழயற மாரி இக்குதுடா. நம்ம ஆளுங்க கோயிலத்தான் சுத்தம் பண்றான்... சுடுகாட்ட கண்டுக்க மாட்டன்றான். துட்டுக்காரனுங்க பொணம் சுடுகாட்டுக்கு எங்கடா வருது? அவங்க கொல்லிலயே பொதச்சிடறாங்க. நம்புள மாறி ஏழப்பாளங்கதான் சுடுகாட்டுக்குத் தூக்கினு ஓடி

வர்றோம். வாழ்றதுக்கே வூடு இல்லாதவங்க, பொதக்கிறதுக்கு எங்க போறது. சுடுகாட்டுக்குதான் போவ முடியும்? நெறய பேருகிட்ட பொணத்த பொதக்கிறதுக்கும் துட்டில்லடா... எங்கம்மா செத்தப்போ ரொம்போ கஷ்டப்பட்டுட்டன். கையில பைசா இல்ல. யார்கிட்டயும் கடம் வாங்கிப் பழக்கமில்ல. கடம் கேட்டாலும் தர மாட்டாங்க. அம்மா செத்துட்டாளேன்னு அழுவ வரல. அம்மாவ எடுக்கறதுக்கு துட்டு இல்லன்னு அழுதன். அம்மா செத்துட்டதா நெனக்கில. நான் செத்துப் போயிட்டதா நெனச்சேன். துட்டு இல்லாம வாழ்றது, பொணம் வாழ்ற மாரிதான். யாருக்கும் சொல்லாம ராவோட ராவா தோள்ல தூக்கினு போயி பொதச்சிட்டு வந்துடலாம்னு கூட யோசிச்சன்."

தெற்குப் பக்க மதில் சுவர் வந்தது. உயரமாகக் கட்டியிருந்த கல்லறையொன்றின் தலைப்பகுதியில் பர்மாதேக்கில் கனமாகச் செய்த சிலுவை. சிலுவை மீது ஒரு கால் வைத்து ஏறி மதில் மேல் ஏறினார். என்னையும் சிலுவை மீது கால் வைத்து ஏறச் சொன்னார். நான் சம்மதிக்கவில்லை. சிலுவையைக் காலால் மிதிப்பதற்குத் தயங்கினேன். நடராஜண்ணன் மதில் மேல் உட்கார்ந்து கைகளை நீட்டினார். அவர் கைகளைப் பிடித்துக்கொண்டு ஏறினேன். மதில் மேல் ஏறி உட்கார்ந்தோம். புது அனுபவமாக அப்போதிருந்தது. புளியந்தோப்பு கறுப்பு நுரைத்த கடலாய்த் தெரிந்தது. ஆமாம் இதுவரை நான் கடலைப் பார்த்ததில்லை. மதில் மேல் கொஞ்ச தூரம் நடந்தோம். முன்னாடி நடந்த நடராஜண்ணன், திரும்பித் திரும்பிப் பார்த்து, "பாத்து வா, பாத்து வா" என்றார். அவருக்குத் தண்டவாளத்தின் மீது நடந்தும் ஓடியும் பழக்கம். வேகமாக நடந்தார். கொஞ்ச தூரம் நடந்ததும் ஒரு புளிய மரம் மதிலை ஒட்டிக் கிளையை நீட்டிக்கொண்டிருந்தது.

"இந்த மரத்துல எறங்கலாமா?" என்றார்.

தலையாட்டினேன். மரத்திலேறி விளையாடுவதென்றால் அத்தனை சந்தோஷம்.

“சிலுவையும் மரம்தானே? அதுல ஏற மாட்டன்னு சொன்ன?” என்றார்.

அப்போது எனக்குப் பதில் சொல்லத் தெரியவில்லை. தெய்வ பக்தியோ, தெய்வ பயமோ இருந்தது. இப்போது அந்த பயபக்தி, நம்பிகை ஏதுமில்லாதபோது பதில் இருக்கிறது. நடராஜண்ணனுக்குப் பச்சம்மா சாமி மீது நம்பிக்கை. சிலையாகவோ, உருவமாகவோ பச்சம்மா இல்லை, ஒரு கருங்கல் முட்டை வடிவத்திலும், கறுப்பு நிறத்திலும், நிறுத்தி வைக்கப்பட்ட கல். அதே வடிவிலான நிறைய கற்கள் ஏரிக்கோடியில் துணி துவைக்கப் போட்டு வைத்திருக்கிறார்கள்.

“பச்சம்மாவும் கல்தானேண்ணா, கால்ல மெதிப்பீங்களா? துணி துவைப்பீங்களா?” என்று கேட்டிருப்பேன். அப்போது கேட்கவில்லை. இப்போது பச்சையம்மாள் இருந்த இடமும் சீர் குலைந்துவிட்டது. மொரம்பு மண்ணும், கற்களும் சிதறிக் கிடக்கின்றது. எந்தக் கல் பச்சையம்மன் தெரியவில்லை. நாய் காலைத் தூக்கிக்கொண்டு போகிறதே, அதுவா? மாட்டுத்தோல் உரிப்பதற்கான கத்தியைத் தீட்டுகிறார்களே, அந்தக் கல்லா? பான்பராக் எச்சிலைத் துப்பிவிட்டுப் போகிறார்களே, அந்தக் கல்லா தெரியவில்லை. நடராஜண்ணன் இருந்திருந்தால் அந்த இடத்தில் பச்சையம்மனுக்குப் பெரிய கோயில் கட்டியிருப்பார்.

புளியமரத்திலிருந்து இறங்கி, தோப்பின் ஓரமே நடந்தோம்.

“கீழே பாத்து வாடா, பாம்புங்க திரியும். பாக்காம மெதிச்சிட்டா பட்டுன்னு போட்டும். ஒதுங்கித் தாவிட்டா, பயந்து ஓடிப் போயிரும்.”

பாம்பு நீளமா இருக்கும் கண்ணுக்குத் தெரிந்துவிடும். விஷ முள்ளுதான் கண்ணுக்குத் தெரியாது. முள்ளு குத்தினதுமே, காலைத் தரையில் வைக்காமல் அப்படியே மடக்கி நேராகப் பிடித்து முள்ளை உருவிவிட்டால் தப்பித்தோம். உள்ளே நுழைஞ்சி பாதி முள்ளு மாட்டிக்கொண்டால், முதலில் முள்ளின் முனைதான் காலுக்குள் மாட்டிக்கொள்ளும். பிறகு

முள் முனைக்குள் காலே மாட்டிக்கொள்ளும். சீழ் பிடித்து, கால் வீங்கி, நொண்டியாக்கி, காய்ச்சல் வந்து, கட்டுகள் கட்டி மீள்வதற்கு மூன்று நான்கு மாதங்களாகிவிடும்.

வானத்தின் நிழலைப் போல் இருட்டு வேகமாக கவிழ்ந்தது. புளியம்பூவின் வாசத்தோடு காற்று வீசியது. புளியந்தோப்பையொட்டிய கொல்லையில் வேர்க்கடலைக் கொடிகளிலும் பூக்கள் தெரிந்தன. துவரைச்செடிகள் இடுப்பளவு வளர்ந்திருந்தன. வேர்க்கடலைக்கும் துவரைக்கும்தான் நல்ல ஜோடிப்பொருத்தம். பூவும் கொட்டைகளும் ஏறக்குறைய ஒரே மாதிரி தெரியும். ஜோடியா வளர்ந்து, ஜோடியா பருவம் வந்து, ஜோடியா முத்தலாகி, ஜோடியா பலன் தரும்.

ஆள் நடமாட்டமுள்ள வழியென்பது புரிந்தது. முள்ளோ, பாம்போ இருக்க வாய்ப்பில்லை. வேர்க்கடலையைத் தாண்டினதுமே மாட்டுக்கொட்டாய் வந்துவிட்டது. மாடு பாயப்போகிறதெனக் கொஞ்சம் தயங்கினேன். அது மாட்டுக் கொட்டாய்தான். மாடுகள் இல்லை. மாடுகள் கட்டியிருந்ததற்கான அடையாளமிருந்தது. சாணி, கோமிய நாற்றம், மாடு கட்டி வைப்பதற்கான கூட்டக் கொம்பு, எறவானத்தில் மூக்கணாங்கயிறுகள், வெங்கல மணிகள், சுவற்றில் சாய்த்து வைக்கப்பட்ட நுகத்தடி, சாட்டைக் கொம்பு, தேய்ந்த லாடங்கள்... இத்தனையும் அரிக்கேன் விளக்கின் வெளிச்சத்தில் புலப்பட்டன. ரெயில் பெட்டி போன்று நீளமாகப் போடப்பட்ட தென்னை ஓலை போர்த்திய சாலையில், முன் பாதி மாட்டுக்கொட்டாயாகவும், பின்பாதி குடித்தனமிருக்கும் பகுதியாகவும் இருந்தது. கொட்டாயின் சுவர்கள் மூன்றடி உயரம்தான் இருந்தது. தரையில் உட்கார்ந்து சுவற்றுக்குச் சாய்ந்தால் தலை வரைக்கும்தான் சுவர் இருந்தது. உள்பகுதிக்குள் நுழைவதற்கு குனிய வேண்டும்.

உள்ளே வக்கீல் கிருஷ்ணனும், பாலாமணியும் தரையில் துண்டு துண்டாகப் பரப்பப்பட்டிருந்த கோணிப்பைகலின் மீது உட்கார்ந்திருந்தார்கள். பன்னிரெண்டு கோணிப்பை

போடப்பட்டிருந்தது. இரவு நடக்கும் ரகசியக் கூட்டத்திற்கு அதிகப்படியாகப் பன்னிரெண்டு பேர்தான் வருவார்களென்று புரிந்தது. சினிமா போஸ்டரில் அட்டை போடப்பட்ட புத்தகங்கள் சில அடுக்கி வைக்கப்பட்டிருந்தன.

“உட்காருய்யா...”

நடராஜண்ணன் சுவற்றுக்குச் சாய்ந்து உட்கார்ந்தார். அவரை ஒட்டிக்கொண்டு உட்கார்ந்தேன்.

“உனக்கு மருந்து சொல்லி இருந்தன், வந்துருச்சி. தாய்லாந்துலர்ந்து இங்க வர்றதுக்கு ஒரு மாசம் ஆயிருச்சு. தாய்லாந்துலருந்து மலேஷியாவுக்குப் போயி, மலேஷியாவுலருந்து சிங்கப்பூர் போயி, சிங்கப்பூர்லருந்து சிலோனுக்குப் போயி சிலோன்லருந்து ராமேஸ்வரம் வந்து இங்க வந்து சேர்றதுக்கு ஒரு மாசம். எப்படியோ சேந்துச்சே... காபித்தூள் மாரி இருக்கும். உள்ளங்கையில கொஞ்சம் நெல்லிக்கா அம்முட்டு கொட்டினு தேனுல கொழச்சி முழுங்கிடு. பதனஞ்சி நாள் முழுங்கணும், தூங்கி எழுந்ததும் காலயில வெறும் வயித்துல முழுங்கணும்.”

“தூங்கி எழறதா? மத்தியானத்துக்கு மேலத்தான் எழறன்.”

“பத்தியம் இக்குதுய்யா, பதனஞ்சி நாளிக்கு ராவுல வெளிய போவாம வூடு தங்கணும்.”

“முடியாது வக்கீலு, ஜனங்க சோத்த பாக்காம செத்துடுவாங்க...”

கிருஷ்ணன் பெரிய கண்களை உருட்டினார். “மூணு ஊரு ஜனத்துக்குதான படி அளக்கற... நாட்ல மத்த ஜனங்க நிம்மதியா கஞ்சி குடிக்கிறாங்களா?”

நடராஜண்ணன், “ஒண்டியா என்னால முடிஞ்சத பண்றன்” என்றார்.

பாலாமணிக்குச் சளி பிடித்திருந்தது. சோமத்திலேயே மூக்கை உறிஞ்சிவிட்டு, “நடராஜி! நாம பகுதிப் பிரச்சனையை வுட்டாதான், பொதுவுடமய எட்ட முடியும். உலகத்

தொழிலாளிங்க ஒண்ணு கூடணும். சக்கரகுப்பம் தொழிலாளிங்க ஒண்ணு கூடுங்க, ரெட்டியூர் தொழிலாளிங்க ஒன்னு கூடுங்கன்னு பிரிச்சா அது கம்யூனிசம் இல்ல. ஜனங்ககிட்ட நாம தர வேண்டியது, போர்குணத்ததான். சோத்து மூட்டைய இல்ல. அவனோட கஞ்சிக்கு அவன் போராடணும்."

"நீ ஒருத்தன் ரெயில் வேகன்லருந்து நாலு மூட்ட அரிசியை தூக்கினு வந்தா அதுக்குப் பேரு திருடு. நூறு பேரு மொத்தமாய்ப் போயி நிறுத்தி மொத்த அரிசியையும் தூக்கினு வந்தா அதுக்குப் பேரு திருடு இல்ல. புரட்சி. மக்கள் எழுச்சி, மக்கள் யுத்தம்! ஒவ்வொரு ஜமீன்தார் வூட்டுக்குள்ளயும் நூறு நெல் மூட்டைங்க மல மாரி குவிஞ்சிருக்குது. யாரோட நெல்லு மூட்டைங்க அது? மக்களோடது! மக்கள் சேந்து போய்த் தூக்கினா, பயப்படுவாங்க...." பாலாமணி உணர்ச்சி பொங்கச் சொன்னார்.

"யாரும் வர மாட்டாங்கய்யா..."

"எப்படி வருவாங்க? நீதான் கொண்டாந்து போட்டுர்றியே... நல்லா ஆக்கறாங்க, நல்லா தின்றாங்க, நீ படற கஷ்டம் அவுங்களுக்குத் தெரியாதுய்யா. ரெயிலுங்கிறது இரும்பு எமன், இரும்பு பூதம் கால் தவறனா போச்சு. கைய்ய வுட்டா போச்சு, ஒடம்பு கந்தலாயிடும். நொடில வாழ்க்க முடிஞ்சிடும். ஏரில களிமண்ண வாரினு வர மாதிரி நீ வாரினு வர்றதா நெனச்சினு இக்குறாங்க..."

வக்கீல் கிருஷ்ணன் பேசி முடிப்பதற்குள் ஒருத்தர் உள்ளே நுழைந்தார்.

"வாங்க விநாயகம்... தோழர் செவ்வணக்கம்!"

"செவ்வணக்கம்."

விநாயகத்தின் முகமெல்லாம் பழத்தில் ஈக்கள் மொய்த்த மாதிரி பருக்கள் மொய்த்திருந்தன. ஒரு பருவில் சீழ் தெரிந்தது. இருபது தொடங்கி இருபத்திரண்டிற்குள்தான் வயதிருக்கும். அவர் தோளில் மாட்டியிருந்த ஜோல்னா பையைவிட ஒல்லியாக

இருந்தார். பார்த்த மாத்திரத்திலேயே யாருக்கும் பிடிக்காது. சுயபழக்கம் கொண்டு, அதனால் நோயுண்டவர் போலிருந்தார். பெரிய தாத்தாவோட மூணாவது மனைவியின் பையன் பூபதி அப்படித்தான் இருந்தான். இதே தோற்றம்தான் எலும்பும் தோலுமான உடல். முகம் பூராவும் கறுத்ததும், பழுத்ததுமாக பருக்கள். தூங்குமூஞ்சி, செத்த மீன் மாதிரியான கண்கள். பூபதி தினம் நாலுவாட்டி சோளக் கொல்லைக்கோ, கரும்புக் கொல்லைக்கோ போவான்.

“கிருஷ்ணா! நான் வரட்டுமாய்யா...” நடராஜண்ணன் எழுந்தார். நானும் எழுந்தேன்.

“இன்னைக்கு வகுப்புல நடராஜியும் இருக்கட்டும்” பாலாமணி சொன்னார்.

“வேணாம், வூட்டுக்குப் போவட்டும். நடராஜி! இந்த மருந்து ரொம்ப ஓசத்தி. சாமி சிலைய கடத்தினு வந்தமாரி நாடு நாடா கடத்தினு வந்திருக்காங்க. ரெண்டு பேரும் சாப்டுங்க, கண்டிப்பா ரெண்டு வாரம்.”

“மருந்துக்குப் பணம்?”

“தாய்லாந்துக்கு நம்ம பணத்த தர முடியாது. வேறதான் தரணும். அவசரம் இல்ல, இங்கருந்து ஒரு பொருள அனுப்பி வுடணும். நேரம் கெடைக்கும்போது சொல்றன்.”

நடராஜண்ணன் என்னவென்று புரியாமல் போனாலும் சரியென்று தலையாட்டினார். மருந்தையும், தேனையும் பத்திரமாக டவுசர் பைக்குள் சேர்த்தார்.

“நடராஜி கொஞ்சம் இருய்யா” என்ற வக்கீல் கிருஷ்ணன், தோழர் விநாயகத்தைப் பார்த்துவிட்டு - விநாயகம் பருவைக் கிள்ளிக் கொண்டிருந்தார்- நடராஜி அண்ணனிடம் திரும்பி, “எதனா நாத்தம் அடிக்குதா?” என்று கேட்டார்.

“பாணம் வெடிச்சா நாத்தமடிக்குமே... அது மாதிரி.”

“வெடிமருந்து நாத்தம்?”

“ஆமா.”

கிருஷ்ணன், விநாயகத்தைப் பார்த்து முறைத்தார். “விநாயகம் தோழர்! இதுவே கடைசியா இருக்கட்டும். உங்க மூஞ்சிய பாத்தாவே அக்கியூஸ்ட் மாரி தெரிரீங்க. சந்தேகக் கேஸுக்குனே பொறந்த மாரி. நடராஜி தோழரே வெடி சமாச்சாரம்னு கண்டுக்குனாரு, போலிஸு கண்டுக்கறது கஷ்டமா? மாட்டனா ஒருத்தரோட முடியாது. எலும்பையும், நரம்பையும் பாத்து பாத்து அடிப்பான். வலி பொறுக்காம எல்லாரையும் காட்டிக் கொடுத்துடுவீங்க.”

நடராஜண்ணனுக்கு அங்கே இருக்கப் பிடிக்காமல், “வர்றேன்” என்றார்.

“தோழர்! இருங்க...” இப்போது நிறுத்தியது விநாயகம்.

“நீ போய்யா” பாலாமணி சொன்னார்.

“இருங்க தோழர், இப்போ சுய விமர்சனக் கூட்டம் வெச்சே தீரணும்.” விநாயகம், நடராஜண்ணின் கையை இழுத்தார்.

கையை உதறினார். “போறேன்.”

“பத்து நிமிசம் தோழர், சுய விமர்சனம்தான்.”

மறுபடியும் கையைக் கெட்டியாக இழுத்தார் விநாயகம்.

பிரச்சனைக்குரிய அந்தப் பட்டாசு நாற்றமடித்த ஜோல்னா பையை பாலாமணி தூக்க முடியாமல் தூக்கி பரணில் உள்ளே தள்ளி வைத்தார்.

11

நடராஜண்ணனுக்குள் குழப்பம் மட்டுமே ரெயில் போல் ஓடியது. தொழிலுக்குப் போகாமல் இருக்க முடியாது. ஜனங்களோடு கூட்டமாகப் போய் ரெயிலை வழி மறித்து மொத்தமாகக் கொள்ளையடிப்பது சாத்தியமா? கரும்பு லாரியையோ, காரையோ நிறுத்துகிற மாதிரி ரெயிலை மறியல் செய்து நிறுத்த முடியுமா? பத்துநாள் பட்டினியா இருந்தால் மட்டும் ஜனங்கள் போராட வந்துவிடுவார்களா? தண்டவாளத்தில் விழுவதை விட, ஜமீன்தார் காலிலேயே விழுந்துவிடலாமென்று போய் விடுவார்கள் என்ற யோசனை ஒரு பக்கம், இந்த சுய விமர்சனம் எனும் குழாயடிச் சண்டையில் இருக்க வேண்டுமாவெனும் யோசனை ஒரு பக்கம்.

இயக்கத்திற்கும் தோழர்களுக்குள் கருத்து வேறுபாடு உருவாகும்போது அல்லது ஒருத்தருக்கொருத்தார் ஏதேனும் தவறுகள் இழைத்துக்கொள்ளும்போது சுய விமர்சனம் செய்து பிரச்சனைகளைச் சரிசெய்து கொள்வார்கள். ஓரிருமுறை கௌரவமாக நடக்கும். தவறு செய்தவர் அங்கேயே மன்னிப்பு கேட்பார். இனிமேல் தவறு செய்ய மாட்டேனென்று உறுதிமொழி எடுப்பார். தவறைக் கடைசிவரை ஒப்புக்கொள்ளாமல் பிடிவாதமாக நிற்பவரும் உண்டு. சில சுய விமர்சனக் கூட்டம் மட்டமான சண்டையாகவும் மாறியுள்ளது. பிற்காலத்தில்

நடைபெற்ற சுய விமர்சனக் கூட்டத்தின் முடிவுகளால் இயக்கங்கள் இரண்டாக நான்காக உடைந்திருக்கிறது.

வரலட்சுமி கொட்டாய்க்குள் நுழைந்தாள். முகம் வாடியிருந்தது. அவளோடு மல்லிகைப் பூ வாசமும் நுழைந்தது.

“கிருஷ்ணன் தோழர்! என்ன தோழர் இப்படிப் பண்ணிட்டீங்க. சினிமாக் கொட்டாயாண்ட நிக்கச் சொன்னீங்க, எவ்ளோ நேரம் நிக்கிறது? படம் போட்டுட்டாங்க. வெளியே ஒண்டியா நிக்க முடியுமா? சொல்லாம வுட்டுருந்தா நானே வந்துட்டிருப்பேன்” சோர்வுடன் கால்களை நீட்டிக்கொண்டு சுவருக்குச் சாய்ந்து உட்கார்ந்தாள். தாவணியின் முனையால் முகத்தைத் துடைத்தாள். “விநாயகம் தோழர் செவ்வணக்கம்!” என்றாள்.

“செவ்வணக்கம் தோழர்” முகத்தில் கொஞ்சம் சிரிப்பையும் காட்டினான்.

“மன்னிக்கணும் தோழர்! ஃபஸ்ட் ஷோ முடிஞ்சி, செகண்டு ஷோ டைமுக்கு வருவீங்கன்னு நெனச்சேன். இங்க வயித்துக்கு ஒன்னும் கெடைக்காது. நடராஜி வூட்ல எதனா துன்னுட்டு வந்துருவீங்கன்னு பாத்தேன்” என்றார் கிருஷ்ணன்.

“வரலட்சுமி தோழர், சரியான நேரத்துக்கு வந்தீங்க” விநாயகம் சொன்னார்.

“என்ன தோழர்?”

“சின்ன சுய விமர்சனக் கூட்டம்” நிமிர்ந்து உட்கார்ந்தார். “கிருஷ்ணன் தோழர்! நான் பட்டாசு நாத்தம் வருகிற மாரி கொண்டாந்தது தப்புதான். மன்னிப்புக் கேட்டுக்கறேன். இன்னமே அப்படிச் செய்ய மாட்டன். மூத்த தோழர்களோட ஆலோசனைய கேட்டு இன்னமே செயல்படுவேன். கருவாடு பொட்டலங்களச் சேத்து வெச்சிருந்தா வெடி நாத்தம் மறஞ்சிருக்கும்னு இப்போ நெனக்கிறேன். வேற வழிமுற சொன்னாலும் அதன்படி நடக்கறன்” என்றார் கிருஷ்ணனைப் பார்த்து.

கிருஷ்ணன் தலையாட்டினார். "புரிஞ்சுக்கிட்டேங்க தோழர், இன்னும் பாதுகாப்பா கொண்டு வர்றது குறித்து ஆலோசிப்போம்."

விஷயம் அவ்வளவுதான் முடிந்தது என்றிருந்தார்கள்.

விநாயகம் தொடர்ந்தார். "தோழர்! இயக்கத்தோட முக்கியத் தோழர் நீங்க. என் உருவத்த இப்படிச் சுட்டிக்காட்டி ஏளனம் பண்ணலாமா? என்னப்பாத்தா அக்கியூஸ்ட் போல தெரியுதுன்னு சொல்றது சரியா? நான் கருப்பா இருக்கறது, ஒடிசலா இருக்கறது, அசிங்கமா இருக்கறது என் தவறா?" சொல்லும்போது அரிகேன் விளக்கின் மந்த வெளிச்சத்திலும் முகம், தீக்குச்சியை உரசினால் பற்றிக்கொள்ளுமளவிற்குக் கருகித் தெரிந்தது.

நடராஜண்ணன் ஏதோ சண்டை நடக்கப்போகிறதென்று பயந்து சமாதானம் ஏதோ சொல்ல முற்பட்டபோது, கிருஷ்ணன் எந்தச் சலனமுமில்லாமல், "விநாயகம் தோழர்! உங்கள, உங்க உருவத்த ஏளனம் பண்ணல. ஏளனம் பண்ணதா நெனச்சா நான் பொறுப்பில்ல. பாக்கறதுக்கு அக்கியூஸ்ட் போலத் தெரியறீங்கன்னு சொன்னேன்."

"என்னப் பாத்து அக்கியூஸ்ட்டுன்னு நீங்க எப்படி சொல்லலாம் தோழர்?"

"அக்கியூஸ்ட்டுன்னு சொல்லல விநாயகம் தோழர். புரிஞ்சுக்குங்க... அக்கியூஸ்ட் போலத் தெரியறீங்கன்னு சொன்னேன்."

"ரெண்டுக்கும் ரொம்ப வித்தியாசம் இல்லைங்க தோழர்."

"இருக்கு, நெனச்சா தலைக்கு எண்ணய வெச்சி, படிய வாரினு வந்திருப்பீங்க. தோழர்கள்கிட்ட உதவி கேட்டு, கொஞ்சம் சுமாரா அழுக்கில்லாத ஒரு வெள்ள சட்டய போட்டிருக்கலாம். வெள்ளன்னு கூட இல்ல, நல்லதா ஒரு சட்டய போட்டிருக்கலாம். இந்த மாரி டைம்ல, நெத்தியில திருநீறு வெச்சிக்கலாம்... தப்பில்ல. ரொம்ப முக்கியமா சவரம்

பண்ணிக்கணும். பத்து நிமிசம் டைம் தர்றீங்களா? உங்கள மாத்திக் காட்றன்."

விநாயகம் தலை கவிழ்ந்தார்.

"மன்னிச்சிடுங்க விநாயகம் தோழர்! உங்கள நோகடிக்கணும்னு பேசல. அப்படி உங்களுக்குப் பட்டுச்சுன்னா மன்னிச்சுடுங்க. பாதுகாப்புக்காகத்தான் அப்படிப் பேசினேன். நீங்க எதயும் எடுத்துட்டு வராம வந்தீங்கன்னா பரவால்ல."

"நா ஒரிஜினல் மார்க்ஸிஸ்ட். நெத்தியில திருநீறு, சந்தனம் வெக்க மாட்டன்."

"தோழர்! உங்கள சாமி கும்பிடச் சொல்லல. ஜனங்களையும், போலிஸையும் ஏமாத்தச் சொன்னன். அவங்ககிட்ட மார்க்ஸிஸ்ட்டுன்னு சொல்லிக்க முடியாது. என்னயை காப்பாத்திக்கிற நெலம வந்தா நாக்குல வேல் குத்திக்க சொன்னாக்கூட குத்திக்குவேன்."

சில வினாடிகள் பருக்களைக் கிள்ளிக் கொண்டிருந்த விநாயகம், நடராஜண்ணனைப் பார்த்து, "தோழர் நீங்க போங்க" என்றார்.

கிருஷ்ணன் சொன்னால் போகலாமென்று நடராஜண்ணன் காத்திருந்தார்.

"வரலட்சுமி தோழர் தலையில் பூ வெச்சிருக்கீங்க... பெண்களை அடிமைப்டுத்தும், சிறுமைப்படுத்தும் விஷயம் தாலியும், மெட்டியும் மட்டுமில்ல; பூவும், பொட்டும் கூடத்தான்." என்று வரலட்சுமியைப் பார்த்து கிருஷ்ணன் கண்களை உருட்டி, பயம் காட்டிச் சொன்னார்.

"சாரி தோழர்" என்றபடி தலையிலிருந்து பூவை எடுத்தாள். குப்பைகள் சேர்த்து விடப்பட்ட மூலையில் அதையும் வீசினாள். "வேணாம்னு சொன்னாலும் கனகா தோழர் வுடல. அவங்க மனசு வருந்த வேணாம்னு வெச்சுகிட்டன்" என்றாள்.

"நடராஜி! நீ போய்யா, போகும்போது நெறய்ய பூ வாங்கினு போ."

நடராஜண்ணன் புறப்பட நானும் அவரோடு போவதைக் கிருஷ்ணன் தடுத்தார். "கண்ணப்பன் இருக்கட்டும், வரலட்சுமி தோழருக்குத் தொண வேணும்."

"அவங்கம்மா ஒரு மாதிரிய்யா, சும்மாவே கத்தும்."

"நான் பேசிக்கறன்."

"வரலட்சுமி தோழருக்குத் துண எதுக்கு?" பாலாமணி கேட்டார்.

"ஒண்ணுக்கோ, எதுக்கோ வெளியேபோனா கூட போறதுக்கு."

நடராஜண்ணனும் கட்டாயப்படுத்தி என்னை அழைத்துப்போகவில்லை. என்னாலும் சொல்ல முடியவில்லை. காலையில் அம்மாவிடம் பாட்டும் பரதமும் உண்டு என்பது நினைத்து மட்டும் பயந்தேன். வெளியே இருந்து பீடி புகையின் நாற்றம் கொட்டாய்க்குள் நுழைந்து சுழன்றது. வரலட்சுமி இருமினாள்.

பாலாமணி வெளியே போனார். "இங்க பீடி வேணாம்" என்று சொன்னது கேட்டது. புகை தீரும்வரை வெளியே நின்று இழுத்துவிட்டு உள்ளே நுழைந்தார்கள்.

"செவ்வணக்கம்! வாங்க தோழர்" கிருஷ்ணன் சொன்னார்.

வணக்கம் சொல்வதற்கு இன்னும் பழக்காததால் பற்களைக் காட்டினார்கள்.

அழுக்கான லுங்கியும், கசங்கிய, கைகளில் கிழிந்த, அக்குல்களிலும் கிழிந்த சட்டை உடுத்தியிருந்தார்கள். கோவிலுக்கு நேர்ந்துவிட்ட மாதிரி தலையிலும் முகத்திலும் மயிர்கள் வளர்ந்திருந்தன. வயதும் இருபத்தைந்துதான் சொல்லலாம். "இவர் பழனியப்பன், இவர் துரைசாமி" அறிமுகம் செய்தார்.

"இன்னும் தோழர்கள் வரணுமா?" விநாயகம் கேட்டார்.

"ராமலிங்கம் தோழரும், சூடாமணி தோழரும் முடிஞ்சா வர்றன்னாங்க... நம்பறதுக்கில்ல." கிருஷ்ணன் சொன்னார்.

வட்டமாய்க் கோணிப்பைகள் மீது உட்கார்ந்தார்கள். மேல் சட்டையைக் கழற்றி பக்கத்தில் வைத்துக்கொண்டார்கள். வரலட்சுமியும் ஏதாவது கழட்டுவாளோ என்று முட்டாள்தனமாகப் பார்த்தேன். அவள் முந்தானையை எடுத்துப் போர்த்திக் கொண்டாள்.

சுவற்றில் மாட்டியிருந்த சிம்னி விளக்கை மத்தியில் வைத்தார் கிருஷ்ணன். "கதவ தாப்பாள் போடு கண்ணப்பா" பாலாமணி சொன்னதும் "பாம்பும், தேளும், நண்டும் கொட்டாய சுத்தி பூன மாதிரி அலயுதுங்க" என்றார் கிருஷ்ணன்.

அந்த நேரத்தில் தாழம்புதரில் ஐந்து ஆண்களுடன் பார்த்த பெண்மணி ஞாபகம் வந்தாள்.

"ஆமாவா தோழர்" என விநாயகம் கேட்டார்.

"பயமா?"

"எனக்கா? தோழர் நான் பாம்பு புடிக்கிறவன். வூட்டுக்குள்ள எலி இருந்துச்சின்னா அத புடிக்கத்தான் பாம்பு வரும்."

வெகு நேரம் அவரவர்களின் சொந்தக் கதைகளைப் பேசினார்கள். இது எல்லா வகுப்புகளிலும் நடப்பதுதான்.

பழனியப்பன் அவங்க ஊர் ஜமீன்தார் குடும்பம் பற்றி, அரக்கர்களை வர்ணிப்பது போல் வர்ணித்தார். சினிமா கதை கேட்கிற மாதிரியே இருந்தது. ஜமீன்தார்கள் மீது கோபம் வந்தது.

"ஏன் நீங்க எதுக்கல? ஊர் ஜனம் ஒட்டுக்கா எதுத்து நின்னா பயப்படுவாங்கள்ல?"

"சேர மாட்டாங்க, பயம்! ஊரவுட்டு தள்ளிடுவான்னு பயம். சாட்டயால வெளாசுவான்னு பயம். வயித்துக்கு பத்தியம் கெடைக்காதுன்னு பயம். திருட்டுப் பழி சொமத்தி போலீஸ்ல மாட்டி வுட்ருவாங்கன்னு பயம். கலியாணத்துக்குச் சீரு கெடைக்காதுன்னு பயம்."

“ஒத்தும இல்ல, நூறு பேரு ஒண்ணா நின்னா அவனால ஒண்ணுத்தயும் புடுங்க முடியாது.”

“ஒண்ணுபடணுமே... ரெட்டியூர் ஜமீனுக்கு ஒரு பிரச்சனன்னா மண்டலவாடி ஜமீனு, திரியாளம் ஜமீனு, மிட்டாளம் ஜமீனு, குரிசலாபட்டு ஜமீனு ஓடி வந்து நிக்கிறாங்க. ஆளுக்கு அம்பது பேர கூட்டினு வர்றாங்க. அந்த அம்பது பேரு யாருன்னா, நம்ம ஆளுங்க. நம்பள அடிக்கிறதுக்கு நம்ம ஆளுங்கள படயா நிறுத்தறான். நாம எந்தக் காலத்துல ஒண்ணா சேர்றது?”

“சேத்த முடியும்! இப்போ நீயும் உன் மச்சானும் சேந்து வந்தீங்கல்ல... இப்படித்தான் ரெண்டு நாலாகணும். நாலு எட்டாகணும்”

“சேர மாட்டாங்க... ஒரு பொண்ணு அவுத்துப் போட்டு ஆடனா கூட்டமா பாப்பாங்க. ஒரு பொண்ணோட உடுப்ப அவுத்து மானபங்கம் பண்ணா காப்பாத்த யாரும் நிக்க மாட்டாங்க...” பச்சைச் சொற்கள் கூடவே வந்து விழுந்தன.

தீட்டிய கத்தியின் முனையிலிருக்கும் கொடும் கோபம் அவரிடமிருந்தது.

“பழனி! ஜனங்க மேல தப்பில்ல, ஒரு வருசம், ரெண்டு வருசம் இல்ல, பல ஆயிரம் வருசம் அடிமையா வாழ்ந்தவங்க, கருவுல வளரும்போதே நாம ஜமீனுக்கு அடிமைங்கிற புத்தியோடவே வளர்றாங்க, சீக்கிரத்தல மாறாது. அவங்களா மாற மாட்டாங்க, நாமதான் மாத்தணும். ஜமீனும் மனுசன்தாண்டா, நாம்பளும் மனுசங்கதான். அவனுக்கும் கண்ணு, காது, மூக்குதான் இருக்குது. நம்பளுக்கும் கண்ணு, காது, மூக்குதான் இருக்குதுன்னு புரிய வெக்கிணும். அவனுக்கொன்னும் கொம்பு மொளைக்கிலன்னு சொல்லணும்.”

வரலட்சுமி, “தோழர்! அவங்களுக்குக் கொம்பு இல்லன்னு சொல்றது தப்பு. அரசாங்கம்தான் அவங்களுக்குக் கொம்பு. போலீஸ்தான் அவுங்களுக்குக் கொம்பு. பணம் அவுங்களுக்கு கொம்பு.” என்றாள். பெண்களுக்குக் கோபம் வந்தால் எப்படிச்

சீறுவார்களோ அப்படி ஒரு சீற்றம் பார்த்தேன். ஆனால் இந்தச் சீற்றத்தில் நியாயமிருந்தது.

“அதனாலதானே நாம போலீஸையும், அரசாங்கத்தையும் எதுக்குறோம். பணக்காரங்களுக்குப் பல்லக்கு தூக்கும் அரசாங்கத்த தூக்கி எறிஞ்சுட்டு, பொதுவுடமை சமுதாயத்த உருவாக்கத்தான போராடறோம்.” கிருஷ்ணன் சொன்னார்.

“தெக்குல தஞ்சாவூர் கூலி வெவசாயிங்க யாரும் வயல்ல எறங்கல. ஆண்டைங்களுக்கு எதிரா தாட்டியா நிக்கிறாங்க...”

“அது ஆத்தோர பூமி தோழர். கடல பாத்த மாரி கழனிய பாக்கலாம். கூலி வெவசாயிங்கன்னா, அவங்க கூலி வெவசாயிங்க. இங்கித்து ஜனங்கள அப்படிச் சொல்ல முடியுமா? கூலி வெவசாயிங்க இல்ல, வெறும் கூலிங்க... அடிம கூலிங்க... போராட்டம்னா தஞ்ச ஜில்லால நடக்கறதுதான் போராட்டம்.” கிருஷ்ணன் சொன்னார்.

“என்ன தோழர் பேசறீங்க, பொதுவுடமைக்கான போராட்டம்தான் உண்மையான போராட்டம் தோழர். ஒரு ரூபா கூலிய சேத்துத் தந்துட்டா பொதுவுடம வந்துடுமா? முதலாளி வர்க்கம் அப்படியே இருக்கணும், தொழிலாளி வர்க்கம் அப்படியே இருக்கணும்ங்கிறதுதான் மார்க்ஸியமா? அய்யா முதலாளி கூலிய மட்டும் சேத்துத் தந்துடு... நாங்க காலத்துக்கும் ஒங்க அடிமையா ஒழைக்கிறோம்ங்கிறதுக்குப் பேருதான் போராட்டமா? நீயும் நானும் சமம்டான்னு சொல்றதுதானே போராட்டம், அது ஆயுதமேந்தன போராட்டம்.” விநாயகம், கையில் துப்பாக்கி வைத்துக்கொண்டு பேசுவதுபோல் ஆவேசத்துடன் பேசினார்.

“விநாயகம் தோழர்! எடுத்ததுமே மக்கள தெரட்டி ஆயுதப் போராட்டம் பண்ண முடியுமா? அதன் முதல்படியா கூலிப் போராட்டம்னு நெனச்சுக்குங்க...”

“நீங்க இந்த இயக்கத்துக்கு எதுக்கு வந்தீங்க தோழர்? வேற கட்சில சேந்துடுங்க. உலகம் இருக்கும் மட்டும் போராட்டம்

பண்ணிட்டே இருக்கலாம்.” விநாயகம் மேல்மட்ட அமைப்புத் தோழர்களோடு தொடர்பில் இருப்பவர். போராட்டம், உண்ணாவிரதம், மறியல் எதிலும் நம்பிக்கையில்லாத பேச்சே அவரிடமிருந்து உரக்க வந்தது.

“தோழர் சொல்றதுதான் செரின்னு படுது. ஜமீன்தார சாவடிக்கணும். அதுக்கு மட்டும் வழி சொல்லுங்க. நாங்கள்லாம் போராட முடியாது; பப்பு வேகாது. நாங்க ரெண்டு பேரு கூலிக்கு வரலன்னு எதுத்து நின்னா பாட கட்டிடுவாங்க. பொணத்ததான் பாக்கணும். அவனுங்களா? பொணத்தயும் மறச்சிடுவாங்க.” பழனியப்பன், பீடியையும் தீப்பெட்டியும் கையில் பிடித்துக்கொண்டு சொன்னான். சொல்லி முடித்ததும் வெளியே போய் இழுப்பதற்குத் தொண்டை துடித்தது.

“நம்ம மக்க ஆடுமாடு மாரி பயந்தவங்க தோழரண்ணா. ஜமீன்தாரு டேய்ன்னு அதட்டணா கோவணத்துலயே பேண்டுக்குவாங்க...”

“அழிச்சிறணும் தோழர்! ஜமீன்தாருங்களுக்குதான பயப்படறாங்க. அவன அழிச்சிட்டா பயம் போயிரும்.” வரலட்சுமி சொல்லும்போது அவளைப் பார்த்து கையை உயர்த்தினார் விநாயகம்.

12

நடராஜண்ணன் வீட்டிற்கு விடிகாலையில் போனபோது வீடெங்கும் மல்லிகைப்பூவின் நறுமணம் நிரம்பியிருந்தது. கதவு கொஞ்சமாய்த் திறந்திருந்தது. கனகா அண்ணி முகத்தில், மலர்கள் பூக்கும் காலத்தின் வண்ணங்கள் தெரிந்தன. தலைக்குக் குளித்திருந்தாள். சீக்காயில் கசக்கிய மணம், வீடு பூராவும் பரவியிருந்தது. ஊதுபத்தியில் சந்தனத்தையும், தாழம்பூவையும் குழைக்கிறார்கள். சீக்காயைச் சேர்ப்பதில்லை. ஆனால், சந்தனத்தின் மணமும், தாழம்பூவின் மணமும் எனக்குக் கொஞ்ச நேரத்திற்குப் பிறகு குமட்டுகிறது. சீக்காயின் மணம் அப்படிக் குமட்டுவதில்லை. கனகா அண்ணிக்குச் சுருள் முடி. 'நாய் வாலக்கூட நிமித்திடலாண்டா, அண்ணி மயிற நிமித்த முடியாது' என்று நடராஜண்ணன் சொல்வார்.

தலைக்குக் குளித்த கூந்தலின் அழகு, மழை பேய்ந்து நின்றபிறகு முல்லைப் பந்தலைப் பார்த்தால் தெரிகிற மாதிரி ஈர அழகு! மஞ்சள் கிழங்கு அண்ணியின் முகத்தைப் பூசிக்கொண்டிருந்த மாதிரியும் தெரிந்தது.

நடராஜண்ணன் வேட்டியைப் போர்த்திக்கொண்டு படுத்திருந்தார்.

"அண்ணி! வரலட்சுமி தோழர் வர்றாங்க." என்றேன்.

கன்னுக்குட்டியின் வாலை இழுத்துவிட்ட மாதிரி, கனகா அண்ணி ஒரு துள்ளலுடன், "நொண்ணன எழுப்புடா..." என்றாள். வைக்கோல் நிரப்பிய தலையணையை ஓரம் வைத்தாள். சிதறியிருந்த மல்லிகைப் பூக்களைச் சேர்த்தாள். ஓரமாய்க் கிடந்த கந்தல் துணியை எலி வாலைப் பிடிக்கிற மாதிரி கொண்டுபோய் எரவாணம் சந்து வழியாக வெளியே பொச்சிலுக்குள் விழுகிற மாதிரி எறிந்தாள். வேறு ஏதாவது தெரிகிறதாவென்று பார்வைகளைச் சுழற்றினாள். அவளே வந்து "ஏய்யா" என்று நடராஜண்ணனை எழுப்பினாள். அவர் அசையவில்லை. "யோய்யோ" என்று குரல் தந்து காதை இழுத்தாள்.

"ஏண்டி கொள்ளாத்தம் எடுக்கற. தூங்க வுடுறி" காதைத் தேய்த்துக்கொண்டு, வேட்டியை இழுத்துப் போர்த்தினார்.

"ஒங்க தோழருங்க வந்துருக்குறாங்களாம்யா..." மறுபடியும் சிரித்துக்கொண்டே காதை இழுத்தாள். ஒவ்வொருத்தர் உடலிலும், ஏதோவொரு இடம் மட்டும் தொட்டாற்சிணிங்கி மாதிரி இருக்கும். காதோ, கழுத்தோ, வயிறோ, தொடையோ, உள்ளங்காலோ, உச்சியோ ஏதோவொரு இடம். அந்த அந்தரங்க இடத்தைத் தாம்பத்யத்துணை மட்டுமே அறிய முடியும். நடராஜண்ணனின் பலவீனம் காது. சும்மா தொட்டாலே பாதத்திலிருந்து உச்சி வரை மழையில் குதித்த சிட்டுக்குருவியைப் போன்று துள்ளிப் பறப்பார். கனகா அண்ணி உற்சாக மனதிலிருக்கும்போதெல்லாம், காதைக் கிள்ளிவிட்டு ஓடுவாள். பலமுறை என் காதையும் இழுத்துவிட்டுப் பார்ப்பாள். காதை இழுத்ததும் நடராஜண்ணன் துள்ளி எழுந்தார். டவுசர் போடாமலிருந்தார். போர்த்தியிருந்த வேட்டியைச் சாமர்த்தியமாக இடுப்பில் சுற்றிக்கொண்டு, தூளத்து ஆணியில் தொங்கிக் கொண்டிருந்த டவுசரை மாட்டிக்கொண்டு, காடா பனியனுக்குள் நுழைந்தார். புழக்கடைக்கு ஓடி செங்கல் நுணுக்கி பற்களைத் தேய்த்துக் கொப்பளித்துவிட்டு வந்தார். "யோவ் கருவாச்சி! சும்மா சொன்னியா?"

"டீயி குடிச்சினு இருக்கறாங்கண்ணா."

"யார் யார்ரா?"

"வரலட்சுமி தோழரும், பாலாமணியும்..."

"உனக்கு வாங்கித் தர்லியா?"

"வேணான்னிட்டன், அவங்க பெரியவள்ளி கடயில குடிச்சாங்க. அங்க நான் குடிக்கறதில்ல."

"அங்க போனா வேல வெக்கிறாங்க. கிளாஸுங்கள கழுவச் சொல்றாங்க. சாக்கடயக் குத்திவுடச் சொல்றாங்க, பெஞ்ச தொடைக்கச் சொல்றாங்க... எங்கப்பா டீ பாக்கி தரணுமாம். கடம் கழியற முட்டும் கழுவுடான்னு சிரிக்கிறாங்க. கடைக்கு வந்த எல்லோரும் சிரிக்கிறாங்க." அன்று அழுத கண்ணீரின் மிச்சம் கொஞ்சமிருந்தது. நடராஜண்ணன் எதிரே உதிர்ந்தது. அவர் என்னை அணைத்துக்கொண்டார்.

"பெரிய பணக்காரங்க மட்டுமில்லடா, குட்டி குட்டிப் பணக்காரங்களும் ஆபத்தானவங்க."

"இன்னொரு தாட்டி, மனோகர் தாத்தா சொம்புல டீ வாங்கினு வரச்சொல்லி அனுப்புனாரு. நாலணாவையும், சொம்பயும் புடுங்கி வெச்சினு நொப்பன் ஒண்ணேகால் ரூபா தரணும், தந்துட்டு வாங்கினு போடான்னு சொல்லிட்டாப்ள. எம்முட்டு நேரம் அழுதுன்னு நின்னன். ரோட்ல காயப்போட்ட அடுப்புக்கரிய மூட்ட பண்ணி வெச்சிட்டு, வெறக திண்ண சந்துல அடுக்கிட்டு, கிளாஸ கழுவி வெச்சிட்டு கெஞ்சினு நின்னன். மனோகர் தாத்தாவே டீக்கடைக்குத் தேடினு வந்துட்டாரு. 'உங்களதுன்னு தெரியாம நிக்க வெச்சிட்டன்'னு சொல்லி டீ போட்டுத் தந்தாங்க. வெறகு பொளக்கற கோடாலி திண்ணைக்கடில இந்துச்சு, எடுத்து ஒரே போடு போட்டுறலாம்னு நெனச்சேன். மறுநா வாய்ப்பாடு பரிச்ச இந்துச்சு. சின்னராஜாவுக்கும் எனக்கும் போட்டி. அதனால வுட்டுட்டு வந்துட்டன்." இன்னும் கொஞ்சம் அழுத்தி என்னை அணைத்தார்.

"கனகு நீசத்தண்ணி இந்துச்சின்னா கரச்சி குடுய்யா."

கனகா அண்ணி அலப்பையைத் தூக்கிக்கொண்டு அருகே வந்தாள். "இன்னிக்கி கோழி இல்லதான. நீசத் தண்ணியும் இல்ல." என்று சொல்லிக்கொண்டு என் தலையைக் கோதிவிட்டு, நடராஜண்ணனின் காதைத் தொடப் போனாள்.

"கருவாச்சி! பெறவு நானும் சீண்டுவன், எனக்கும் கூசற எடம் தெரியும்யா."

"புதுசா அலப்ப வாங்கணும் தெரிஞ்சுக்க. தல மேல ஒரே அடி இது முறிஞ்சிரும்." கையிலிருந்த அலப்பையைக் காட்டினாள்.

"அலப்ப ஒடஞ்சா புதுசா வாங்கலாம்... மண்ட ஒடஞ்சா?"

"இரும்பு மண்ட ஒடயாது."

நடராஜண்ணன் சுவற்றில் தொங்கிய ரசம் தேய்ந்த கண்ணாடியில் முகத்தைப் பார்த்து எறவானத்தில் சொருகியிருந்த மரச்சீப்பை எடுத்து தலையையும் மீசையையும் வாரினார்.

கனகா அண்ணி அருகே வந்து நின்று, "இன்னிக்கி கோழிக்கறி காசு மிச்சந்தான?" என்று கேட்டாள்.

தலையை ஆட்டினார். "அந்தக் காசுல மசாலா தோச வாங்கினு வர்றியா? சும்மா ஆசய்க்கு, ஒரே ஒரு தோச வாங்கினு வந்தா, ஆளுக்குக் கொஞ்சம் தின்னுக்கலாம். நானு, நீயி, வரலச்சுமி தோழர், கண்ணப்பன், நாலு பேரும் பிச்சுக்கலாம்." நகத்தைக் கடித்துக்கொண்டே கேட்டாள்.

"அடிச்சனா தலமண்ட ஒடயுது, நல்லா சொல்லிறப் போறன். மசாலா தோச தின்னணும்னு ஆச வெச்சினு கம்முனே இருந்தியா?"

"இல்லய்யா கொழாத் தண்ணிக்குப் போறப்போ பேசிப்பாங்க. ரெயில்வேடேசன் எதுத்தாப்பல ஈரோடு முதலியார் ஓட்டல் மசாலா தோசன்னா திருப்பதி லட்டு மாதிரி பேமசுன்னு...

பெங்களூருக்குப் போறவங்க மசாலா தோசக்கே இங்க எறங்கி தின்னுட்டுப் போவாங்களாம். தண்ணி புடிக்கிற கேபின் வரைக்கும் வாசன அடிக்கும். என்னிக்குனா தின்னணும்னு ஆச. ஒரு தோச ஒண்ணேகால் ரூவான்னாங்க. ஒண்ணேகால் ரூவாக்கு ஒரு படி கிட்டுகாரு அரிசி வரும். ஊறவச்சி மாவட்டனா பத்து தோச வரும்.”

“போடி நல்லா கேட்டுறப் போறன்... இன்னமே ஆசப்பட்டா கேளுய்யா கருவாச்சி.” கன்னத்தை அழுத்திக் கிள்ளிவிட்டார். அவரின் முகம் இறுக்கமடைந்தது. ஏதோ குற்றம் செய்தவரின் முகம் போன்று இறுக்கம் அது. “ஒரு நாளு தவறாம நாங் கோழி துன்றன். நீயும் ஆக்கி ஆக்கி கொட்ற. தாலிகட்டின ஏழு வருசத்துல உன் வாய்க்கு ருசியா ஒண்ணுமே பண்ணலியே. தெனமும் கூழு, கஞ்சி, களி, புளின்னுதான சாப்டற... பயித்தகாரன்ய்யா நானு.”

நடராஜண்ணன் அழவில்லை. ஆனால் குரல் ஆலையில் நசுங்கி வருகிற மாதிரி வந்தது. அவர் வேதனை கலந்த மொழியில் பேசியதை இப்போதுதான் முதல்முறையாகப் பார்த்தேன். வலிமை வாய்ந்த தேகத்திற்குரியவர் என்றாலும், முருங்கைக்கிளையைப் போன்று உடைகிற மனதுடையவராகத் தெரிந்தார். அந்த இளகிய மனதுதானே, உயிரையும், உடலையும் பணயம் வைத்து அரிசி மூட்டைகளைத் திருடிவந்து மூணு ஊரு மக்களின் வயிற்றை ஈரமாக வைத்திருக்கிறது.

“யோவ் யோவ் என்னா நீயி, இப்படிப் பேசற... என்னய கோழி தின்ன வேணாம்னா சொன்ன? ஒம்பல என்னா பண்ணட்டும்? ஒரு நாளிக்கு ஒரு தபாதான தின்ற... நீயி பண்ற பொழப்புக்குத் தெனம் நாலுகோழி முழுங்கணும்யா... உனக்காகவா தின்ற... ஊர் ஜனத்த காப்பாத்ததான்யா தின்ற...”

நடராஜண்ணன் என்னவோ சொல்வதற்கு வாயைத் திறந்தார். அதற்குள் சைக்கிள் மணி ஒலித்து நின்றது. சின்ன ஒலி! பாலாமணியும், வரலட்சுமியும் பேசிக்கொண்டே, சைக்கிளைத் தள்ளிக்கொண்டு வந்து நிற்பது தெரிந்தது.

“கண்ணப்பா வூட்டுக்குப் போலியா?” பாலாமணி வெளியே நின்றே கேட்டார்.

“போணும்ண்ணா... பயமா இக்குது”

“என்னா கண்ணப்பன் தோழர்... ராவு ஒரு மணிக்கு இருட்டுல எனக்குத் துணையா, தைரியமா வர்றீங்க... வூட்டுக்குப் போறதுக்கு பயப்படறீங்களே..?” வரலட்சுமி உள்ளே நுழைந்தாள்.

“பேயிக்கு பயப்பட மாட்டன். எங்கம்மாவுக்கு பயப்படுவேன்.” என்றேன்.

“ஓங்கம்மாவுக்கு பேயே பயப்படுண்டா...” என்றாள் கனகா அண்ணி.

“பயப்படாதடா ராவே சொல்லிட்டன். நீ வக்கீல்கிட்ட இங்கிலீஷ் கத்துக்கப் போயிருக்கன்னு கப்ஸா வுட்டன். நொம்மாகிட்ட நின்னு, ஏபிசிடி சொல்லு, செத்துடுவா.” நடராஜண்ணன் சொல்ல அவர்கள் சிரித்தார்கள். இறுக்கம் தளர்ந்துவிட்டதில் திருப்தியடைந்தேன்.

“வாய்யா பாலாமணி...”

“போலாம்ய்யா ராவுபூரா தூங்கல.”

“வகுப்பு நல்லா நடந்துச்சா?”

“விவாதந்தான் நடந்துச்சுப்பா.”

“இந்த மாதிரி விவாதங்கள் எப்பவுமே முடிவுக்கு வராது தோழர். ஒரு விஷயம் மட்டும் புரியுது. ஜமீன்தாரர்களால பாதிக்கப்பட்ட மக்கள் ஜமீன்தார கொன்னுட்டா நல்லதுன்னு நெனக்கிறாங்க. ஆனா ஜமீன்தார எதுத்துப் போராட பயப்படறாங்க. ஏரு ஓட்டறது நம்ம ஆளுங்க, சேட ஓட்டனது நம்ம ஆளுங்க, நாத்து நடறது களய புடுங்கறது, தண்ணிய கட்றது, அறுக்கறது, தாளடிக்கிறது. மரக்கடிக்கிறது, தூத்தறது எல்லாமே நம்ம ஜனங்க. ஆனாக்க நம்ம ஜனங்களுக்குப் பதுரு

கூட மிச்சமில்ல. நெல்லு மூட்டைங்கள அவங்க வூட்ல போயி அடுக்கி வெச்சிட்டு வந்துர்றோம். தாளயும் அவுங்க வூட்ல அடுக்கி வெச்சிட்டு வந்துடறோம். பதரயும் அவுங்க வூட்ல கொட்டிட்டு வந்துடறோம்" என்று மேடையில் பேசுவது போல பேசின வரலட்சுமி, "காடு வெளஞ்சது மச்சான், நமக்கு கையும் காலுந்தான் மிச்சம்" பாடினாள். என்னவொரு இனிமையான குரல். "கையும் காலும் மட்டுமில்ல, அந்த நெல்லும் நமக்குச் சொந்தமாகணும்."

"நெலம் அவங்களுக்குச் சொந்தமா இருக்குது. கையும் காலுந்தான நமக்கு சொந்தமா இருக்குது." கனகா அண்ணி சிரித்துக்கொண்டே சொன்னாள்.

"நெலத்துல எறங்கி வெள்ளாம பண்ண முடியாதுன்னு ஜனங்க சொன்னா தன்னால வெளஞ்சிடுமா?"

"வேற ஊருலந்து கூலிக்கு ஆள் கூட்டினு வர்றான்."

ராத்திரி முழுக்க வாதம் பண்ணி பேசிட்டிருந்தார்கள். இப்பவும் இங்கே வந்து அதையே பேசிக்கொண்டிருக்கிறார்கள். வீட்டுக்குப் போய் விடலாமா என யோசித்தேன். மசாலா தோசையும் போய்விடும். பள்ளிக்கூடத்திற்கு லேட்டாச்சுனாலும் மசாலா தோசை தின்னுட்டுதான் போகணும். தமிழ் வாத்தியார் வெள்ளக்கண்ணுதான் மசால் தோசையும், வடையும் தின்னுட்டு வந்து பீத்திக்குவார். உருளக்கிழங்கு ஏப்பத்தை மூஞ்சிகிட்ட வந்து விடுவாரு.

"ஈரோட்டு முதலாளியார் கேப் மசால் தோசைக்கு தென்னந்தோப்பை தானமா எழுதி வெச்சிட்டு சாவண்டா. எனக்குத் தென்னந்தோப்பு மட்டும் இருந்துச்சுன்னா" என்று சிரிப்பார். தேங்காய்ச் சட்னி அவ்ளோ ருசியாம்.

"எங்க பாத்தாலும் ஜமீன்தார் நெலமாவே இக்குது, என்னாத்த பண்றது? அவுங்க நெலத்துல வெளஞ்சத அவுங்கதான எடுத்துனு போவாங்க..." நடராஜண்ணன் மசால் தோசைக்குப் போகாமல் பேச்சில் இறங்கினார்.

"நடராஜி! ஜமீன்தாருங்ககிட்ட நெலம் மட்டுந்தான் மூலதனமா இருக்குது. நம்மோட மூலதனம் ஒழப்பு. அதச் சொல்றதுதான் மார்க்சியம். வெளஞ்ச நெல்லுல ஒழப்பாளிக்குப் பாதி உரிமை இருக்குது. ஆய்வு பண்ணோம்னா இந்த நெலமே அவனுக்குச் சொந்தமில்ல. ஆந்தராவுலருந்து வந்தவனுக்கு நெலத்த யாரு தந்தது? நாம தந்தமா? வெள்ளக்காரன் தந்துட்டான். வெள்ளக்காரன் கால புடிச்சி வாங்கிட்டானுங்க. நம்ப தாத்தா பாட்டிக்கு கால புடிக்கவும் தெரியாது. வேற எதப் புடிக்கவும் தெரியாது. மானத்த வுட்டவன் சொத்து வெச்சிருக்கான். வெள்ளக்காரனே செல்லுபடி இல்ல, ஜமீன்தார் எப்படிச் செல்லுபடி ஆவான்? கேத்தாண்டிப்பட்டில தாசி நெலம் ஒண்ணு இக்குது தெரியுமா?" பாலாமணி தரையில் கால்களை நீட்டி உட்கார்ந்தார். எதிரில் உட்கார்ந்திருந்த வரலட்சுமி நகர்ந்து உட்கார்ந்தாள். "தாசி நெலமா?" என்றாள். கனகா அண்ணியும் விஷயம் கேட்கும் ஆர்வத்துடன் அடுப்புக்கு முன்னால் மனையில் உட்கார்ந்தாள். கனகா அண்ணியையும், வரலட்சுமியையும் மாறி மாறி பார்த்தார் பாலாமணி.

"வெள்ளக்காரத்தொர ஆடு மேக்கிற பொண்ணு ஒருத்திமேல ரொம்ப ஆசப்பட்டானாம். ஆசன்னா கொஞ்ச நஞ்ச ஆசல்ல... அடஞ்சா மகாதேவி அடயாவிட்டா மரணதேவிங்கிற மாரி மல அம்முட்டு ஆச வெச்சிட்டான். அந்த ஆட்டுக்காரப் பொண்ணோட ஒடம்பு அவ்ளோ எடுப்பா இருந்துச்சாம். ஒடம்புல ஒரு ஒட்டுத்துணியும் இல்லாம அம்மணமா ஓடச் சொல்லி இருக்கான். அவ எவ்ளோ தூரம் ஓடறாளோ, அம்முட்டு நெலத்தயும் எழுதி வெச்சுடறன்னு சொன்னானாம். வெள்ளக்கார தொரய்க்கு பொண்ணாச, ஆட்டுக்காரிக்கு மண்ணாசை..." எல்லாரையும் ஒரு பார்வை பார்த்தார் பாலாமணி. கேட்கிற ஆர்வத்தை அறிந்து கொண்டார். வரலட்சுமியையும், கனகா அண்ணியையும் கொஞ்சம் ஊடுருவிப் பார்த்தார். "அவ ஒடம்புல ஒட்டுத்துணியும் இல்லாம ஓடனாளாம்... அவ ஓட ஓட வெள்ளகாரத்தொர குதிரையில ஒக்காந்து அவ அழக ரசிச்சிக்கிட்டே போனானாம்... காட்டுகுட்ட வரைக்கும் ஓடிப் போனாளாம். மூச்சு முட்டி

இன்னும் ஒத்த அடி எடுத்து வைச்சா செத்துடுவோம்னு ஆகும்போது நின்னு மயக்கம் போட்டு வுழுந்தாளாம்... அவ எம்முட்டு தூரம் ஓடனாளோ, அம்முட்டு நெலத்தயும் அவளுக்குத் தந்துட்டானாம்.”

“அப்புறம்?” வரலட்சுமி கேட்டாள்.

“இப்போ வெள்ளக்காரன் இருந்து உன்ன ஓடச் சொன்னா ஓடுவியா?”

கோபத்துடன் நாக்கைக் கடித்து முறைத்தாள். “கொழுப்பு தோழர்.”

“பேச்சுக்குதான் கேட்டன் தோழர், அந்த எடத்துல நீ இருந்தன்னு வெச்சுக்க, வெள்ளக்காரன அம்மணமா ஓடவிட்டிருப்ப.. செத்துட்டிருப்பான்.”

எல்லோரும் சிரித்தோம்.

“இப்போ அந்தத் தாசி நெலத்துல யாரும் கால் வெக்கிறதில்ல. ஆட்டயும் மாட்டயும் கூட மேய்க்கறதில்ல. ஒருவாட்டி நான்கூட அந்த நெலத்த பாக்கப் போனேன். இங்கருந்து ஏழு மைல் தூரந்தான். ஆந்தரா பார்டர், ரோட்ல நின்னு பாத்தன். மனசுக்கு ரொம்பக் கஷ்டமா இருந்துச்சு. அம்மணமா ஓடுன அந்தப் பொண்ணு ஞாபகத்துக்கு வந்தா. அவ விருப்பப்பட்டு ஓடினாளா அல்லது வெள்ளக்காரன் சாட்டயில அடிச்சித் துரத்தினாங்கிற கேள்வி வந்துச்சு. நெலம் வேணும்னு அவ ஆசப்பட்டு ஓடியிருந்தா, அந்த நெலம் எதனால காடா, கரம்பா இருக்குது? ஒரு பொண்ணோட வரலாறு அவ்வளவுதான். நெலத்துக்கு ஆசப்பட்டு அம்மணமா ஓடினா அம்முட்டுதான் அவ கத, அவளப் பத்தி வேற எதுவுமே இல்ல. அம்மணமா ஓடனது, ஒரே ஒரு பொண்ணுதானா, நெறய பொண்ணுங்கள ஓடவிட்டானா?” பாலாமணிக்கு மூக்கில் வியர்த்தது. உணர்ச்சி வசப்பட்ட நிலையில் கண்களும் சிவந்தன.

“பாலாமணி! ஒண்ணு கேக்கட்டுமா?”

“இயக்கம் பத்தின எந்த டவுட்டுனாலும் வரலட்சுமிய கேளு நடராஜி. முழுநேர ஊழியர் அவங்க.”

“அது இல்ல பாலாமணி... வெள்ளக்காரனுங்க ஜமீன் வூட்டு பொம்பளைங்களயும் அம்மணக்கட்டயா ஓட விட்டிருப்பாங்களா? ஏங் கேக்கறன்னா, நாம எம்முட்டு கறுப்பா இக்கறோம், ஜமீன்தார் வூட்டு ஆளுங்க மட்டும் கலரா இக்கறாங்களே... இங்கிலீஷ் வேற பேசறாங்க, எப்போ பாத்தாலும் தஸ்சு, புஸ்சுன்னு இங்கிலீசுதான், நாங் சந்தேகப்படறது கரிக்ட்தான?”

பாலாமணி சத்தம் போட்டுச் சிரித்தார்.

“தாயோலிங்க. அவுங்க வூட்டு பொட்டச்சிங்கள வெள்ளக்காரனுக்கு வுட்டுருப்பானுங்க... ஆனா அவனுங்களுக்கு வூர்ல வயசுக்கு வந்த அத்தன பொண்ணுங்களும் வேணும். தாப்பாலோலிங்க அவங்கதான் சீல் ஒடைப்பாங்களாம்.” பாலாமணி திட்ட ஆரம்பித்தால், ரொம்ப பச்சையாகப் பேசுவார். அது நியாயமான கோபத்தில் வெளிவரும் வார்த்தைகள். வயசுக்கு வந்த பெண்களை போணி பண்ணுவதென்பது பலநூறு வருடங்களாக நடந்துகொண்டிருக்கும் அக்கிரமம். பாதகச் செயல். ஆனால் தர்மமாகவும், நீதியாகவும் மரபாகவும், கலாச்சாரமாகவும், பண்பாடாகவும் ஜமீனின் சட்டமாகவும் வன்கொடுமை நடந்து கொண்டிருக்கிறது.

இதையெல்லாம் போலீஸாரால் கொல்லப்பட்ட சீராளனோ, பாலனோ, பாலாமணியோ, சக்ரவர்த்தியோ, ஜெயபாலனோ கொல்லப்படாமல் உயிரோடிருந்து எழுதினார்களென்றால் அப்பட்டமாக இருக்கும். காடு வெந்தழிந்ததைப் பற்றிக் காட்டில் வாழ்ந்த ஒரு சிங்கமோ, ஒரு சிறுத்தையோ, ஒரு யானையோ, ஒரு சந்தன மரமோ, வெப்பாள மரமோ எழுதினால்தான் நெருப்பு தெரியும். கண்ணீர்த்துளிகள் பேசினால் தீயின் ஆங்காரம் தெரியும்.

“என்னா கனகாம்பாள் அண்ணி, வூட்ல நீருமோரு, நீசத்தண்ணி,

குளித்தி தண்ணி, புளிச்சத்தண்ணி ஒண்ணுமில்லியா?" பாலாமணி கனகா அண்ணியைப் பார்த்து பாலய்யா குரலில் கேட்டார்.

கனகா அண்ணி முறைத்துப் பார்த்துக்கொண்டே, "நக்கல் பேச்சுதான் வெச்சுக்காதங்கறது" என்றாள்.

வரலட்சுமி சிரித்தாள். "என்னா தோழர் நக்சல்பாரின்னு நெனச்சா நீங்க நக்கல்பாரியா?" சத்தமாகச் சிரித்தாள். பாலாமணி முறைத்துப் பார்த்தார்.

"அண்ணி! நக்கலா என்னா கேட்டுட்டன், காத்தால வெறும் வயிறா இருக்கறேன், குடிக்க எதனா இருக்குமானு கேட்டது நக்கலா தெரிதா? ஊருக்கே அன்னம் போடறீங்க, மச்சினனுக்குப் பழைய கஞ்சி இல்லியா?"

"இருக்குதுனாலும் இல்ல, இல்லன்னாலும் இருக்குதில்ல."

"என்னாப்பா உன்து போற எடமல்லாம் வாதம்... நாங்கல்லாம் இன்னிக்கி ஈரோடு முதலியார் கபே மசாலா தோச தின்னப் போறோம்." நடராஜி அண்ணன் சொன்னார்.

"என்னது ஈரோடு முதலியார் கபே மசாலா தோசையா? அவ்ளோ பணக்காரு ஆயிட்டீங்களா நீங்க...?" கேட்டுவிட்டுச் சிரிக்க, எல்லோருமே சிரித்தார்கள்.

நடராஜண்ணனும் நானும் மசாலா தோசை வாங்கி வருவதற்குப் புறப்பட்டோம். நான் மசால் தோசையைப் பார்த்ததேயில்லை. யுகாதி பண்டிகைக்கும், தமிழ் வருடப்பிறப்பிற்கும்தான் ஊர் பூராவும் தோசைக்கறி செய்வார்கள். வீட்டு தோசையைப் பார்ப்பதே வருசத்துக்கு இரண்டே முறைதான். புளியங்காயை, மாங்காயைப் பார்த்ததுமே நாக்குல எச்சில் ஊறுமே... அப்படி ஊறியது மசாலா தோசை நினைப்பு. தமிழ் வாத்தியார் குரலும் காதுக்குள்ளேயே பூனை கத்துகிற மாதிரி 'மசால் தோசை மசால் தோசை' என்று சுழன்றது. "டேய் பசங்களா... மசால் தோசை போடற தவா எம்முட்டு பெருசு தெரியுமா? இந்த

மர டேபிளை விட பெருசு, கெட்டி இரும்புல செஞ்சது, ஒரு ஆளால அசைக்க முடியாது. நாலு பேர் நாலு பக்கம் புடிச்சி தூக்கினாதான் முடியும். அவ்ளோ பெரிய தோசை ஊத்துவாங்க. நீங்கள்லாம், மசால் தோசை மேல சப்பாங்கோல் போட்டு உக்காந்துனே மசால் தோசையைத் தின்னலாம். உள்ள மசாலா கெழங்கை வெச்சி பாயைச் சுருட்டற மாதிரி சுருட்டிப் பெரிய வாழையிலையில வெச்சித் தருவாங்க பாரு, புது கல்யாணப் பொண்ண தொடர மாதிரியே இருக்கும். நாலணா மிச்சமானாலும் நெய் மசாலா தின்னணும்... வெள்ளக்காரியைக் கல்யாணம் பண்ண மாதிரி கும்முன்னு இருக்கும்." மீசையை நீவிக்கொண்டு நாக்கில் சுவையை உறிஞ்சிய வண்ணம்தான் பேசுவார். எதைப்பற்றிப் பேசுவதாக இருந்தாலும் கல்யாணப் பொண்ணுடன் ஒப்பிட்டுதான் பேசுவார். ஓய்வு நேரத்தில் ஆசிரியர்கள் பேசிக்கொள்ளும்போதுகூட மசாலா தோசைகளைப் பற்றித்தான் பேசிக்கொள்வார்கள். வெவ்வேறு ஊர்களிலிருந்து ஆசிரியர்கள் இங்கே பணிக்கு வந்திருப்பார்கள். அவர்களின் ஊர்களில் கிடைக்கும் மசாலா தோசைகளைப் பற்றிப் பேசுவார்கள்.

ஈரோடு முதலியார் கபேக்கு கொஞ்ச தூரம் இருக்கும்போதே நெய் மசாலாவின் வாசம் துளைத்தது. அந்த வாசமே தூண்டிலில் மீன் சிக்கின மாதிரி எங்களை இழுத்தது.

கபே முன்னாடி குதிரை வண்டி மட்டும் நின்றிருந்தது. குதிரை வண்டியில் யாரும் இல்லை. அது ஜமீன்தார் வீட்டுக் குதிரை வண்டி. குதிரை வண்டி என்றாலே ஜமீன்தார் வீட்டுக் குதிரை வண்டிதானே, வேறு யாரிடம் இருக்கிறது... கபேக்குள்ளும் யாருமில்லை. வண்டிக்காரன் மட்டும் தனியாய் நின்றிருந்தான்.

"என்னா வேணும்?" வண்டிக்காரனே கேட்டான்.

"ரெண்டு மசாலா தோசை வேணும்."

"இன்னும் பத்து நாளிக்கு கெடைக்காது. ஜமீன்தார் பேலசுக்கு ஒரம்பர வந்துருக்காங்க. மொத்தமா பேசிட்டாங்க."

நடராஜண்ணன் முகம் வாடி விட்டது.

"ரெண்டே ரெண்டு மசாலாதோசை."

"ஜமீன்தார் ஆர்டர்னு சொல்றன், நின்னு பேசிட்டு இக்கற..."

நடராஜண்ணனுக்குக் கோபம் வந்தது. கோபத்தின் வெப்பத்தில் மூக்கு வியர்த்தது. கோபத்தைக் காட்டுவது பலனில்லாமல்தான் போகுமென்று, "வாடா போலாம்" என்றார்.

எனக்கு வந்த கண்ணீரை நடராஜண்ணனுக்குக் காட்டாமல் துடைத்துக் கொண்டேன்.

13

பள்ளிக்கூடத்தில் உட்கார்ந்து பாடத்தைக் கவனிக்கவே இல்லை. தமிழ் வாத்தியார் வெற்றிலைப்பாக்கு வாங்கி வருவதற்குக் கடைக்கு அனுப்பினார். எச்.எம் மூன்று முறை காபி வாங்கி வர அனுப்பினார். கை வேலை டீச்சர் ராணி இதழ் வாங்கி வருவதற்கு அனுப்பினார். நான் என்ன ஜாதி என்பதையும் நூறாவது முறையாகக் கேட்டுக்கொண்டார். வாழைப்பழம் வாங்கிவரப் போனபோது உடற்கல்வி ஆசிரியர் அழைத்து பீடிக்கட்டும் காரமிட்டாயும் வாங்கி வரச் சொன்னார். ஆபீஸ் சார் போஸ்டாபீஸிற்கு அனுப்பினார். ஏழு போஸ்ட் கார்டை பாக்ஸில் போட்டுவிட்டு, இருபது போஸ்ட் கார்டும் ஸ்டாம்பும் வாங்கி வரச் சொன்னார். அரச மரத்தடியில் உட்கார்ந்திருந்த ப்யூன் அண்ணன் பள்ளிக்கூடம் முடிவதற்கான கடைசி பெல்லை அடிக்கச் சொன்னார். நான்தான் பெல்லடிக்கிறேன் என்பதைப் பசங்க பார்க்க வேண்டுமென்று நிறுத்தாமல் அடித்துக்கொண்டிருந்தேன். எச்.எம் வெளியே வந்து, சீப்பில் தலை சீவிக்கொண்டே, “போதுண்டா டே” என்றார். நிறைய பசங்க பார்க்கவில்லை. கோமதியும், சாந்தியும் பார்த்தால் சந்தோசத்தில் மிதந்திருப்பேன். ரெண்டு பேரும் தினமும் லேட்டாத்தான் வெளியே வருகிறார்கள். மாடு மாதிரி அசை போட்டுக்கொண்டு வருவார்கள். மாம்பிஞ்சியோ, புளியம் பழமோ, கொடுக்கா புளியோ, நெல்லிக்காயோ ஏதோவொரு

காயாவது வைத்துக் கொண்டிருப்பார்கள். புள்ளதாச்சிகள் மாதிரி புளிப்புகளைத் தின்றுகொண்டே இருப்பார்கள். கோமதியின் வயிறும் அப்படித்தான் இருக்கும். அசைபோட எதுவும் கிடைக்காதபோது, புளியந்துளிரைப் பிய்த்துக்கொண்டு வருவாள். புளியையும் உப்பையும் சேர்த்து கோலியைப் போன்று உருண்டை பிடித்து தென்னங்குச்சியில் சொருகி சப்பிக்கொண்டே வருவாள்.

வீட்டிற்கு வந்து புத்தகப் பையைப் போட்டதும் அம்மா கடைக்குப் போகச் சொன்னாள், காபி பில்லையும், வெல்லக்கட்டியும் வாங்கி வருவதற்கு. என்னால் முடியாதென்று கால்களை நீட்டிக்கொண்டு உட்கார்ந்தேன். “ஊர்ல எவ வேலை வெச்சாலும் நக்கினு போவ, நான் சொன்னா முக்க வந்துரும், கால பாரு ஊரபட்ட மண்ணு, எழுந்து போயி கழுவினு வா” திட்டிக்கொண்டே கடைக்குப் போனாள். ரெண்டு பைசா வரிக்கி வாங்கி வந்து ரெண்டு தந்தாள். சூடாய் வரகாப்பியைக் கொதிக்கவைத்து நீட்டும்போது, “ஒொப்பனுக்குப் பட்ட வாங்கறதுக்குன்னா போற... சேக்க செரியில்லடா. நீ சேர்ர ஒரு நாயிம் நெல்லவென் இல்ல, வயசுக்கு மீறன சகவாசம்.”

காய்ந்த முருங்கைச் செதால் போலிருந்த வருக்கியை, வரகாபியில் போட்டு எடுத்த மாயத்தில் பஞ்சு போலாகி, வாயில் வைத்ததும், வெல்லக்கஞ்சியைப் போல் இறங்கியது. இன்னும் ரெண்டு வரிக்கி இருந்தால் நல்லாயிருக்குமென்ற ஆசை வந்தது. சாயந்திர வெயிலின் கதிர்கள் புகைக் கம்பிகளைப் போல் தென்னங்கூரையின் சல்லடைகளுக்குள் நுழைந்து வந்தது. தும்பிகளைப் பிடிப்பது போல் கதிர்பூக்களைப் பிடித்து பிடித்துப் பார்த்தேன். உள்ளங்கையில் தங்கக்காசு போலக் கதிர்வட்டம் உட்கார்ந்தது. கையை இழுத்துக் கொண்டதும் வட்ட வட்டமாய்த் தரையில் விழுந்தது. எல்லாமே காசாக இருந்தால் மூட்டையில் பிடித்து ரொப்பிவைத்துச் செலவு செய்யலாமென்று பேராசை உண்டானது.

அம்மா வாயில் அடக்கி வைத்திருந்த புகையிலையைத் துப்பிவிட்டு வந்தாள். ஆண்கள் கோலிகுண்டைக் கையில்

வீசுகிற மாதிரி மென்று முடிந்த புகையிலை சக்கையைத் துப்பினாள். அது உருண்டோடி சாக்கடையில் விழுந்தது. தோப்பையிலிருந்த புகையிலைக் குச்சியை எடுத்து வாயில் போட்டு மென்றுகொண்டே பக்கத்தில் வந்து உட்கார்ந்தாள்.

தோப்பையிலிருந்து சுண்ணாம்பு டப்பி எடுத்து விரலில் வழித்து நாக்கில் தடவிக் கொண்டாள். “நடராஜியோட சேராதடான்னா கேக்கறியாடா, திருட்டு ஜென்மம்டா, ரெயில் ரெயிலா திருடினு வர்றான். போலீஸ்கிட்ட மாட்னான்னா தாலி அத்துடுவாங்க. சொன்னா கேளு, கூட சேந்தினா நெம்ப மேலயும் பழிய்ய போட்ருவாங்க...”

புகையிலையை மென்னும், முழுங்கியும், துப்பியும், அடுப்பைக் கவனித்தும், விறகு உடைத்து அடுப்பு எரியவிட்டும் காரியத்தைக் கவனித்துக்கொண்டே நடராஜ் அண்ணனைக் குறை சொல்வதையும் நிறுத்தாமல் சொன்னாள். அம்மா சொல்வதைக் கேட்க முடியவில்லை. அம்மாவுக்குக் கொள்ளிவாய். எது நடக்கக்கூடாதென்று நினைக்கிறோமோ, அது நடந்துவிடுமென்று பேசுவாள். அப்படியே நடந்துமிருக்கிறது. அதனாலேயே அம்மாவிடம் பேசுவதற்குப் பயந்து நடுங்குவார்கள், பயந்து ஒதுங்கிப் போனாலும் விடமாட்டாள். வலுக்கட்டாயமாக இழுத்துப் பேசுவாள். புகையிலையை மென்றுகொண்டேயிருக்கிற மாதிரி யாரைப் பற்றியாவது பேசித் துப்பிக்கொண்டிருப்பாள்.

உலைச்சட்டியை மூடிக்கொண்டிருந்த சலகாவின் மேல் ரெண்டு வருக்கி இருந்தது. என் பார்வை அதன் மேலே ஓடினதைப் பார்த்தவள், “அதயும் எடுத்து துன்னுடாத. பாப்பாவுக்கு வோணும். சாணி பொறுக்கப் போனவ இன்னும் வரல... கஞ்சி வேகறமுட்டும் தாங்க மாட்டா.” தலையை அவிழ்த்து உதறி முடித்துக்கொண்டு, உச்சந்தலையில் கீறிக் கொண்டாள். நகத்தில் மாட்டிய பேனை, பெருவிரலில் வைத்து நசுக்கினாள். சைக்கிள் சத்தம் மார்க், மார்க்கென்று கேட்டு வாசலில் நின்றது. அம்மா எட்டிப் பார்த்து, “வாடா நடராஜி” என்றாள். சைக்கிளை நிறுத்திவிட்டுத் துண்டில் முடிபோட்டு வந்த அரிசி மூட்டையைத் தூக்கிவந்து அம்மா எதிரே வைத்தார்.

"கொட்டினு துண்டு தாய்யா சித்தி... பத்து நாளிக்கி வெளிய போவமாட்டன். இத வெச்சி நேந்திக்கோ."

"சுத்தமா போவாதடா... ஊருல ஒருத்தரும் நன்றி கெட்டவங்க, சறுக்கிட்டினா கை நீட்ட மாட்டாங்க. உனக்குதான் பீடி சுத்த தெரிமே... அன்னாடம் ஆயிரம் பீடி சுத்தனாலும் வாரத்துக்குப் பத்து ரூபா கெடிக்கும். ஆம்டியான் பொண்டாட்டி ரெண்டு பேத்துக்குப் பத்தாதா?" இன்னொரு புகையிலைத் துண்டைக் கிள்ளி கடைவாயில் போட்டாள். சுண்ணாம்பு டப்பாவை நோண்டினாள்.

நடராஜண்ணன் பேசாமலிருந்தார். அவரிடம் அரிசியை வாங்கி மேல்பாதி உடைந்த பானையில் கொட்டிக்கொண்டே "என்னடா காதுல வுழுதா?" என்று கேட்டுவிட்டுத் துண்டைக் கொடுத்தாள்.

"சித்தி! என் வவுறு மட்டுன்னா வெசனம் இல்லிய்யா, ஊர்ல அத்தினி வேலயும் செஞ்சிருவன். நூறு வூட்டு மக்க என்ன நம்பி வவுறு வெச்சினு இருக்கறாங்க... கொன்னுற முடிமா?" நின்றால் அம்மா பதில் விஷம் கக்கிக்கொண்டே இருப்பாள். அதைப் புரிந்து கொண்டவர், "வாடா டேய்" என்று கை நீட்டினார். ஓலையிலிருந்து சூரியக்கதிர் நீண்ட மாதிரி அவரின் வலது கை என்னை நோக்கி நீண்டது. எவ்வளவு நீளமான கை.

அம்மாவைத் திரும்பிக்கூடப் பார்க்காமல், அவரோடு சைக்கிளில் பறந்தேன். "டீத்தண்ணிய ஊத்திக்கலாண்டா."

"இப்பதான் வெறுங்காப்பி குடிச்சன்."

"வெறுங்காப்பிதான... அமரிக்கன் குடி."

ரெண்டு வார்த்தைகள் பேசி முடிப்பதற்குள், சைக்கிள் ராமசாமி மாமா டீக்கடை முன்பு நின்றது. தனம் அத்திதான் டீ ஆத்திக் கொண்டிருந்தாள். ஒவ்வொரு நாளும் ஒவ்வொரு மாதிரி தெரிந்தாள். காதில் வளையங்கள் மாட்டியிருந்தாள். மூக்கின் இருபுறமும் நத்தை நத்தையாய் மாட்டியிருந்த மூக்குத்திகளைக்

கழற்றிவிட்டு வலதுபுறம் மட்டும் ஒரே தொங்கல் மூக்குத்தி மாட்டியிருந்தாள். இரத்தச் சிவப்பில் கற்கள் பதித்த தொங்கல் மூக்குத்தி. ரவிக்கையின் எல்லாக் கொக்கிகளையும் பூட்டி வைத்திருந்தாள். கண்ணாடி கிளாஸில் முக்கால் பாகம் பால் நிரப்பி அதில் சில துளிகள் டீக் கசாயம் விட்டு பாலேட்டை அதற்கு மேல் நிரப்பி சர்க்கரை தூவி என்னிடம் நீட்டினாள். "பெரியவனாயிட்டடா கண்ணப்பா, வர்ரவே மாட்டன்ற" என்றாள்.

அமரிக்கன் எடுத்துக்கொண்டு உள்ளே போனேன். பிள்ளைகள் களிமண் பொம்மைகள் வைத்து விளையாடிக் கொண்டிருந்தன. "மாம்மா" என்று பெரியவன் குதித்தான். களிமண் பொம்மைகளைத் தூக்கித் தூக்கி காண்பித்தான். நாலு பேரும் வளர்ந்திருந்தார்கள். குட்டிப்பையன் மூக்கில் ஒழுக உட்கார்ந்திருந்தான். பேப்பரைக் கொஞ்சம் கிழித்து மூக்கைத் துடைத்ததும் கத்தினான். அவர்களோடு உட்கார்ந்துகொண்டு குடித்தேன். தனம் அத்தி, நடராஜண்ணனுக்கு டீ தந்துவிட்டு உள்ளே வந்தாள். என் பக்கத்தில் ஒட்டியவாறு உட்கார்ந்தாள். வழக்கமான மஞ்சள் வாசம் போய், ரோஜாப்பூ வாசனை அடித்தது. "சேப்புகல் மூக்குத்தி நல்லா இக்குதாடா?" என்றாள்.

"அழகா இக்குது அத்தி."

"கெம்புக் கல்லுடா."

"கெம்புன்னா?"

"வெல ஜாஸ்தி"ன்னு சொல்லும்போது முகம் மூக்குத்தியைவிட ஒளிர்ந்தது. தனம் அத்தைக்குக் குழந்தை மனசு. எப்பவும் குழந்தைகளோடு குழந்தைகளாக விளையாடுவாள். குழந்தைகளைப் போலவே பேசுவாள். குழந்தைகள் ஒவ்வொரு பொம்மைகளாகக் காட்டி குதூகலிப்பதைப் போல குதூகளித்தாள். என்னருகே ஒட்டிக்கொண்டு நகர்ந்து வந்தாள். தோள்பக்கம் மேலே சாய்ந்து ரொம்பவும் நெருக்கி, காதருகே முகம் கொண்டு வந்து, "ஒரு வெசயம்

சொல்றண்டா யார்கிட்டயும் சொல்லிராத. இந்தத் தாவை வாங்கிட்டோம். ஜமீன்தாரு பட்டா தந்துட்டாரு. எம்பேருக்கு வேணான்னிட்டன். மாமன் மேல பண்ணித் தந்துட்டாரு. நொம்மாகிட்ட சொல்லிராத வவுத்தெரிச்சல் முண்ட." தனம் அத்தையின் வயிறு ரொம்பவும் முட்டியது. மறுபடியும் கர்ப்பமாக இருக்கிறாளா, தொப்பையா புரியவில்லை.

ரோசாப்பூ வாசம், ரோசாப்பூவிலிருந்து கூட இவ்வளவு மணக்காது. மண்டை வரை ஏறிப்போனது. 'கல்யாணம்னு ஒன்னு பண்ணா தனம் அத்தி மாதிரி ஒருத்தியைத்தான் பண்ணணும்' மூச்சு தடுமாறி ஓடிற்று. கட்டிப்பிடித்துக் கொள்ளவில்லை. மற்றபடி அவ்வளவு நெருக்கத்தில் வந்துவிட்டுப் போனாள். ஒரு சொத்து வாங்குவது எவ்வளவு பெரிய விஷயம்... பசங்க சொப்புகளைக் காண்பிக்கிற மாதிரி, சொத்துகளைக் காட்ட முடியாது. சொன்னால் பொறாமைப்பட மாட்டேன் என்பதால் என்னிடம் சொல்கிறாள். அத்தை நகர்ந்து உட்கார்ந்ததும் வயிறைப் பார்த்தேன். மடிப்பு இல்லை, மேடாய் மட்டும் தெரிந்தது.

"கண்ணப்பா குடிச்சிட்டியா வாடா" என்றழைத்தார் நடராஜி அண்ணன்.

"ஒன்ன சத்த நேரங்கூட வுட்றதில்லியாடா" என்று சொல்லிக்கொண்டே அத்தை எழுந்து போனாள். பின்புறம் ரவிக்கை கச்சிதமாக இருந்தது. ரவிக்கைக்குள்ளிருந்து இறங்கி வழிந்த ஒற்றை வியர்வை தங்கச் செயின் தொங்குகிற மாதிரி தெரிந்தது. அத்தையின் பின்னாலேயே வெளியே வந்தேன். ஆதிபராசக்தி படத்தின் போஸ்டர்கள எல்லாச் சுவர்களிலும் ஒட்டியிருந்ததைக் கவனித்தேன்.

அமரிக்கன் குடித்த வயிறு பானை மாதிரி உருண்டது.

சைக்கிளில் ஏறித் தயாராய் உட்கார்ந்திருந்தார் நடராஜண்ணன். குதிரை மேல் எகிறி உட்காருகிற மாதிரி கால்களை அகல விரித்து எகிறி உட்கார்ந்தேன். வேகமாக மிதித்தார். சைக்கிளுக்கு

எண்ணை விட்டிருந்தார். அது சத்தம் போடாமல் நகர்ந்தது. இரும்பாலான வண்டியைப் போலவே இல்லை. இரப்பராலான வண்டியைப் போல வாயை மூடிக்கொண்டு பறந்தது. வக்கீல் கிருஷ்ணன் கொட்டாய்க்குதான் பயணமென்று புரிந்தது. நடராஜண்ணனுக்கு வேறு தெரியாது. தாழம்புதர், இரயில்ரோடு, சினிமா கொட்டாய், இவற்றை விட்டால் வக்கீல்தான். நேற்று வகுப்பு முடியவில்லை இன்றும் தொடர்கிறதென்று நினைத்தேன். பொழுது சாயவில்லை. சோளக்காட்டுக்குள் நுழைந்து வரப்பு வரப்பாகப் பிடித்து நகரும்போது வெயில் கண்களைக் கூச வைத்தது. கல்லறைத் தோட்டத்தின் மதில் சுவரோரம் சைக்கிளை நிறுத்தி, ஏறிக் குதித்தோம். இன்று அவர் கவனமாய் சிலுவை மீது கால் வைக்கவில்லை. புளியம்கிளையை எகிறிப் பிடித்துத் தொங்கி ஏறினார். வெளிச்சத்திலேயே கொட்டாய்க்குள் சிலர் வந்து விட்டிருந்தனர். வரலட்சுமியும் கால்களை நீட்டிக்கொண்டு உட்கார்ந்திருந்தாள். ஒற்றை ஜடை கருநாகம் கழுத்தைச் சுற்றிக்கொண்டிருந்தது. முதுகுப்புறம் விட்டால் முதுகை உறுத்துமென்பதால், கழுத்தைச் சுற்றி முன்புறம் தொங்கவிட்டிருந்தாள்.

“வர்லாமா?” என்று கேட்டுக்கொண்டே நடராஜண்ணன் உள்ளே நுழைய அவரோடு நுழைந்தேன்.

“வாய்யா எல்லாரும் வரணுங்கிறதுதான நம்ம கொள்க. உலகத் தொழிலாளர்கள் ஒண்ணா சேரணுங்கிறதுதான நம்ம லச்சியம்” பாலாமணி நகர்ந்து உட்கார்ந்தார்.

உட்கார்ந்தோம். மத்தியில் நிறைய புத்தகங்கள் அடுக்கி வைக்கப்பட்டிருந்தன. தடிமனான சிவப்பு அட்டைகள். அந்தச் சிவப்பு அட்டைகளைப் பார்த்ததும் தனம் அத்தையின் சிவப்புக்கல் மூக்குத்தி ஞாபகம் வந்தது. எதனாலென்று தெரியவில்லை. இதுக்கும் அதுக்கும் என்ன சம்பந்தம்? தனம் அத்தையின் முகமும் மூக்குத்தியும் மனம் பூராவும் பெரிதாகத் தெரிந்தது. ஒரு மூக்குத்தி ஒரு பெண்ணின் வாழ்வை மாற்றிவிடுமா? ஏதேதோ யோசனைகள் வந்தன.

தனம் அத்தை மாறிவிட்டதைச் சிவப்புக்கல் மூக்குத்தி மூலம் காட்டுகிறாளென்று புரிந்தது.

“கண்ணப்பன வுட்டுட்டுப் போறதுக்கு வந்தன். வரலச்சுமி தோழருக்குத் தொணையா யாருமில்லியே...” நடராஜண்ணன் சொன்னார்.

“இருய்யா சத்த நேரம், இருட்டுனதும் போயிடுவ.” பாலாமணி சொன்னார்.

“பெறவு சொல்லு பழனி.”

பாதியில் நின்ற பேச்சைப் பழனியப்பன் தொடர்ந்தார். “சின்ன ஜமீன்தார் கப்பல் மாரி காரு வெச்சினு இக்கறாரு, சிங்கம் மாரி குட்குட்டா மோட்டார் வண்டி வெச்சினு இக்கறாரு. இது இல்லாம சாரட்டு வண்டியும் இக்குது, ஒத்த குதர பூட்ற மாரியும், ரெட்ட குதர பூட்ற மாரியும் இக்குது. ஆனாக்கா குட்குட்டாவையும் காரயும் எடுக்க மாட்டான். எடுத்துனு போனாக்கா, ஆளுங்க மேலயோ மரத்து மேலயோ இடிச்சினுதான் வருவான். ரெண்டு பசங்க மேல ஏத்தி சாகடிச்சிருக்கான். கெழவியோட இடுப்பொடச்சிருக்கான். பனமரத்துல முட்டியியிருக்கான். வெகாலம் புடிச்ச நாயிமாரி வேணும்முன்னே பண்ணுவான். ஒருவாட்டி அவனோட கணுக்கா எலும்பு ஒடிஞ்சிருச்சு. நெகிரிக்காட்டுக்குத் தூக்கினு போய் கட்டு கட்டினு வந்தாங்க. மூணுகட்டுல நல்லா நடக்க ஆரம்பிச்சுட்டான். அப்புறம் காரயும் குட்குட்டாவையும் வுட்டுட்டான். ரேக்ளா வண்டிதான். குதரய நம்பறான், மாட்ட நம்பறான், வாயில்லாத ஜீவனுங்க யாரயும் சாகடிக்காம எதுமேலயும் மோதிக்காம போதயில நாண்டுகிட்டாலும் வூடு வந்து சேந்துடுதுங்க.” முகத்தில் வழிந்த வியர்வையை லுங்கியில் துடைத்தான். கழுத்தையும், பின்னங்கழுத்தையும் சேர்த்துத் துடைத்தான்.

“எங்கெங்க போறான், எந்த எடத்தல மடக்கனா தோதுபடும்?” எனக் கிருஷ்ணன் கேட்டார்.

“கூட நாயைக் கூட்டினு போறானே... கிட்டக்கப் போறதுன்னா, ஓட வுட்ருவான். பின்னாடியே தொரத்தினு ஓடும். தொலவுன்னா வண்டில ஏத்தி ஒக்கார வெச்சுக்குவான். லேசுபட்டதுங்க இல்ல, செய்க காட்னாவே கொரவளய புடிச்சிடும்... நாயிங்களாட்டுமே ஜனங்களும் அவங்ககூட ஓடணும். வாலாட்டணும்னு அதட்டறான்.”

துரைசாமி குறுக்கே நுழைந்து பேசினார். “போலீஸுகாரங்க, அரசாங்கம் பண்றவங்க, கட்சி நடத்தறவங்க எல்லாருமே அவுங்களுக்கு வாலாட்றவங்களாத்தான இக்கறாங்க... நாய்ங்கள வுட்டும் பிரியறதில்ல, ராவும் பகலும் நெகுலு மாரி அவம் பின்னாடியே சுத்துது.”

“பொழுத விடியறதுக்குள்ள நாங்கல்லாம் அவன் கோட்டக்கி முன்னால வெரிசயா துண்ட வெச்சினு கும்புட்டுனு நிக்கிணும். நாயக்கூட்டினு வெளிய வருவான், நாயப்பாத்து கும்புடுற மாரிதான் இக்கும். அவன கும்புட்ட பெறவுதான் வேலய்க்கு நகரணும்.”

“ஒவ்வொரு தபா ராவுல கூத்தடிச்சிட்டு, காத்தால எழ மாட்டான். பொழுது கணக்கில்லாம வெயில்ல தீஞ்சினு நிப்போம். மண்ட தேங்கா ஓடாட்டும் காயும்... வத்தி கொளுத்தன மாரி எரியும், ஒண்ணு ரெண்டு பொம்னாட்டிங்க நிக்கறதுக்கு முடியாம ஒக்காந்துடுவாங்க. கோட்டயிலிருந்து பாத்துட்டு, நேரா வருவான். எழுந்து நின்னுட்டிருப்பாங்க. அப்பவும் கன்னத்துல அடிப்பான். ‘கொழுப்பு ஏறிப்போச்சுடி தேவிடியாளுங்கள... ஜமீன் வூட்டு சோத்த தின்னுட்டு, கொழுப்பு ஏறிப்போச்சு’ன்னு வூட்டுக்காரன் முன்னாடியே பொம்பளய பச்சயா திட்டுவான். வூட்டுக்காரி முன்னாடியே ஆம்பளய திட்டுவான்.” பழனியப்பன் கண்கள் கலங்கின. “என் வூட்டுக்காரி மாசமா இருந்தா, எம் முன்னாடியே அவள அடிச்சிட்டான்.”

“நீ கேக்கலயா?”

“கேக்க முடிமா? அவன் சோறு, அவன் துணி, அவன் எடத்துல கொட்டாயி.”

வக்கீல் கிருஷ்ணன், பழனியப்பனின் தோளில் கை வைத்தார் ஆறுதல்படுத்துவதற்காக. “பயத்திலயே ஒங்கள வெச்சினு இக்கறான். பயந்தே வாழணும், பயம் போவணும், ஒங்க எல்லாருக்கும் என்னிக்கு பயம் போவுதோ, அன்னிக்கு ஜமீன் போயிரும்.” தோளிலிருந்து கையை எடுத்தார். “வெளியே போயி ரெண்டு பீடி இழுத்துட்டு வா.”

பழனியப்பனும், துரைசாமியும் வெளியே போனார்கள்.

நடராஜண்ணன் இறுகிப்போய் உட்காரந்திருந்தார். “நானா இந்தனா அவங் கொரவளைய கட்டிச்சி மெதிமெதின்னு மெதிச்சிருப்பன், அவம் பீய்ய அவந் தின்ற வரிக்கும் வுட்டுருக்க மாட்டன்.” பற்களைக் கடித்துக்கொண்டு சொன்னார்.

“நாம இங்கிருக்கறோம்ய்யா நடராஜி! நம்மகிட்ட பக்குவமா நடந்துக்கறான். கவனனுங்ககிட்ட அதிகாரம் பண்றதில்ல. கீழ இக்கறவங்கள காலுக்குக் கீழயே மெதிச்சினு இக்கறான்.”

இருட்டு கொஞ்ச கொஞ்சமாக உள்ளே நுழைய ஆரம்பித்தது. வரலட்சுமி லாந்தரை ஏற்றினாள்.

“கூலி கேட்டு போராட்டத்தகூட இங்க நாமதான எடுக்கறோம். ஜமீன் வூட்டு ஆள்காரனுங்க எவன் நிக்கிறான். வருசத்துக்கு ரெண்டு காடா சோமம், ரெண்டு சிலாக் சட்ட, ரெண்டு துண்டு, வாரத்துக்கு ரெண்டு கட்டு வெள்ளநூல் பீடி, அம்முட்டுதான படி அளக்கறான். ஏரில வெறகு வெட்டிக்கச் சொல்றான். கெண்டய பிடிச்சுக்க வுடறான், அதுதான் ஜமீனோட கருண.”

பழனியப்பனும், துரைசாமியும் அவசரமாக பீடி இழுத்துவிட்டு உள்ளே வந்தார்கள்.

“முழுசா கேளுங்க, நாங்க ஆசபட்டு ஒரு மாங்கா பறிச்சிட்டாவோ, ஒரு கலக்கா செடிய புடுங்கிட்டாவோ,

ஒரு எளநீர தள்ளிட்டாவோ போச்சு, சாட்ட பிஞ்சிடும்." துரைசாமி சொல்லும்போது வாயிலிருந்த மிச்ச பீடிப்புகை நாற்றத்துடன் வந்தது.

"ஜமீன்தார் எங்கள சாட்டயில அடிச்சான். கன்னத்துல அடிச்சான்... வெறகுல குத்தனான், தாங்கிட்டோம். மதக தெறந்து ஒரே ராவுல ஏரித் தண்ணிய வடிச்சான். பொழுது வெடிஞ்சி ஏரிக்குப் போனா மீனுங்க மொத்தமும் செத்துக் கெடக்குது. ஒடஞ்ச கண்ணாடித் துண்டுங்கள கொட்டிட்டுப் போனமாரி கெண்டைங்க காயுதுங்க. காக்காங்களும், கழுகுங்களும் பறந்து பறந்து தின்னுதுங்க. நாத்தம் கொடல புடுங்கிருச்சு... அம்முட்டு மீனுங்க ஒரே பொழுதுல செத்துப் போச்சு. மீனுங்க தூண்டி முள்ளுல புடிச்சா அதுங்களுக்கு தொண்ட வலிக்குமுன்னு வல போட்டுதான் புடிப்போம். புடிச்ச மீனுங்கள காய வுட மாட்டோம். பானயில தண்ணி ஊத்தி அதுலதான் போடுவோம். ஆடோ, கோழியோ, கொக்கோ, மீனோ ஒரே வெட்டுதான்... வலிக்குத் துடிக்கக் கூடாது. மீனுங்க எப்புடி துடிச்சிருக்கும், அவனும் ஒரு நாளிக்குத் துடிதுடிக்கணும்." பழனியப்பன் கண்ணீரோடு சொன்னான். கண்களில் வற்றாத கண்ணீர் வருமென்றால் அழுது அழுதே ஏரியை நிரப்பியிருப்பான், மீன்களுக்காக.

"எம் ஒடம்புல மீனுங்க இருக்கு தோழரண்ணா. மீனுங்கள நல்லா துன்னுட்டுதான், வூட்டுக்காரிகிட்ட சந்தோசமா இருந்தன்." கண்களைத் துடைத்துக்கொண்டு கேட்டான். "ஜமீன்தார ஒண்ணும் பண்ண முடியாதா தோழரண்ணா... சொல்லு தோழரண்ணா."

"முடிக்கலாம்." என்றார் பாலாமணி.

கொட்டாயின் உள் அறையிலிருந்து விநாயகம் தூக்கக் கலக்கத்தில் எழுந்து தட்டுத்தடுமாறி முகப்பருவைக் கிள்ளிக்கொண்டே வெளியே வந்து, "வகுப்பு ஆரம்பிக்கலாமா?" என்றான்.

14

வரலட்சுமி, பாலாமணியின் முதுகைச் சீண்டி, "தோழர் உங்ககிட்ட கொஞ்சம் தனியா பேசணும்" என்று சொல்லிவிட்டு எழுந்தாள். பாலாமணியும் எழுந்தார். "கண்ணப்பன் தோழர் என்கூட வாங்க" என்று எனக்குக் கை கொடுத்தாள். வரலட்சுமியின் கையைப் பிடித்து எழுந்தேன். குடிலைவிட்டு வெளியே வந்தோம்.

"சொல்லுங்க தோழர், எதுவா இருந்தாலும் தயங்காம சொல்லுங்க... மாதாந்திர பிரச்சனையா? கனகா வூட்டுக்குப் போலாமா?" என்றார் பாலாமணி.

"அது இல்ல தோழர், அந்தப் பிரச்சனையை நான் பார்த்துக்கறேன். இங்க என்ன வகுப்பு நடக்குது, அதச் சொல்லுங்க. மார்க்சிய வகுப்பு எடுக்கறமா, மர்டர் எப்படி பண்றம்னு வகுப்பு எடுக்கறமா?"

"தோழர்! இப்படிப் பேசாதீங்க. கொல, மர்டர்னு எதிரிங்கதான் பேசுவாங்க. அழித்தொழிப்புன்னு சொல்லுங்க..."

"சரிங்க தோழர், என்ன வகுப்பு நடத்தறோம்? வாயைத் திறந்தாலே ஜமீன்தாரைக் கொல்லணும், ஜமீன்தாரைக் கொல்லணும்னுதான் பேசிட்டு இருக்கீங்க... அழித்தொழிப்பைப்

பேசற வகுப்பு இது இல்ல. அது செய்யும்போது செய்றவங்க மட்டும் பேசினா போதும். இங்க பேசறது ஜமீன்தாருங்க காதுவரைக்கும் போகும். ஸ்டேட்ட உஷாராக்கிடுவாங்க...”

“சரிங்க தோழர்! பாத்துக்கறன்.” என்றவர், “தனியா உங்ககிட்ட பேசணும்னு நெனச்சன்.”

“என்ன?”

“இன்னொரு நாள் பேசறன்.”

“இன்னொரு நாளும் அதைத்தானே பேசப்போறீங்க?”

“தோழர்.”

“சொல்லுங்க.”

“நல்ல மனநிலயில சொல்றன்.”

“எந்த மனநிலயிலும் எங்கிட்ட எதுவும் கேட்காதீங்க தோழர். தப்புன்னு சொல்லல... எங்கிட்ட கேக்காதீங்க... விருப்பமில்ல.” சொல்லிவிட்டுக் குடிலுக்குள் வேகமாகப் போனாள்.

வரலட்சுமி உள்ளே நுழைந்ததும், “ஜமீன்தார்கள் பண்ற அயோக்கியத்தனத்தைப் பட்டியல் போட்டு நோட்டிஸ் போடணும் தோழர்.” என்றாள்.

“நோட்டிஸ் போட்டுதான் தெரியணுமா? ஊர் உலகத்துக்கே தெரியும் தோழர்.” வக்கீல் கிருஷ்ணன் பதில் சொன்னார்.

“அவங்கள எதுத்துப் போராடறது மட்டுமே சரியான வழிமுறைன்னு தோணுது.”

“போராட்டம் கீராட்டங்கிற பேச்சே வேணாம், ஜமீன்தார சாவடிக்க வழி கேட்டா, எங்க சாவடிக்க வழி சொல்றீங்க...”

“ஒரு ஆளு ரெண்டாளுன்னா சாவடிப்பான். ஊரு ஜனமே சேந்து நின்னா ஒத்த மசுரயும் புடுங்க மாட்டான்.”

"புடுங்குவான் தோழர். என்ன பேசறீங்க? கீழ வெம்மணியில மொத்தமா எரிக்கலயா? இங்க இன்னும் சாதுர்யமா செய்வானுங்க... மகா சிவராத்திரிக்கு அஞ்சி சினிமா எலவசம்னு சொல்லி மொத்த ஜனங்களயும் சினிமாக்கொட்டாயில அடச்சி வெச்சி எரிச்சுடுவான்."

வரலட்சுமியின் பேச்சு எடுபடாமல் போனது, அழித்தொழிப்பில் ஆர்வமாக இருந்தார்கள்.

"ஜனங்க மத்தியில ஜமீன்தார அம்பலப்படுத்தணும் தோழர். கட்சி என்ன சொல்லுது, மக்கள் யுத்தமாவும், மக்கள் புரட்சியாத்தான் பண்ணச் சொல்லுது." பாலாமணி சொன்னார்.

"எதுக்கு அம்பலமாக்கினு... வெசப் பாம்புன்னு ஜனங்களுக்கே தெரியும். அம்பலம் பண்ணா, போலீஸானுங்க வந்து ஜமீன்தார சுடப் போறானுங்களா? பஞ்சாயித்துல தண்டிக்கப் போறாங்களா? பாருங்க தோழரண்ணா... கச்சில நாங்க வந்து சேந்தது ஜமீனை முடிப்பீங்கன்ற நம்பிக்கயிலதான். கச்சியால முடியாதுன்னா போயிடறோம். ஜமீன்தார் காலடிக்கே போயிடறோம்... விதின்னு அவங்களுக்கு அடிமயா ஒழச்சிட்டு ஒரு நா மாண்டு போறோம்." பழனியப்பன் விரக்தியாய்ப் பேசினார்.

தொண்டையைக் கனைத்துக்கொண்டு பழனியப்பன் தொடர்ந்தார்.

"நாங்க இழி ஜாதியில பொறப்பெடுத்துட்டோம் தோழரண்ணா. ஜமீன்தார் சண்டாளன் எங்க ரத்தத்தயும், வேர்வ தண்ணியும் குடிக்கிறான்னா. மத்த ஒசந்த ஜாதிக்காரங்களும் உசுரயும் மானத்தயும் பச்சயா தின்றாங்க. எங்களாட்டும் ஆள் செய்ற குடியானவங்களுக்கு ஒரு மாரியாவும், எங்களுக்கு ஒரு மாரியாவுந்தான் ஆண்டமாருங்க படி அளக்கறாங்க. கரும்பு வெட்டுக்குக் கூப்டறாங்க, ஆனா வெல்லங்காய்ச்சறதுக்குக் கிட்ட சேத்த மாட்டன்றாங்க... எங்க கைபட்டா ஜாதி ஒட்டிக்குதாம். காவாயில ஓடற தண்ணில எங்கள மூஞ்சி கழுவக்

கூடாதுன்றாங்க. ஒசந்த ஜாதிக்காரங்க வெளிக்குப் போயிட்டு வந்து காவாயிலதான் கழுவறாங்க. குடியானவங்களுக்குப் பூரா பீடி சுத்தற வேல வந்துருச்சு. நாங்க பீடி சுத்தறம்னு கேட்டா தர மாட்டாங்களாம். நாங்க சுத்தன பீடியை அவங்க தொட மாட்டாங்களாம், வாயிலயே வெக்க மாட்டாங்களாம்.”

என்ன ஆறுதல் சொல்வதெனத் தெரியவில்லை. நெஞ்சத்தில் கண்ணாடி நொறுங்கின மாதிரி, சொல்ல முடியாத வலியொன்று நொறுக்கியது.

வரலட்சுமி நகர்ந்து பழனியப்பனின் கைகளைப் பிடித்துக்கொண்டாள். “இங்க ஒசந்த ஜாதி, தாழ்ந்த ஜாதி இல்ல தோழர்! இந்த மண்ணுல கம்யூனிசம் ஜெயிக்கும். வர்க்கப் போராட்டம் வெல்லும். ஆண்டான் அடிம பாகுபாடு மட்டுமில்ல, ஒசந்த ஜாதி, தாழ்ந்த ஜாதி பாகுபாடும் இருக்காது” எனக் கைகளை இன்னும் இறுக்கிப் பிடித்தாள்.

“நாக்கு வறண்டு போயி தாகம் எடுத்தாலும், யார்கிட்டயும் தண்ணி கேக்கறதில்ல. புழக்கட தண்ணிய கொண்டாந்து கொட்டாங்கச்சில ஊத்தித் தர்றாங்க. கல்யாணத்துக்குப் போனா எச்செல போடற எடத்துல நிக்கணும். மீந்தா போடுவாங்க, இல்லன்னா தொரத்துவாங்க. பொதுக் கெணத்துல தண்ணி சேந்த வுடறதில்ல. யார்னா சேந்துரப்போ ஒதுங்கி நிக்கணும். அவங்க சேந்தி ஊத்தனாத்தான் ஆச்சி” துக்கத்துடன் சொன்னார்.

வரலட்சுமி ஜடையைப் பின்பக்கம் போட்டுவிட்டு உட்கார்ந்த நிலையிலேயே நகர்ந்து, “பொதுவுடமைக்கு முன்ன பொது ஜாதி வேணும் தோழர்! என் ஜாதியைச் சொல்லிட்டு எந்தத் தோழர் வூட்டுக்குள்ளயாவது நொழய முடியுமா? எங்க போனாலும் என்னா ஜாதின்னு கேக்கறாங்க... பொய் சொல்றன் தோழர். கீழ் ஜாதி பேர மறச்சி, ஒசந்த ஜாதின்னு சொல்லித்தான் கம்யூனிஸ்ட்டுகள் வூட்டுக்குள்ளயே நொழயறன். எந்தத் தோழர் வூட்டுக்குள்ளயாவது என் ஜாதிய சொல்லிட்டுப் போவ முடியுமா? அது எம்முட்டு பெரிய்ய கஷ்டம் தெரியுமா

தோழர்? செத்தாலும் உங்களுக்கு அந்தக் கஷ்டம் தெரியாது." அரிகேன் விளக்கொளியில் கண்களின் கோபம் குடிலெங்கும் பரவுகிற மாதிரி சுடர்விட்டது. "என் ஜாதியைப் பகிரங்கமா சொல்லி மேல் ஜாதிக்காரங்க வூட்டுக்குள்ள என்னைக்கு நுழைய முடியுதோ, என்னைக்கு என் ஜாதியைச் சொல்லி பொது எடத்துல சமமா உட்கார முடியுதோ, அன்னைக்குதான் விடுதலை தினம்."

பழனியப்பனும், துரைசாமியும் கைகளைத் தட்டினார்கள். அவர்களோடு பாலாமணியும், கிருஷ்ணனும் கைகளைத் தட்டினார்கள். "உன் கையால கஞ்சிசோறு காய்ச்சிங்க தோழர். ஜாதியை இங்கிருந்து ஒழிப்போம்" கிருஷ்ணன் விரல்களை மடக்கிக் கையை உயர்த்தினார்.

"தோழர்! பெண்ணடிமையும் ஒழியணும், சோத்த ஆண்வர்க்கம் பொங்கட்டும்."

"அரிசியை அலசி மட்டும் தாங்க தோழர். அது மட்டும் எனக்கு வரல, இல்லின்னா ஒவ்வொரு வாய் சோத்துக்கும் கல்லு மாட்டும், பல்லு ஒடஞ்சிடும்."

கொஞ்சநேரம் அமைதியான சூழல் நிலவியது. எல்லோரும் வெளியே சென்றுவிட்டார்கள். வரலட்சுமியும் நானும் மட்டும் இருந்தோம். தண்ணீரில் அரிசியைக் கொட்டி, கையைவிட்டுக் கலக்கினாள். இந்தக் கைகளிலிருந்து ஜாதியெனும் தீட்டு அந்தத் தண்ணீருக்குள்ளும், அரிசிக்குள்ளும் எப்படி நுழையுமென்று யோசித்தேன். மற்ற பெண்களைவிட வரலட்சுமியிடம் வேகம் தெரிந்தது. விசிறியை விசுறுவதைப் போன்று கையை வீசிவீசி அலசினாள். அம்மாவோ, கனகா அண்ணியோ இப்படி வேகமாக அலச மாட்டார்கள்.

அம்மா புகையிலையை அதக்கிக்கொண்டே யாரையாவது வசைபாடிக்கொண்டுதான் அலசுவாள். அப்பா தின்னும்போது எப்படியாவது கல்லோ, மயிரோ சிக்கிக்கொள்ளும். "நொப்பன் கையிலயே வெச்சிருப்பாப்ள. சோத்துல போட்டு சண்ட

இழுக்கறதுக்கு.” என்பாள். அடிச்சோற்றில் கல் நிற்குமென்று அவளே வைத்துக்கொள்வாள். மேல் சோற்றைத்தான் எங்களுக்குப் போடுவாள்.

வரலட்சுமி அரிசி அலைக்கும்போது உடம்பு மரக்கிளையை ஆட்டிவிட்ட மாதிரி ஆடியது. “பாட்டு ஒண்ணு பாடவா?” என்று கேட்டுவிட்டுப் பாடினாள். பாட்டு புரியவில்லை. அது வனங்களின் பாடலாக இருந்தது. வனங்களில் மரங்களையும், விலங்குகளையும், பறவைகளையும் வேட்டையாடும் அரக்கர்களைப் பற்றிய பாடல். கடைசியில் மனிதர்களையும் வேட்டையாடி கடவுள்களின் தூதுவர்களாகத் தங்களைக் காட்டிக்கொண்டார்கள் அந்த அரக்கர்கள் என்று சொல்லும் பாடல். அனேகக் காட்டு விருட்சங்களின் பெயர்களும், மலர்களின் பெயர்களும் கொடிகளின் பெயர்களும் அப்பாடலில் வரும். சினிமாப் பாடல் பதிவதைப்போல் அப்பாடல் அப்போது பதிவாகவில்லை.

பாவாடையும், தாவணியும் ஈரமாகாமலிருப்பதற்காக, முழங்காலிற்கு மேலே துணிகளை மடித்துச் சுருட்டி விட்டுக் கொண்டு ‘சலக் சலக்’கென்று இடது கையால் சட்டியை ஆட்டி ஆட்டி வலது கையால் அரிசியை அள்ளி அள்ளி இன்னொரு சட்டியில் போட்டாள். கால்களில் ஆண்களின் கால்களில் தெரிவதைப் போல் மயிர்கள் இருந்தன. அரிக்கேன் விளக்கொளியில் மயிர்களும் அதன் நிழல்களும் சேர்ந்து அடர்ந்த மாதிரி தெரிந்தது.

பாலாமணி உள்ளே வந்து அரிசி சட்டியில் தண்ணீர் ஊற்றி வெளியே எடுத்து போனார். நீளநீளமாய் பத்து பச்சை மிளகாய் சந்தை, உப்பு கைப்பிடி அளவு, அரிந்த இரண்டு தக்காளிக்காய்கள் போட்டார்கள். வாசலில் அடுப்பு இருந்தது. சோளத்தட்டுகளைப் போட்டுப் பற்ற வைத்ததும் திகுதிகுவென்று பற்றி எரிந்தது. சோறாவதற்குள் ஆமணக்கு இலைகளைப் பறித்து வந்தார்கள். இலையின் வாசம் நன்றாக இருந்தது. சோறு வெந்ததும் கோணிப்பை பிடித்து சோத்துப்பானையைத் தூக்கி வந்தார்கள். சோறு புது மணம் வீசியது.

சூடான ஆவி பறக்க இரண்டு இலை, மூன்று இலை சேர்த்துவைத்து அதில் சோற்றைப் போட்டார்கள். கைக்கும், வாய்க்கும் சூடு வைத்த மாதிரி, கொஞ்ச கொஞ்சமாக அள்ளி அள்ளி தின்னத் தொடங்கினோம். அம்மா இப்படிச் செய்ததில்லை. உப்பு மட்டும்தான் போடுவாள். தனியாக பச்சைப்புளி கரைப்பாள். சோற்றிலேயே பச்சை மிளகாயும், தக்காளியும் போட்டு ஆக்கினதில்லை. தின்னும்போதே தூக்கம் வந்துவிட்டது. கைகழுவ வெளியே வரும்போது பெரும் இருட்டு மட்டுமே தெரிந்தது. எது புளியந்தோப்பு, எது கல்லறைத் தோட்டம் என ஒன்றுமே தெரியவில்லை. என்னோடு வரலட்சுமியும் வந்தாள்.

“ஒண்ணுக்கு வருது.” என்றேன். “எனக்குந்தான், இருட்டுல வழி வாய்க்கா தெரியல.” என்று என் கையைப் பிடித்துக் கொஞ்சதூரம் அழைத்துப் போனாள். நிழலாய்ச் செடி கொடி தெரிகிற மாதிரி இருள் பழக வந்தது. “இங்க உக்காரலாம்.” கூச்சப்படாமல் பாவாடையைத் தூக்கிக்கொண்டு உட்கார்ந்தாள். எதிர் திசையில் திரும்பிக்கொண்டேன். “ஒக்காரு கண்ணப்பன் தோழர்.” என்றாள்.

எனக்குக் கூச்சமாக இருந்தது. நாள் பூராவும் அடக்கி வைத்திருந்தாளோ என்னவோ? ரொம்ப நேரம் எடுத்துக்கொண்டாள். பெண்கள் பாவம்தான், என்ன அவசரமாக இருந்தாலும் ஆம்பிளைங்க மாதிரி போக முடியாது. இருட்டாகிற வரைக்கும் காத்திருக்க வேண்டும். வரலட்சுமி எழுந்து கொஞ்சம் தள்ளி நின்றாள். நான் நின்று எதிர்புறம் திரும்பினேன். சர்சர்ரென்று என்னவோ ஓடியது. பாம்போ, ஓணானோ, அரணையோ, எலியோ தெரியவில்லை. உடம்பில் ஒரு பய அதிர்வு வந்து போனது. கீரிப்பிள்ளையாக இருக்காது, அது ஓடியிருந்தால் சலசலப்பு அதிகமாக இருந்திருக்கும். தவளையென்றால் எகிறிக் குதிக்கும், இப்போது ஓடினது என்னவாக இருக்குமென்று யோசித்துக்கொண்டு நடந்தேன். வரலட்சுமிக்கும் பயம். அதைக் காட்டிக்கொள்ளாமல் என் தோள்மீது அழுத்தி கையை வைத்துக்கொண்டாள். வரலட்சுமி

என்னைவிட ரொம்பவும் உயரம், அவளின் மார்புவரைதான் வளர்ந்திருந்தேன். தனம் அத்தையும் கூட உயரம்தான்.

வெளியே நின்று பீடி இழுத்துக் கொண்டிருந்தார்கள். திடீரென புளியங்காற்று வீசுவதும், கொஞ்சநேரம் மூச்சுவிடவும் காற்று இல்லாமல் போவதுமாக இயற்கை விளையாடிக் கொண்டிருந்தது.

எல்லோரும் வெளியே இருக்கும்போது, குடிலுக்குள் சட்டியுருள்கிற சத்தம். கொல்லியில் ஓடினது குடிலுக்குள் வந்துவிட்டதாவென்று எட்டிப் பார்த்தேன். விநாயகம் தூக்கம் முடித்து சட்டியை வழித்துக்கொண்டிருந்தார்.

“ஆண்டய எதுத்து மக்கள் போராடறதுக்கு ஆயிரம் வருசமாகுது. ஆனா ஆண்டைங்க ஆயிரம் வருசமா எச்சரிக்கையாவே இருக்கான். அவன் நமக்கும் முன்னே ஆயுதம் வெச்சிருக்கான். எழவுடாம நசுக்கறான். எழுந்துடப் போறோம்னு நசுக்கிக்கிட்டே இருக்கான்.” பாலாமணி சொல்லிக்கொண்டிருந்தார்.

“ஆயிரம் பேர் யாரோ ஒருத்தங்கிட்ட ஆயிரம் வருசம் பயந்து சாகறோம், ஏன்னா ஆயிரம் பேரும் எணையல.” கிருஷ்ணன் பதில் தந்தார்.

“தோழர்! நேத்தே வகுப்பு நடக்கல, இன்னைக்காவது...” என்றாள் வரலட்சுமி.

“ஆமாம் தோழர்... பத்துப் பேராவது வருவாங்கன்னு பாத்தன். ராமலிங்கம் தோழர், சூடாமணி தோழர், சின்னத்தம்பி தோழரெல்லாம் வர்ரன்னாங்க.”

“அவங்க வர மாட்டாங்கய்யா. படிச்சவங்க, உத்தியோகம் பண்றவங்க புஸ்தகம் தந்தா படிச்சிக்கிறாங்க. தலமை சொல்ற மாரியெல்லாம் பாடம் எடுத்தா இஸ்கூல் பசங்க பயப்படற மாரி, எல்லோரும் பயந்தோடுவாங்க. வர மாட்டாங்க. அவங்க எதிர்பாக்கறது ஒரே விசயந்தான். புள்ளகுட்டி பசியில்லாம வாழணும். மூனு வேள கஞ்சி குடிக்கணும். பணம் கேக்கல,

நெலம் கேக்கல, நக கேக்கல, நாலு பசங்க துணிச்சலா சேந்து இருக்காங்க. ஜமீன்தார் மாரி அரக்கர்களைக் கொன்னுடுவாங்க. பணக்காரங்ககிட்ட மல மாரி குவிஞ்சிருக்கிற நெல்லயும் கேவுரையும் ஏழைங்களுக்குப் புடுங்கித் தந்துடுவாங்கன்னு நம்பறாங்க, கூழோ கஞ்சோ ஊத்துவோம்னு வர்றவங்ககிட்ட இஸ்கூல் நடத்தறன் வான்னா வருவாங்களா? இது மார்க்ஸ் எழுதுன புஸ்தகம். இதப் படிச்சாதான் உங்க வாழ்க்க மாறும்னா ஒருத்தரும் வர மாட்டாங்க...” பாலாமணி சொல்லிவிட்டுக் குடிலுக்குள் நுழைந்தார். அவரை மற்றவர்கள் பின்தொடர்ந்தார்கள்.

விநாயகம், சட்டியைக் காலி செய்து, வெளியே எடுத்துப் போனார்.

அவரவர்கள் உட்கார்ந்திருந்த இடத்தில், பள்ளி மாணவர்களைப் போல் உட்கார்ந்தார்கள்.

“சித்தாந்தம் இல்லாம செயல்படறதுக்கு நாம கொள்ளைக் கூட்டம் இல்ல. பணக்காரன கொல்றதுக்கும், அவன் வெச்சினு இக்கற பொருளையெல்லாம் கொள்ளையடிச்சினு வந்து ஏழைங்ககிட்ட தர்றதுக்கும் நாம ஒண்ணா கூடல. நமக்கு ஒரு இயக்கம் இருக்கு. நம்மை வழி நடத்தறது மார்க்சிய லெனினிய சித்தாந்தம். அந்த சித்தாந்தத்த மக்கள்கிட்ட சொல்லணும். மக்கள அணிய தெரட்டணும். ஒட்டுமொத்த மக்களும் கம்யூனிஸ்ட்டாகணும்...” கிருஷ்ணன் கோபத்துடன் சண்டை போடுகிற மாதிரி பேசினார்.

“பசிக்குது கஞ்சி ஊத்துன்னு கேக்கறவங்ககிட்ட ஒக்காரு சித்தாந்தம் சொல்றேன்னா ஆகுமா?”

“வெவரம் தெரியாதவன் பேசற மாரி பேசறய்யா பாலாமணி. இந்த உலகத்திலேயே கம்யூனிசத்தால மட்டுந்தான் பொதுவுடம சமுதாயத்த உருவாக்கும்.”

விநாயகம் மூக்கைத் தேய்த்துக் கொண்டு உள்ளே வந்தார். ஏதோ சொல்ல வாயெடுத்தவரை பெரிய ஏப்பம் தடுத்தது. ஏப்பத்தை

செலுத்திவிட்டு, "தோழர்! நீங்க ரெண்டு பேரும் வெளியே போய் சண்டை போடுங்க... வகுப்பு தொடங்குது." என்றார். சில நிமிடங்கள் அமைதி நிலவியது. எனக்குத் தூக்கம் வந்தது. இன்னைக்கு வயிற்றுக்கு அளவுக்கதிகமான லோடேறிவிட்டது.

"இந்தச் சமுதாயம் எப்படியெல்லாம் வளந்து வந்திருக்கிறதென்றால் ஆதிகாலச் சமுதாயம், ஆண்டான் அடிமை சமுதாயம், நிலப்பிரபுத்துவ சமுதாயம், முதலாளித்துவ சமுதாயம், காலனி ஆதிக்கச் சமுதாயம், ஏகாதிபத்திய சமுதாயம் என்று பலவகையான சமுதாயங்கள் வளர்ந்திருக்கிறது. மனித உயிர்கள் தோன்றிய காலத்துல இருந்து இப்படி நம்ம சமுதாய அமைப்பு வர்க்கபேதத்தோடவே வலுவா உருவாகி இருந்திருக்கு. எல்லா சமுதாய அமைப்புலயுமே, வசதியா, செல்வாக்கா வாழ்ந்தவங்க ஒரு பக்கம், அவங்களுக்கு அடிமயா, பசியிலயும், பஞ்சத்தலயும் வாழ்ந்தவங்க இன்னொரு பக்கம். சமுதாய அமைப்பு மாறி வந்தாலும் வர்க்க பேதம் மாறவே இல்ல. உழைக்கும் வர்க்கம் உழைக்கணும் உழைச்சிட்டே இருக்கணும், செல்வச்செழிப்போட வாழ்ற வர்க்கம் சொகமா வாழ்ந்துட்டே இருக்கணும். இதுதான் உலகம் தோன்றின காலத்துல இருந்து நடக்குது. வர்க்கபேதமே இல்லாத சமுதாயம் எதுன்னா சோசலிச சமுதாயம். சோசலிச சமுதாயம்னா என்ன?"

நன்றாகத் தூங்கிவிட்டேன். ஆழ்ந்த தூக்கம். அதன்பிறகு விநாயகம் எவ்வளவு நேரம் பேசினார், என்ன பேசினார்? மற்றவர்கள் என்ன பேசினார்கள் எதுவும் தெரியாது. வரலட்சுமி என்னை எழுப்பும்போது, என்னால் எழ முடியவில்லை. யாரோ எழுப்புவது தெரிகிறது. தூங்கிக்கொண்டேதான் நின்றேன். என்னை வரலட்சுமி உலுக்கி எடுத்தாள். "அக்கா தூக்கம் வருதுக்கா"

"கொஞ்சம் வாயேன், கொல்லிக்கா போகணும். தொணைக்கு வாப்பா" என்றாள்.

பாதித் தூக்கம் கலைந்தது.

குடிலிலிருந்து வெளியே இழுத்து வந்தாள். இருட்டு விலகவில்லை. மேற்கே வெள்ளி தெரிந்தது. அம்மா எழுந்து பயிர் நடவுக்குப் போகிற நேரம். தூரத்தில் சேவல் கூவியது.

“இருட்டுலயே போனாத்தான்... வெடிஞ்சா போவ முடியாது.” என்றாள்.

தூக்கம் விலகியது. மற்றவர்கள் யாரும் இல்லாததை அப்போதுதான் உணர்ந்தேன்.

“எல்லோரும் போயிட்டாங்களாக்கா?”

“வருவாங்க.”

கல்லறைத் தோட்டம் ஒட்டி கம்பங்காட்டிற்கு அழைத்துப் போனாள். அறுவடை முடிந்த கொல்லையாக அது மட்டும்தான் இருந்தது. கம்பந்தட்டுகளையும் துவரை மண்டைகளையும் வெட்டி, வரப்பைத் தாண்டி குன்றுகளைப் போல் அடுக்கி வைத்திருந்தார்கள். அடுப்பெரிக்கப் பஞ்சமில்லை. ஊர்கவுண்டர் நிலம்.

“பாத்துப் போங்க தோழரக்கா. தொவரமோட்டும் காம்பமோட்டும் புடுங்காம வுட்டுருக்காங்க. பாக்காம ஒக்காத்தீங்கன்னா கத்திமாரி சதக்குனு ஏறிடும்.” கம்பந்தட்டையும், சோளத்தட்டையும், துவரமண்டையும் வேர்க்கடலையைப் பிடுங்குகிற மாதிரி வேரோடு பிடுங்க மாட்டார்கள். ஒரு அடி நீளத்திற்கு விட்டுவைத்துதான் வெட்டுவார்கள். மழை பேய்ந்து நிலம் ஈரமாகும்போது பிடுங்கினால் ஒரு இழுப்பிற்கு மண்ணைவிட்டு வந்துவிடும். கெட்டி மண்ணிலிருந்து பிடுங்க முடியாது. பிடுங்க முடியாதபோது ஏர் ஓட்டி பெயர்ப்பார்கள்.

வரலட்சுமிக்கு நடுக்கொல்லைக்குப்போவது, பாதி இருட்டிற்குள் முழு இருட்டு நடந்து போவது போல் தெரிந்தது. வரலட்சுமியின் நிழல் மட்டும் நடந்து போவது போலவும் தெரிந்தது. கீழே குனிந்து கால்களால் மோட்டுகளை மிதித்து மிதித்து அழுத்திவிட்டு துணியைத் தூக்கி உட்காரும்போது, நான் வேறு

திசையில் திரும்பிக்கொண்டேன்.

வெள்ளிமீனைப் புளியந்தோப்பு மறைத்தது. இரயில்வே ஸ்டேஷனுக்கு மேலே வெளிச்சம் தெரிந்தது. அத்தனை பெரிய ஏலகிரி மலையை இருட்டு மறைத்தது. வரலட்சுமி ரொம்ப நேரம் உட்காரவில்லை. போன மாதிரி வந்துவிட்டாள். குடிலுக்குப் பின்புறமிருந்த புழக்கடையில் கால் கழுவிக்கொண்டு வந்தாள். “வாய்யா தூங்கலாம்.”

எனக்குத் தூக்கம் போய்விட்டது. ஆனாலும் என்ன செய்வது, எல்லோரும் எங்கே போயிருப்பார்கள்... அந்த வெடிமருந்து நாற்றமடித்த பையும் கூடக் காணவில்லை. அதே இடத்தில் போய் முடங்கினேன். வரலட்சுமி தாவணியை அவிழ்த்துப் போர்த்திக்கொண்டு என் பக்கத்தில் படுத்தாள். என்னைச் சேர்த்து அணைத்துக்கொண்டாள். எனக்கும் சேர்த்து தாவணியைப் போர்த்தினாள். “என் தம்பியும் நானும் இப்படித்தான் படுத்துக்குவோம்” வயிற்றில் கையைப் போட்டாள்.

ஏலகிரி மலையின் திசையிலிருந்து வந்த பெரிய வெடிச் சத்தத்திற்கு இருவருமே பயந்தோம். ரொம்பவும் இறுக்கிப் பிடித்துக்கொண்டாள். அடுத்தடுத்து இடியைப் போல் வெடிச்சத்தம் செவிகளில் மோதிக்கொண்டே இருந்தது. நாலாபுறமும் நாய்கள் குரைத்துக்கொண்டே இருந்தன.

15

சுற்றுவட்டாரத்தில் நாலாபுறமும் ஜமீன்களின் ஆளுமையை சிலந்திகளின் பின்னல்கள் போல நிறுவப்பட்டிருந்தன. ரெட்டியூர் ஜமீன், மிட்டூர் ஜமீன், திரியாளம் ஜமீன், பொன்னேரி ஜமீன் எனச் சுத்துப்பட்டியெல்லாம் விளிம்புநிலை மக்களின் உழைப்பையும், இரத்தத்தையும் உறிஞ்சும் கோட்டும் சூட்டுமணிந்த அகோரிகளாய் ஜமீன்தார்கள் ஆளுமையைக் கட்டமைத்துக் கொண்டிருந்தார்கள். நிலமும் அவர்களுக்குச் சொந்தமாக இருந்தது. நிலத்தின் வளங்களையும் அவர்களுக்கே சொந்தமாக்கி அபகரித்தார்கள். அவர்களால் ராஜபோகமாக வாழ முடிந்தது. விலையுயர்ந்த இன்பங்களை விலைக்கு வாங்கியும் அனுபவிக்க முடிந்தது. மற்றவர்களுக்கானதைப் பறித்து தனதாக்கியும் அனுபவிக்க முடிந்தது. மது வகைகள் அத்தனையும் அருந்தியறிந்தார்கள். மங்கை வகை அத்தனையும் புணர்ந்தறிந்தார்கள், சூது வகை அத்தனையும் ஆடியழிந்தார்கள். மாமிச வகை அத்தனையும் ருசித்தறிந்தார்கள். அதிகாரமத்தனையையும் ஆண்டறிந்தார்கள்.

புண்ணிய பூமி பொன்னாக விளைந்தது. பாவப்பட்ட மனிதர்கள், கரைத்த கஞ்சிக்கும், தள்ளு பீடிக்கும், உருண்டைக் களிக்கும் வருடத்திற்கிரண்டு சோடி உடுப்புக்கும் மாடாய் உழைத்தார்கள். ஒரே வித்தியாசம்தான் மாடுகள் கோவணம்

கட்டாது. இவர்கள் மானத்தை மறைப்பார்கள். மானமென்பது குறிகளை மறைப்பது மட்டுமேதான் என்றிருந்தார்கள்.

ஜமீன் வீடுகள் கோட்டைக் கொத்தளமாக மலையைப் பார்ப்பதைப்போல் ஓசந்திருக்கும், ஒரு ஜமீன் பங்களா என்பது ஒரு கிராமம் என்று சொல்லுமளவிற்குப் பரந்திருக்கும். பங்களாவைச் சுற்றிக் கட்டப்பட்ட பெரிய மதில் சுவரானது மத்திய சிறைச்சாலையைச் சுற்றியெழுப்பப்பட்ட மதில்சுவரைப் போன்று உயர்ந்திருக்கும். உள்ளே என்ன நடந்தாலும் வெளியே தெரியாது. கன்றுக்குட்டிகள் மாதிரியான நாய்களை வளர்த்து, மிருகக்காட்சி பூங்காக்களில் சிங்கம் புலிகள் சுற்றுகிற மாதிரி பங்களாவிற்குள் நாய்கள் சுற்றித் திரிந்துகொண்டிருக்கும். அதற்கு மாட்டிறைச்சி சமைத்துப் போடுவது மட்டுமே வேலையாக நாலு பேர் உடம்பில் கறியற்று கைதிகளைப் போலவே நாய்களோடு வாழ்வைக் கழித்தார்கள். ஜமீன் பங்களாக்களுக்கு வெள்ளைக்காரன் இங்கிலீஷை மட்டுமே தரவில்லை; இங்கிலீஷ் நாய்களையும் சேர்த்தே தந்திருந்தான். அதுகளும் இடுப்புவலிக்குக் கத்தும் தலைப்பிரசவப் பெண்களின் கூப்பாடு போலவே குறைத்துக்கொண்டே சுற்றும்.

உள்ளே மனிதர்கள் யாராவது இருக்கிறார்களா, இல்லையா என்பதைக்கூட கண்டுபிடிக்க முடியாது. நாய்கள் இருப்பது மட்டுமே ஊளைக்குரல்களில் வெளிப்படும். ஜமீன் பங்களாவின் நான்கு புறத்திலும் நாலு சாதி மக்கள் கொத்தடிமைகளாய் நசுங்கிக் கொண்டிருந்தார்கள். எல்லோருமே விளிம்பு நிலையில் தாழ்த்திவைக்கப்பட்ட சமூகங்களாகவே இருந்தார்கள்.

ஜமீன்தாரி ஆண்கள் ஐம்பது ஆண்டுகளுக்கு முன்பு வரை வயசுக்கு வந்த பெண்களை போனி பண்ணும் சடங்கு எனும் கொடூரத்தை நிகழ்த்தி வந்திருக்கிறார்கள். காலம் காட்டிய அச்சுறுத்தலில் இப்போது விஷக்கால்களைக் குறுக்கிக் கொண்டிருக்கிறார்கள். ஆனால் முற்றிலும் ஒழிந்ததென்று சொல்ல முடியாது. வெளியில் வாலைச் சுருட்டிக்கொண்டாலும் பங்களாவைச் சுற்றியுள்ள மக்களிடம் மட்டும் கொடுமைகளைத்

தொடர்ந்திருக்கிறார்கள். வயசுக்கு வந்துவிட்டாலே சிறுமியாக இருந்தாலும் பெரிய மனுஷியாகி விட்டாள் என்பார்கள். பெரிய மனுஷியாக்கி விடுவார்கள்.

பச்சை ஓலை கட்டி, குடிசைக்கு வெளியே உட்கார வைத்து, அந்த இளங்குருத்துக்குச் சடங்குகள் ஆரம்பிப்பார்கள். பதினைந்து தினங்கள் குடிசைக்கு வெளியே உட்கார வைத்திருப்பார்கள். இந்தச் சடங்குக்குப் பெயரே உட்கார வைத்தல்தான்.

"முனியாத்தா நடுப்பொண்ணு ஊளமூக்கி ஒக்காந்துட்டாலாண்டி."

"அதான் ஒரு மாரியா கெடந்தா..."

"மதமதன்னு இந்தாய்யா முனியாத்தாவும் பயந்துன்னே கெடந்தா..."

பெரிய மனுஷியாகிவிட்ட சின்ன மனுஷிக்கு உணவு முறைகளும் பதினைந்து நாட்களுக்கு மாறும். பாலும், முட்டையும், சம்பா அரிசியும், பழங்களும் முந்திரிப்பருப்பும் வரும். வெல்லம், தேங்காய், கடலை, நெய், இனிப்பு பலகாரமெல்லாம் ஜமீன்தார் பங்களாவிலிருந்து கூடையில் வந்துவிடும். ரிப்பன், வளையல், முகம் பார்க்கும் கண்ணாடி, சாந்து, சீப்பு, தேங்காய் எண்ணெய் போன்ற அழுகேற்றும் வகையறாக்களும் வந்துவிடும். கொஞ்சம் அழகாகப் பிறந்தவளென்றால் கவனிப்பு கூடுதலாக இருக்கும். நிலவைப் போலத் தண்ணீரில் மட்டுமே முகம் பார்த்தவள் இனிமேல் கண்ணாடியிலும் முகம் பார்ப்பாள். ஐந்து பெண்கள் சூழ்ந்து நின்று தண்ணீர் ஊற்றுவார்கள். உடலையும் புத்தியையும் இசைவதற்கும், இசைப்பதற்கும் தேர்ச்சி செய்வார்கள். பச்சையோலையில் உட்கார்ந்திருக்கும்போதே மணமகனையும் பிடித்து விடுவார்கள். முதல் உரிமை, தாய்மாமனுக்கு. தாய்மாமனுக்குத் திருமணமாகிவிட்டிருந்தால் அடுத்த இடத்தில் அத்தை மகன், சில பெண்களுக்கு நான்கைந்து தாய் மாமன்களும், நான்கைந்து அத்தை மகன்களும் போட்டியிடுவதுண்டு. அது வெட்டுக்குத்தாகவும் மாறும்.

முறைப்பெண்ணிற்காகக் கொலை பண்ணிவிட்டு சிறை வாழும் பாவப்பட்ட தாய்மாமன்களும் உண்டு. ஆசைப்பட்டவன் சிறை போனான், பேராசைப்பட்டவன் செத்தே போனான் என்பார்கள்.

போட்டியே இல்லாமல் ஒரே தாய்மாமன் இருந்து அவன் ஏற்கெனவே திருமணமாகி இருந்தாலும் அவனுக்குப் புதிதாகச் சமைந்தவளையும் விடாமல் மன ஆசைக்குப் பலியிட்டு இரண்டாம் திருமணம் புரிவது சாதாரணமாக நடக்கும் சம்பிரதாயம். எப்படியோ, யாரோ ஒருவருக்கு, பெண்ணை வீட்டிற்கு அழைக்கும்போதே முடிவெடுத்து கங்கணம் கட்டிவிடுவார்கள். மூன்று மாதங்களுக்குள் தாலியேறிவிடும். அதற்குள் அந்தரங்கப் பாடங்கள் பயிற்றுவிக்கப்படுவாள்.

திருமணத்திற்குச் சில நாட்களுக்கு முன்பு ஜமீன் வீட்டிலிருந்து சீர்வரிசை வழங்கும் சம்பிரதாயம், நீண்டகாலம் முறை தவறாமல் தொடர்ந்து வந்தது. அன்று அப்பெண்ணைத் தயார்படுத்தும் விதம் பெண்களுக்கு மட்டுமே புரிந்த ரகசிய சம்பிரதாயம். அத்தை முறையானவர்கள் சூழ்ந்து தண்ணீர் ஊற்றுவார்கள், களிமண்ணைக் குழைத்து பிள்ளையார் பிடிக்கிற மாதிரி சிற்றுடலைப் பிசைந்து பிசைந்து பிடிப்பார்கள். பாசிப்பருப்பும், கடலை மாவும், சந்தனக்கட்டியும், மஞ்சளும், மரிக்கொழுந்து பொடியும் சேர்த்தரைத்த கலவையை உடல் முழுக்கப் பூசுவார்கள். ஆடையேதுமில்லாமலிருப்பதற்கே உடம்பு முழுவதும் புளியங்காயைக் கடித்த மாதிரி கூச்சமேற்படும். எங்கெங்கு கூச்சம் அடர்ந்திருக்குமோ அந்த இடத்திலெல்லாம் தேய்த்துவிடுவார்கள், உயிர் கரைவது போன்றிருக்கும்.

“வுட்ருங்கியா... அத்தி ரெம்பக் கூசுது.”

“கூச்சநாச்சம் போணும்னுதாண்டி பூசறோம்.”

“அங்கியெல்லாம் வேணாம் வுட்ருங்கியா... நானே பூசிக்கறன்.”

“பொம்னாட்டிங்க தொட்டாவே கூசனா, ஆம்பள தொட்டா என்னாடி ஆவ?”

"யாரும் தொட வேணாம்."

"தொட வேணாம்னா என்னாத்துக்குடி இது, அறுத்து காக்காய்க்குப் போட்ரட்டுமா?"

சிறுமியின் கைகளையும், கால்களையும் பிடித்துக்கொண்டு உடல் முழுவதும் தேய்த்துவிடுவார்கள். கொதிக்கவைத்த தண்ணீரில் பாதி பச்சைத்தண்ணீரைக் கலந்து சூடாய் இறங்க இறங்க ஊற்றுவார்கள். பதினைந்து தினங்கள் தொடரும், அந்தப் பாதி மாதத்திற்குள் உடம்பில் கூச்சம் கரைந்துவிடும். புத்தியும், உடலின் ரகசிய அழகுகளும் வளர்ந்து மலர்ந்துவிடும். ஊரடங்கிய ஓர் இரவில் நிலாத்துண்டின் கால் ஒளியில், ஜமீனின் கட்டளைக்கிணங்கி அப்புதிய மனுஷிக்குப் பூச்சூடி ஒரு மூதாட்டி பங்களாவிற்குச் சீர்வரிசை பெற்றுவர அழைத்துப் போவாள்.

"பாப்பா! இது இன்னிக்கோ, நேத்திக்கோ நடக்கற சங்கதியில்ல... காலகாலமா நடக்கற சம்பரதாயம். எங்க பாட்டி காலத்துலருந்து அப்படியே தொடுப்பா வருது. மனசு ஒத்துக்கணும். இது சாமியோட உத்தரவுன்னு ஏத்துக்கணும். நீ போற எடம், பெரிய எடம். பெரிய மனுசருங்க ஆதரவு இல்லாம வாழ்ந்துர முடியாது. தாலி கட்றவன் காலம் பூராவும் உன்ன ஆண்டுட்டுதான் இருப்பான். முடியலன்னு அழுதாகூட ஒதுங்க மாட்டான். தல நோவு, வவுத்து நோவுன்னு பொட்டச்சிங்க கவுரும்போதுதான் நிமித்தி வீரம் காட்டுவானுங்க. சாவத்தநாளிக்கும் கஷ்டந்தான். கஷ்டந்தான்னு நெனச்சா கஷ்டந்தான், இஷ்டம்னு நெனச்சுக்க. துக்கமா இருக்காத, சந்தோசமா இருந்துக்க." என்று பாடஞ்சொல்லி அந்தப் பன்னிரெண்டு வயதோ, பதிமூணு வயதோ கொண்டவளைத் தள்ளிப் போவாள்.

தெற்கே கள்ளிப்பால் ஊட்டும் கிழவிகளைப் போல் இங்கே கலவிப்பால் புகட்டும் கிழவிகளும் இருந்தனர்.

கடைசியாகப் பகிரும் உபதேச மந்திரம்தான் வலுவானது. இறந்து குழிக்குள் புதைந்து, மண்ணால் மூடினாலும் மறக்கக்

கூடாதது. “பாப்பா! இப்ப நா சொல்றத நல்லா கேட்டுக்க. ஜமீன் கோட்டைக்குள்ள எது நடந்தாலும் வெளியே வந்து உளறக்கூடாது. அது ஒனக்கு எமனா வந்துடும். உன் மனசுக்குள்ளயே அமுங்கிக் கெடக்கணும். கடலுக்குள்ள போட்ட கருங்கல்லு மாதிரி ஆழத்துலயே கெடக்கணும். தலயில அடிச்சு சத்தியம் கேட்டாக்கூட அங்க எந்தத் தப்புத்தண்டாவும் நடக்கலன்னு சொல்லணும். சொல்றத காதுல வாங்கிக்கிறியா? யார்னா கேட்டா என்ன சொல்லுவே... ஜமீன் கோட்டைக்குள்ள வேற யாரயும் பாக்கல. பெரிய ஜமீன்தார் தாத்தாவும், பாட்டியுந்தான் இருந்தாங்க. அவுங்க கால்ல வுழுந்து கும்பிட்டன், ஆசிர்வாதம் பண்ணாங்க. கஷ்டம் நஷ்டம்னு வந்துரக் கூடாது, புருசனோட நல்லா பொழைக்கணும்னு புத்திமதி சொல்லி சீர்வரிசை தந்து அனுப்பனாங்கன்னுதான் சொல்லணும்.” என்று பாடமேத்திதான் அனுப்பி வைப்பாள்.

சில முத்தின சிறுமிகள், “யோவ் பாட்டி, கம்முனு வா. போறவ வர்றவளுங்கெல்லாம் அதயே சொல்லிச் சொல்லி பூச்சாண்டி காட்றீங்க. எங்கம்மா சொன்னா, அத்த சொன்னா, கொழந்த பாட்டி சொல்லுச்சு, இன்னும் எத்தன பேருதான் சொல்லுவீங்க?” எனத் துணிச்சல் காட்டுவதும் உண்டு.

“அடிப்பாவி! சூரியாத்தான் இருக்கற, ஜமீன்தார்கிட்ட அடக்க ஒடுக்கமா இரு, கிளி கொத்தனதுன்னு நெனைக்கப் போறாங்க.”

“என்னது?”

“ஒண்ணுந்தெரியா புள்ளமாரி நடந்துக்கடி.”

“அதுக்கும் ராமாயணம் சொல்லாத... நான் நடந்துக்குவன்.” என்று தயாரிக்கப்பட்ட பொம்மைகளும் உண்டு.

“ஏண்டி, ஒம்மாமங்காரன் கை வெச்சிட்டானா?”

“மூடுய்யா சத்தியமா இல்ல.”

நிறைய சிறுமிகள் நடுங்குவார்கள். நடுங்கி, பயந்து, பாதி உயிர் கரைந்து அழுகிற குழந்தைகளுக்கு, ‘அய்ய, எதுக்கு அழற...

அங்க பூதம் இல்ல ஒன்ன முழுங்கறதுக்கு. ஜமீன்தாரு முட்டாயி தருவாரு. கம்மரகட்டு தருவாரு. வெல்ல முட்டாயி தருவாரு... தின்னுபுட்டு வந்துடு."

"எனக்கு வாணாம்."

"வாணாமா... அந்த முட்டாய துன்ன கொடுத்து வச்சிருக்கணும். துன்னுப்பாரு மயங்கிடுவ."

"வாணாம்."

குழந்தைகள் பிடிவாதம் பிடிக்கும். கிழவிக்குக் கண்ணீர் வரும். 'மாரியாத்தா ஏந்தான் கொழந்தய ஒக்கார வெச்ச? ஏந்தான் பெரிய மனுஷி ஆக்கன? இன்னும் ரெண்டு வர்சம் தள்ளக் கூடாதா?' கிழவி மனதுக்குள் துன்புற்றுக் கண்ணீர் விடுவாள்.

அந்த நாய்களுக்குப் பச்சைப்பிள்ளைகள்தான் கூடுதல் ஆனந்தம். ஜமீன்தார் தரும் மிட்டாய்க்குள் மயக்க மருந்தும் இருக்கும். குழந்தை ஜமீன்தாருக்கு மயக்கமிட்டாயாய் ஆகிவிடும். இரண்டு ஜரிகைப் புடவை, இரண்டு ரவிக்கை, ஒரு ஜோடி தங்கத்தோடு, ஒரு எட்டுக்கல் மூக்குத்தி, வெள்ளிக் கால்கொலுசு, கண்ணாடி வளையல்கள், முகம் பார்க்கும் கண்ணாடி, சீப்பு, மஞ்சள் கிழங்கு, குங்குமம், ஒண்ணேகால் ரூபாய் பணம் இதுதான் சீர். காலம் பூராவும் பெண்ணின் குடும்பம் உழைத்ததற்கும், இப்போது சிறுமி தன்னை இழப்பதற்குமான சீர்.

சீர் குலைந்து அப்பெண் சீர் கொண்டுவருவாள்.

சீர் மறுக்கும் குடும்பத்திற்கு ஜமீன் நிலத்தில் எந்த வேலையும் தர மாட்டார்கள். ஊரை விட்டு ஒதுக்கி வைப்பார்கள். கோயிலுக்கும் வரக் கூடாது. சுற்று வட்டத்தில் மற்ற நிலக்கிழார்களுக்கும் வேலை தராதீர்களென்று சொல்லிவிடுவார்கள். சிலருக்குத் திருட்டுப் பழி சுமத்தி சாட்டையடியும் கொடுப்பதுண்டு. அதன்பிறகு எப்படி வாழ முடியும், ஊரைவிட்டு வெகு தொலைவிற்கு எங்கேயாவது போகவேண்டும். அதற்கு யாருக்குமே தைரியமில்லாததால் சீர் வாங்கினார்கள்.

சீர் வாங்கப்போன ஒன்றிரண்டு சிறுமிகள் மர்மமான முறையில் உயிர் விட்டதுண்டு. அந்தக் குடும்பத்திற்கு கால் ஏக்கரோ, அரை ஏக்கரோ புறம்போக்கு நிலம் கொடுத்து மூடி மறைப்பார்கள். இரவோடு இரவாக ஜமீன் பட்டாவும் கிடைத்துவிடும்.

சலவைத் தொழிலாளி முனுசாமியின் மகள் கல்யாணி சிறு வயதிலிருந்தே விளையாட்டுத்தனமாக இருந்தாள். அழகும் பிரமாதம்! சலவை செய்த நிலவு மாதிரி வட்ட முகம். பெரிய மனுஷியாவதற்கு முன்பே ஜமீன் பங்களாவிற்குள் அழுக்குத் துணிகளை எடுப்பதற்குப் பயமின்றி ஓடிப்போய் வருவாள். அவளே பாட்டு பாடி, அவளே நடனமாடுவாள். சும்மா நடந்து போனாலே நடனமாடுவதைப் போலவேதான் இருக்கும்; நடனமாடினால் எப்படி இருக்கும்... சலவைத்துணியைக் கொடுப்பதற்குப் போகும்போதெல்லாம் அவளை ஆடச் சொல்லி குடும்பமே வேடிக்கை பார்க்கும். நீளமான கூந்தலில் ரெட்டை ஜடை பின்னலிட்டுக் கொண்டிருப்பாள். நடனமாடும்போது பம்பரம் போல் சுழன்றாடினாளென்றால் அந்த ரெட்டை ஜடை பம்பரத்தைச் சுற்றுகிற சாட்டையைப் போல உடம்பைச் சுற்றிக்கொள்ளும், திருப்பிச் சுழன்றாளென்றால் திருவிழா ரங்கராட்டினத்தில் குதிரைகள் சுற்றிப் பறக்கிற மாதிரி இருக்கும். ஜடையின் நுனியில் வண்ண ரிப்பன்களை ரோஜாப்பூவைப் போல் கட்டிக்கொண்டிருந்தாளென்றால் அற்புதம்தான்.

பெரிய ஜமீனுக்கு கல்யாணி சிறுமியாக இருக்கும்போதிருந்தே அவள் மீது மோகம். சின்ன ஜமீனுக்கும்தான். சீர் கொடுத்து அனுப்பிவிடாமல் பங்களாவிற்குள்ளேயே வேலைக்காரியாகத் தக்கவைத்துக்கொள்ள விரும்பினார். ஜமீன் பெண்கள் அதற்கு ஒப்புக்கொள்வில்லை. கல்யாணி பன்னிரெண்டு வயதிலேயே உட்கார்ந்துவிட்டாள். அவள் பெரிய மனுஷியாகிவிட்ட விஷயத்தை முனுசாமியும் அவன் மனைவியும் மறைத்துவிட்டார்கள். 'பொண்ணு தங்கத்துல வார்த்த செலமாரி அழகா இருக்கா, மெட்ராஸ் டவுனுக்குப் போய் அவளுக்கேத்த மாப்பிள்ளை பாத்து கட்டி வெச்சிடலாம்' என்று முனுசாமி மனைவிக்குச் சொல்லி வந்தான். கல்யாணிக்குப்

பதினேழு வயசானது. "பருத்தி இன்னுமா வெடிக்கல?" என்று கேட்பவர்களுக்குப் பதில் சொல்ல முடியவில்லை. 'மருத்துவச்சிய பாருங்க' என்பார்கள்.

ஊரைவிட்டுப் போவதற்கு நாள் கூடாமலேயே தள்ளியது.

எத்தனை நாள் மறைக்க முடியும்? வயசுப்பொண்ணை அழைத்துக்கொண்டு திடுதிப்பென்று எங்கேதான் போக முடியும்? பெண்ணிற்குத் திருமணம் செய்யாமலேயே விடுவதென்றால் காலம் பூராவும், 'இன்னும் ஒக்காரல' எனும் பொய்யாலேயே ஓட்டிவிடலாம். அப்படி முடியுமா? நான்கு ஆண்டுகளைக் கடத்தியதே, நாலாயிரமாண்டுகளைக் கடத்திவிட்ட மாதிரியான அவதி. ஒவ்வொரு மாதமும் அந்த நாட்களில் தீ வலையில் இறங்கி மீள்வதைப் போன்று தவிப்பாகிவிடும். இத்தனைக்கும் ஜமீன் பங்களாவுக்குள் போவதும் தவறுவதில்லை. போகாமல் நின்றாலும் சந்தேகம் உண்டாகும். தனியாக இருந்த சின்ன ஜமீன் கல்யாணியை இழுத்து அழுத்தி நெஞ்சோடு சேர்த்து, மார்பெலும்புகள் உடைகிற மாதிரி கட்டியணைத்ததை யாரிடமும் சொல்லவில்லை. அது ஒருமுறை அல்ல, நான்கு முறை. தொடக்கூடாத இடத்தையும் தொட்டு அழுத்தி வெறித்தனத்தோடு, கடித்துவிட்டதையும் அம்மாவிடம் சொல்லாமல் ரகசிய குகைக்குள்ளேயே பத்திரமாக்கிக் கொண்டாள்.

கிழவியும் ஒரு தடவை, "என்னாடி கல்லாணி, உள்ளுக்கா எதனா வக்கிபுல்லு துந்தினு இக்கறியா?" என்று கை வைத்துப் பார்த்தாள். ஏதேனும் திருடி மறைத்து வைத்துக்கொண்டு போகிறாளோ எனும் சந்தேகமாகவும் இருக்கலாம். "ஒக்கார்றதுக்கு முன்னயே இம்முட்டாடி" தலையில் கொட்டினாள்.

மண்டை வலித்தாலும் கூட, கிழவி பிரமித்த விஷயத்திற்காக கல்யாணி சந்தோசமடைந்தாள். இன்னும் கொஞ்சம் நிமிர்ந்து, நெஞ்சை நிமிர்த்தி நடக்க ஆரம்பித்தாள். கல்யாணி, ஜமீன்தார் பங்களாவில் நடனமாடுவதை நிறுத்தாமல், தொடர்ந்து ஆடி வந்ததுதான் தவறாகிவிட்டது. அடிவயிற்றில்

எலிக்குட்டிகள் ஓடுகிற மாதிரி அவஸ்தை உருவானபோதே ஆடுவதை நிறுத்தியிருக்க வேண்டும். எல்லோரும் உட்கார்ந்து கைகள் தட்டி ரசிக்கவும், உற்சாகம் பெருகிவிட்டது. சின்ன ஜமீன்தாரின் பிள்ளைகளும் சேர்ந்து ஆட்டம் போட்டார்கள். யாருக்கும் நடனமெதுவும் முறையாகத் தெரியாது. சினிமாவில் பார்த்தது... திருவிழாவில் ரிக்கார்டு டான்ஸ் ஆடும்போது பார்த்ததையெல்லாம் சும்மா இருக்கும்போது ஆடிப் பார்த்துப் பழகிக்கொண்டது. கல்யாணியை ரிக்கார்டு டான்ஸ் ஆடும் குரூப்பும் கேட்டது. அவளின் அம்மா மறுத்துவிட்டாள். குழுவில் ஆடும் பெண்களை விட கல்யாணி நன்றாகவே ஆடுவாள். சும்மா வளைந்தாலே, நடனம்போல் காட்டுகிற உடல்வாகு. எல்லோருக்கும் அந்த உடலமைப்பு வந்துவிடாது. சின்ன இடை, விரிந்த முதுகு, நீண்ட கைகள், துள்ளும் விரல்கள், அகன்ற பின்புறம், ஒன்றுக்கொன்று முட்டாத கால் முட்டிகள், மயிலைப்போல் கழுத்து நீண்டும் கால் விரல்கள் மெலிந்துமிருந்தன. அழகின் அடையாளமாகக் கண்கள் மட்டும் போதுமே, சும்மா பார்த்தாலே விளக்கேற்றின மாதிரி ஒளிரும். பெண்ணின் உடல் முழுவதும் ஆயிரம் அழகிருந்தாலும் கண்கள் மட்டும்தான் அழகின் உச்சம். பெண்மையின் நுழைவாயில் நாள் முழுவதும் அவளின் கண்களை மட்டுமே தெருக்கூத்தைப் பார்ப்பது போல் பார்த்துக்கொண்டே இருக்கலாம்.

கல்யாணி வெண்கல வாழைப்பூ சொம்பைத் தலையில் வைத்துக்கொண்டு அது தவறி விழாதவாறு ஆடுவாள். அப்போது அவளின் கண்களைப் பார்க்க, பார்ப்பவர்களுக்கு நான்கு ஜோடி கண்கள் வேண்டும். அத்தனை விளையாட்டுகளைக் காட்டியாடும். அப்படி ஆடிய ஒரு நாளில்தான் எதிர்பாராமல் உதிரப்போக்கு உண்டாகி காட்டிக் கொடுத்துவிட்டது. எப்படியோ அதுவே முதல் தீட்டென்று நம்ப வைத்துவிட்டார்கள். ஏழு ஆண்டுகள் மறைத்துவைத்து, தீட்டிய எல்லாத் திட்டமும் தீட்டுத்துணி போன்று குப்பைக்குழிக்குப் போய்விட்டது. பச்சை ஓலை நிறுத்தி உட்கார வைத்துவிட்டார்கள். ஜமீன்கள் கொண்டாட ஆரம்பித்தார்கள். சொந்தத்தில் முறைவழியில் உள்ளூரில் மாப்பிள்ளை யாருமில்லை. சின்ன மோட்டூரிலிருந்து

மாப்பிள்ளை வந்தான். ஏழு கழுதைகளைச் சொந்தமாக வைத்துக்கொண்டு, காட்டிலிருந்து விறகு ஏற்றி வந்து வியாபாரம் பண்ணுவதாகச் சொன்னார்கள். கல்யாணிக்குப் பிடிக்கவில்லை. பொண்ணு பார்க்க வந்தபோது கூட முகச்சவரம் பண்ணாமல் தாடியோடு வந்ததால் அவளுக்குப் பிடிக்கவில்லை. பெரியவர்கள் எதிரே லுங்கியை இறக்கிவிடாமல் டவுசருக்கு மேல் சுருட்டிக் கொண்டிருந்தான். அது அவன் தவறில்லை. லுங்கி கட்டும் பழக்கமே இல்லாதவனைப் பெண் பார்க்கப் போகும்போதாவது லுங்கியைக் கட்டிக்கொள்ளட்டுமென்று புதிதாக வாங்கி இடுப்பில் சுற்றி அழைத்து வந்திருக்கிறார்கள். நெற்றியில் எட்டணா வட்டத்திற்கு அடிபட்ட வடுவுமிருந்தது. முதல் பார்வையிலேயே பிடிக்கவில்லை. அவனுக்கோ கல்யாணியைப் பார்ப்பதற்கு முன்பே பிடித்திருந்தது. அவளின் அழகை அப்படிச் சொல்லி வைத்திருந்தார்கள். சொல்லி வைத்ததைவிடவும் அழகாக இருந்தாள்.

மாப்பிள்ளையைப் பிடிக்கவில்லையென்று சொல்லவும் துணிவில்லை. மணவிழாவிற்கான ஏற்பாடுகள் துரிதமாயின.

திருமணத்திற்கு முன்பு சீர்வாங்கும் சம்பிரதாயத்தைத் தவிர்க்க முடியவில்லை. ஏழு ஆண்டுகள் தள்ளிப்போட்டும் பலனில்லை. பெரிய ஜமீன்தார் புதிய வரவுகளை அனுபவிப்பதற்காகவே தங்கபஷ்பம் தின்று உடம்பை உருட்டுக்கட்டை மாதிரி வைத்திருந்தான். அன்று அளவுக்குக் கூடுதலாகவே தங்கபஷ்பத்தை உணவாகத் தின்றான். கல்யாணி பக்குவம் நிரம்பியவளாக இருந்தாள். இது நடக்குமென்று அறிந்தும் எதிர்பார்த்தும் கற்பனை செய்தும் தயாராகவும் வளர்ந்திருந்தாள். எந்த மறுப்பையும் சொல்லவில்லை. பெரிய ஜமீன்தார் மேலே படுத்தபோது, அழகின் உச்சமென்றிருந்த கண்களை இறுக மூடிக்கொண்டாள். பாறையொன்று மேலே விழுந்த மாதிரி கனமாயிருந்தான். மூச்சு தட்டியது. கைகளை, கால்களை அசைக்க முடியவில்லை. மார்பெலும்புகளும், இடுப்பெலும்புகளும் உடைந்துவிடும் போலிருந்தது. உரக்கக் கத்தவும் முடியவில்லை. மார்பில் ஏற்பட்ட பேயழுத்தம்,

தொண்டை வரை நீண்டது. மூச்சும் நகரவில்லை.

பாறை அசையவில்லை. கண்களைத் திறந்து பார்த்தாள். பாறையின் வாயில் நுரை பொங்கியது. சோப்பு நுரை மாதிரி ஒழுகியது. தலை தொங்கிவிட்டது. முதலில் அவளுக்குப் புரியவில்லை. பாறையின் கண்கள் பிணத்தின் கண்கள் மாதிரி சொருகிவிட்டன.

பக்கவாதம்! அடுத்தடுத்து வலதும், இடதும், சேர்ந்தே இழுத்துவிட்டது. கத்தவோ, கதறவோ முடியவில்லை. பாறையைத் தள்ளவும் முடியவில்லை. கல்யாணிக்கும் பக்கவாதம் வந்த மாதிரி ஆகிவிட்டது. பாறை அமுங்கி, அவளே அசைய முடியாத பாறையானாள். நுரை அவள் நெற்றியிலும் கண்களிலும், மூக்கிலும் நுரை விழுந்து வாய்க்கு வழிந்தது. உயிரை இழுத்துப் பிடித்து தொண்டைக்கு உயிரைக் கொண்டுவந்து கத்தினாள். கல்யாணியின் கதறல் ஜமீன் குடும்பத்திற்குக் கேட்டபோது ரசித்தார்கள்.

"பெருசு வயசானாலும் வித்தை காட்டுது, பாவம் பொண்ணு." எனச் சிரித்தார்கள்.

"காப்பாத்துங்க..." கத்தினாள்.

"காப்பாத்துங்க..." கத்தினாள். நூறுமுறை கத்தினாலும் யாரும் காப்பாற்ற வரப்போவதில்லையென்பது புரிந்தது. கல்யாணி செத்துப்போனாலும் அவர்களுக்குக் கவலையில்லை.

"ஜமீன்தாரய்யாவ காப்பாத்துங்க... ஜமீன்தாரய்யாவ காப்பாத்துங்க." என்று கத்தினாள். கதவை உடைத்துக்கொண்டு ஓடி வந்து பாறையைத் தூக்கினார்கள். கல்யாணிக்கு மூச்சுக்குழல் சற்று விரிந்தது. உயிரும் வந்தது. பெரிய ஜமீன்தார் இரண்டு வாரம் இழுத்துக்கொண்டிருந்தான். வைத்தியங்கள் பலனின்றி செத்துப்போனான்.

ஊர் மொத்தமும் பாறையை எரிக்கச் சுடுகாட்டில் கூடி அழுதபோது, கல்யாணி குடும்பம் மெட்ராஸுக்குப் பிழைக்கப்

போனது. ஊருக்குள் வேறு மாதிரி கதை ஓடிற்று. பெரிய ஜமீன்தார் இறப்பிற்குக் காரணமான கல்யாணி குடும்பத்தை மொத்தமாகக் கொன்று புதைத்துவிட்டார்கள் என்று. அதனால் ஜமீன்தார் குடும்பத்தின் மீது ஆத்திரம் மிகுந்திருந்தாலும் எதிர்த்தால் கொன்று விடுவார்களென்ற அச்சம் பருவநிலையின் புரியாத அச்சுறுத்தலைப்போல் கலந்தே மிரட்டிற்று.

16

ஏலகிரி மலையடியில் அடர்ந்த காட்டுப் பகுதி. குன்றுகள், பாறைகள், மண்மேடுகள், துரிஞ்சி மரங்கள், வெப்பாள மரங்கள், பனங்காடு, உனிமுள் புதர்கள், கற்றாழைச் செடிகள், மூங்கில் புதர்கள். காட்டுச் செடிகள் எனப் புயல் காலத்தில் வானத்தில் கருமேகங்கள் அடர்ந்திருப்பதைப் போல, காடெல்லாம் மரங்களும், புதர்களும் கொடிகளும் அடர்ந்திருந்தன. பகலிலேயே தனியாள் நுழைவதற்குப் படபடத்து விடும். பயமே தின்று தீர்த்துவிடும். வெள்ளி மட்டும் முளைத்திருந்த அதிகாலை இருட்டில் காட்டுப் பாதையில் போவது, தண்ணீருக்குள் மூழ்கித் தடம் தேடுவதைப் போலிருந்தது. ஐந்து பேரும் உரியடிக்க கண்களைக் கட்டிக் கொண்டவர்களைப் போல் நடந்தார்கள். பழனியப்பன் இரயிலின் இன்ஜினைப் போல் முதலில் நடக்க, அவருக்குப் பின்னால் துரையும் வக்கீல் கிருஷ்ணனும் பாலாமணியும் நடந்தார்கள். கடைசி கார்டு பெட்டி விநாயகம். வினாயகத்தின் தோளில் கனத்த துணிப்பை தொங்கிக் கொண்டிருந்தது.

பழனியப்பனுக்கும், துரைக்கும் இது பழகிய காடு. காட்டுப்பன்றிகளை வெடி வைத்துப் பிடிப்பதற்காக மாதத்திற்கு ஒருமுறையாவது வருவார்கள். மாங்கொட்டையைப் பிளந்து அதற்குள் வெடிமருந்து நிரப்பி, சக்கரவள்ளிக் கிழங்கைப்

போல் உருளையாகக் களிமண்ணில் செய்து உள்ளே வெடி மருந்து வைத்து மேலே கிழங்குப் பட்டையைச் சுற்றி வெடிகுண்டுகள் செய்வதுண்டு. கிழங்கையே துளைத்து உள்ளே மருந்து வைத்தும் செய்வதுண்டு. பத்து இடங்களிலாவது வைத்துவிட்டு வருவார்கள். காட்டோர விவசாய நிலங்களில் வள்ளிக்கிழங்கும், குச்சி வள்ளிக்கிழங்கும் நோண்டித் தின்பதற்கு வரிசையாகப் பன்றிகள் வரும். கல்லைப் பெயர்த்து முள் மண்டைகளைக் கழித்துக் காட்டோரம் கொஞ்சம் நிலமாக்கி கிழங்கு நட்டுவைத்த சிறு விவசாயிகளுக்குப் பன்றிகள்தான் பரம விரோதி. அதே பன்றிகள்தான் அவர்களுக்கு ருசிக்கும் உணவு. காட்டுப் பன்றிகள் மலம் தின்னாதென்பதால் சஞ்சலமின்றி உண்பார்கள். பன்றிகளுக்கு அதன் மூக்குதான் ஆயுதம். கடப்பாறை, மண்வெட்டி, உளி என எல்லா ஆயுதமும் மூக்குதான். கூர்மையான வாயும் மூக்கும் இரட்டைக்குழல் துப்பாக்கியின் முனைகள் போலிருக்கும். மழை பொழிந்து ஈரமிருக்கும்போது அவற்றுக்குக் கொண்டாட்டம். நோண்டி நோண்டி கிழங்குக் கொல்லியை ரணகளமாக்கி விடும். சில விவசாயிகள் பன்றிகளைப் பிடிப்பதற்காகவே கிழங்கு நடுவார்கள். தொரட்டிக் கம்பின் முனையில் குத்தீட்டி சொருகிய கழிகளைக் காட்டோரம் வசிப்பவர்கள் வைத்திருப்பார்கள். பாம்பைத் துரத்தவும், மர நாய்களைத் துரத்தவும் குத்தீட்டிதான் ஆயுதம். பன்றிகளை வேட்டையாடவும் அதுதான் உண்மையான வீரர்களின் ஆயுதம்.

தூரத்திலிருந்து குத்தீட்டியை வீசி எறிந்து தாக்குவதென்பது காட்டுப் பன்றிகளிடத்தில் செல்லுபடி ஆகாது. குத்தீட்டியானது பாறை மீது மோதி விழுகிற மாதிரி தோற்று விழுந்துவிடும். குத்தீட்டியின் முனையானது கை தேர்ந்த கருமாரால் ஊசியின் முனையைப் போன்று கூர் தீட்டப்பட்டதாக இருக்குமானாலும் கூட, வேட்டையாடுபவருக்குக் குத்தீட்டியின் கூர்மை மட்டும் போதுமானதல்ல; புத்தியும் கூர்மையாக இருந்தாக வேண்டும். பன்றியின் மன ஓட்டத்தை விளங்கிக்கொள்வதே வேட்டைக்காரனின் நுட்பமான புத்தியாகும். பன்றி நிற்குமா ஓடுமா என்பதை அறிகிற சாமார்த்தியம் வேண்டும்.

நின்றுவிட்டால் வேட்டை ரொம்பவும் எளிதாகிவிடும். ஓடுமென்றால் எந்தத் திசையில் ஓடும் எவ்வளவு வேகத்தில் ஓடும் என்கிற மிகத் துல்லியமான கணக்கைப் போட முடிந்த பார்வைக் கூர்மையும் முக்கியம். பன்றி ஓடுகிற வேகத்தைக் கணக்கிட்டு அதன் வேகத்தைக் காட்டிலும் இரு மடங்கு வேகமாகக் குத்தீட்டியை வீசுகிற வலிமையும் கொண்டவர்களால் மட்டுமே காட்டுப்பன்றிகளை வேட்டையாட முடியும். குத்தீட்டியானது மின்னலைப் போல் சீறிப் பாய்ந்து பன்றியைத் துளைக்கும் அந்த சிட்டிகைப் பொழுதின் கணத்தில் பன்றி எத்தனை தூரம் ஓடிக் கடக்குமென்ற துல்லியமான, சிதறாத கணக்கில் அந்தப் புள்ளியை நோக்கிப் பாய்ச்ச வேண்டும். வேகமும், வலிமையும் கணக்கும் பார்வையும் ஒருங்கிணைந்து பாய்ந்தால் பன்றி கத்தலுடன், கொஞ்சம் ஓடி மண்ணில் வீழும். இந்த வேட்டைக்கு அனுபவம் வேண்டும். தேர்ந்த பன்றி வேட்டைக்காரனோடு இணைந்து பல ஆண்டுகள் பழகியிருக்க வேண்டும். எல்லாவற்றிற்கும் மேல் பன்றியின் ருசியை நாக்கும் மூக்கும் பற்களும், தொண்டையும் குடலும் சுவைத்து சுவைத்து அறிந்து தேறியிருக்க வேண்டும். பன்றியைக் குத்திக் கொன்றதுமே, வாலை வெட்டி பனங்கிழங்கைத் தின்பதைப் போல் தின்ற ஆரம்பப் படிப்பை படித்திருக்க வேண்டும். காதையறுத்து பச்சை பச்சையரிசி மாங்காயைப் போல் உப்பு தடவித் தின்ற நடுநிலை படிப்பு படித்திருக்க வேண்டும். அதன் தடித்த தோலான வாரில் வெல்லம் தடவி ஈர நெய் ஒழுக ஒழுகத் தின்ற உயர்நிலைப் படிப்பு படித்திருக்க வேண்டும். பன்றியின் ருசியைக் காதலித்தவன், பன்றி வேட்டையைக் காதலிப்பான்.

யாரும் பேசாமல் மௌனத்துடன் நடப்பதற்கு ஒருவித அச்சம் உண்டாகவே, பாலாமணி பேச்சைத் தொடங்கினார்.

“பழனி! காட்ல நடக்கற மாரியே தெர்லயே, ரோட்ல போற மாரி அசால்ட்டா போற...?”

“இந்தக் காட்ல கால் வெய்க்காத எடமில்ல தோழரண்ணா,

எட்டு வயசுலருந்து எஞ்சித்தப்பனோட ராவாப் பகலான்னு பாக்காம சுத்திட்டிருக்கேன்."

"போன மாசத்துல கூட நீங்கதான் வெடி வெச்சீங்களா?"

"ரெண்டு மூணு பட்டாளம் இக்குது. யாரு அடிச்சி தூக்கினு வந்தாலும் ஊர்ல எல்லாருக்கும் பங்கு போட்ருவோம்."

"காட்டுப்பன்னி ஒடம்புக்கு ரொம்ப நல்லதுங்கறாங்."

"பின்ன... ஒடம்பு சூட்ட ஒரு வேள தின்னினாவே தணிச்சிடும். குளுச்சின்னா அப்பிடியாப்பட்ட குளிச்சி. வெளிக்கிப் போற எடத்துல எம்முட்டு புண்ணுனாலும் ஆத்திடும். மூல வெயாதிக்காரனுக்கு நெல்ல மருந்து. ரெத்தரெத்தமா புடுங்கனாலும் நாலுவேள தின்னினா செரியாயிடும்."

"பன்னி வேட்டயில பழனி சித்தப்பன் பெரிய ஆளு." துரைசாமி சொன்னார்.

"பன்னி புடிக்கிறது வேட்டயா? என்னவோ சிங்கம் புலிய புடிக்கிற மாரி சொல்றீங்க..?" காலில் சிறிய கல் ஒன்று தடுக்க சமாளித்துக்கொண்டார் பாலாமணி.

"காட்டுப்பன்னிய லேசுன்னு நெனச்சியா? அது கவுச்சி தின்றதில்ல... கவுச்சி மட்டும் தின்னுச்சின்னு வெச்சிக்க, காட்டுக்கு ராஜா சிங்கம் இல்ல பன்னிதான். அதுங்க மண்ண நோண்டறதப் பாக்கணுமே... காட்டுல எந்த ஜீவராசியாவது மண்ணத் தோண்டுதா? ரொம்ப மூர்க்கமாகத் தோண்டும். அதோட வாயி இருக்குதே, மொதலை வாயி மாரி. புடிச்சிதுன்னு வெச்சுக்க தோழரண்ணா வுடவே வுடாது. நாங் ரொம்ப சின்னப் பையன். அப்பல்லாம் பன்னிய புடிக்கிறதுக்கு வல வெய்ப்பாங்க. எப்பேர்பட்ட வலையா இருந்தாலும் கடிச்சித் துப்பிட்டு ஓடிடும். ஒரு வாட்டி வலயில மாட்டன பன்னிய புடிக்கிறதுக்குப் போன பெரியப்பன் கால புடிச்சிருச்சி... என்னா குத்தனாலும் வுடல. கிட்டக்க போறதுக்கே பயந்திருக்காங்க. வலயை அத்து வுட்டதும் கால துப்பிட்டு ஓடுச்சாம்."

"என்னாய்யா சொல்ற?"

"கெழவனுக்கு எப்புடி காலு போச்சின்ற... பன்னி கடிச்சித் துப்பிதான் போச்சு. அதுலருந்து வல வெக்கிறத வுட்டுபுட்டோம்."

"ஆமா நாயிங்க கவுச்சி தின்னுது, அதுங்க எல்லாத்தயும் அடிச்சி தின்னுருமா?"

"நாயிங்க காட்ல வாழறது இல்லியே... மனுசன் வாழ்ற எடத்துல மனுசன விட பெரிய மிருகம் இருக்க முடியுமா? அதனால மனுசனுங்கிட்ட வால ஆட்டினு நன்றிய காட்டினு உயிர் வாழுதுங்க..."

கடைசியாக வரும் துரை, "யோவ் காட்ல இருக்கற நாயிங்கள கம்மியா நெனச்சுறாத... செந்நாயிங்கதான் காட்டுல போக்கிரிங்க கூட்டம். பச்சாதாபத்த அதுங்ககிட்ட பாக்க முடியாது. ஒண்ணு ரெண்டா அதுங்கள பாக்கவே முடியாது. சினிமா கொட்டாயில டிக்கெட் வாங்க நிக்கற மாரி... ஒண்ணும் பின்னாடி ஒண்ணு க்யூ வரிசயில ஓடுங்க. சிங்கராஜா, மாட்னாலும் அதோ கதிதான். யானராஜா மாட்னாலும் அதோ கதிதான். கழுகு திங்கறதுக்கு கூட பொட்டுக்கறி மிச்சம் வெக்காதுங்க. கண்ண மூடி தெறக்கறதுக்குள்ள பந்தி முடிஞ்சிடும்."

பேசிக்கொண்டே நடப்பதால் இருட்டைக் கடப்பதும், காட்டுவழிப்பாதை தரும் பயத்தைப் போக்குவதும் எளிதாகத்தானிருந்தது.

"எங்கிட்ட எந்த இரும்புச் சாமானும் இல்ல தோழரண்ணா. ஒங்கள மாதிரி ஒசந்த ஜாதி ஆளுங்க கத்தி, கெடப்பார, ஈட்டி, கோடாரி, வெச்சுக்கலாம். என்னாத்துக்குத் துப்பாக்கியே வெச்சுக்கலாம். எங்களுக்கெல்லாம் வெறகு வெட்டவே மொக்க கத்தியத்தான் வெச்சிருக்கணும். கொல்லி வேலைக்குச் சாமான் வேணுன்னாலும், ஜமீன் வூட்டுக்குப் போயி எத்துனு வரணும், வேல முடிஞ்சதும் எத்துனு போயி கணக்கா வெச்சிரணும்."

"பயம்! ஒங்ககிட்ட ஆயுதங்க தங்கினா, அவுங்க மேல கோபம்

வர்றப்போ, கொன்னுடுவீங்கன்னு பயம். காட்டு வெலங்குகள வேட்டையாட வுட்டா, அவனுங்களயும் வேட்டயாட நின்னுடுவீங்கன்னு பயம். அந்தப் பயத்துலதான் அடிமைகளாவே நடத்தறாங்க...”

“சும்மா வெளயாட்டாக்கூட ஒரு வித்தய கத்து வெச்சுக்க வுடறதில்ல... கோலு சண்ட, கத்தி சண்ட, சுருளு, குஸ்தின்னு எத்தன சண்ட வெளயாட்டு இருக்குது, ஒண்ணுலகூட எங்காளுங்கள சேத்தறதில்ல. எங்க தெறமங்கள அண்டக் களிக்கவும், புழுதி ஏரு ஓட்டவும் மரிச்சி வெட்டவும் போயிடுது.”

விநாயகம் வாயைத் திறந்து ஒரு வார்த்தை பேசவில்லை. புரியாத காட்டு வழி, மிரட்சியைத் தந்திருக்க வேண்டும். முழு இருட்டு, கொஞ்சம் கொஞ்சமாக அரையிருட்டாக மாறி வந்தது. ஆனாலும் எது புதர், எது பாறை, எது செடி, எது யானை, எது பாம்பு, எது கொடி, எது விதி என எதுவும் தெரியாத பயணமாக அமைந்தது.

காட்டுப்பகுதியைத் தாண்டியதும் வெறும் பாறைகள் மட்டும் கூட்டமாய் யானைகள் நின்றிருக்கிற மாதிரியான இடத்திற்கு வந்தார்கள். பாறைகளின் இடுக்குகளிலெல்லாம் நுழைந்து போனதும் சிறிய காலி இடம், கபடியாடும் களம் அளவிற்குத் தென்பட்டது. ஒரு வாரத்திற்கு முன்பே செடி, கொடிகளையும் புதர்களையும் வெட்டியெறிந்து, சிறிய குண்டுக்கற்களை நகர்த்தி இடத்தைச் செதுக்கி வைத்திருந்தார்கள். ஓர் ஓரத்தில் திட்டாய் மண் குவியல் இருந்தது.

இப்போது இங்கே விநாயகம்தான் குரு, தளபதி, வாத்தியார் எல்லாமே.

சில நிமிடங்கள் களத்தில் நின்றதுமே, இருளானது மேயவிட்ட வெள்ளாட்டு மந்தை போன்று பழகிவிட்டது.

வக்கீல் கிருஷ்ணன் கால்களை அழுத்தியபடி ஒரு குண்டுக்கல்லின் மேல் உட்கார்ந்தார்.

“நேரமில்ல தோழர், பொழுது வெடியறதுக்குள்ள கலைஞ்சிடணும். கவனம் பிசகாகக் கேளுங்க. ஒவ்வொருத்தரா முடிஞ்சதும் தனித்தனியா இங்கிருந்து ‘ஜம்ப்’பாயிடணும். வேற வேற தெசைக்கு ஜம்ப் ஆயிடணும்.”

உட்கார்ந்த கிருஷ்ணன் எழுந்து நின்றார். அவர் பக்கத்தில் அடுத்தடுத்து மற்றவர்கள் நின்றார்கள்.

“இதுல பாத்தீங்கன்னா, டைமிங்தான் நம்ம உசுரு. மூணே சிட்டிகதான்.” கையில் வேகவேகமா சிட்டிகை போட்டுக் காண்பித்தார் விநாயகம். “மூணே மூணு செகண்டுன்னும் சொல்லலாம். செகண்டை விட வேகம் பழகணும்னு சிட்டிகை போட்டன். கவனம்... கவனம்... கவனம்... த்ரீ செகண்டு, மூணு செகண்டு டைமிங்கை யாரு வுட்டுட்டாலும் நாம தீஞ்சுடுவோம்.”

தோள் பையிலிருந்து எடுத்து ஒவ்வொருவரின் கையிலும் ஒவ்வொன்று கொடுத்தார். அவர்களின் முழி பிதுங்குவது இருட்டிலும் காண முடிந்தது.

“மூளையைப் போட்டு ரொம்பக் கசக்க வேணாம். இப்போ உங்ககிட்ட கொய்யாகாயிதான் தந்தேன். ஒவ்வொண்ணுலயும் காம்பு இருக்கும். இப்போ காம்பு புட்டுக்காத மாரி இடுப்புல சொருகி வெச்சுக்கிறீங்க. ஒவ்வொருத்தரா ஒரு அடி முன்ன எடுத்து வெக்கிறீங்க. ஸ்பீடாவும், கவனமாவும் பண்ணணும். பப்புனு வேலயா நெனக்காதீங்க... ஒலகத்த மாத்தி எழுதற வேலய்ய பண்றதுக்கான பயிற்சி. கிருஷ்ணன் தோழர் வாங்க” விநாயகம் பாடம் ஆரம்பித்தார்.

கிருஷ்ணன் மட்டும் இரண்டடி முன்னாடி வந்தார்.

“எடுக்கறீங்க... திரியைக் கடிக்கறீங்க, கடிச்சி இழுத்த வேகத்துல தூக்கிப் போடறீங்க. மூணு செகண்டு, மறுபடியும் கேளுங்க... கவனம், பல்லாலத்தான் கடிக்கணும், கையில எடுக்கறீங்க, எடுத்த வேகத்துல திரியைக் கடிக்கிறீங்க, கடிச்ச வேகத்துல தூக்கிப் போடறீங்க.” என்று சொல்லிக்கொண்டிருக்கும்போது

யாரோ நடந்து வருகிற சத்தம் கேட்டது. எல்லோருக்குள்ளும் ஒரு நடுக்கம் உண்டானது.

"கிருஷ்ணா நாங்கதான்."

குரலைப் புரிந்து கொண்டார் கிருஷ்ணன். ராமலிங்கமும், சூடாமணியும் வந்து கொண்டிருக்கிறார்கள் என்பது ஆயிரம் பேருக்கு மத்தியிலிருந்து பேசினாலும் ராமலிங்கத்தின் குரல் தனியாகக் கேட்கும். அவருக்குச் சன்னமான குரலில் பேச வராது. இரயில்வே தொழிலாளர்கள் சங்கத்தை உருவாக்கி, அதன் தலைவராக இருக்கிறார். தொழிலாளர்கள் இருநூறு பேர் கூடி இருந்தாலும், மைக் இல்லாமல் இருநூறு பேருக்கும் கேட்கிற மாதிரி உரக்கப் பேசுவார்.

"என்ன தோழர் லேட்டா போனா சினிமா தேட்டர்ல கூட வுட மாட்டான். இப்போ வராங்க" விநாயகம் எரிச்சலடைந்து கேட்டார்.

"தோழர்! அவங்க ரயில்வேயில இக்கறவங்க, நெனச்சா வர முடியாது. ஆனா நெறய்ய புக்குங்க படிப்பாங்க... வகுப்பு அவங்களுக்கு அவசியம் இல்ல."

இருவரும் வந்து நின்றார்கள். விநாயகம் மறுபடியும் விளக்கம் சொன்னார்.

"பல்லால கடிக்கிறப்போ திரி வாயிக்கு வந்துட்டா?" சூடாமணி கேட்டார். அவர் எப்போதும் அடாவடி கேள்வி கேட்பவர். விநாயகம் கோபத்தோடு பார்ப்பது தெரியவில்லை. "தோழர்! பரவால்ல திரியை அப்புறம் துப்பிக்கலாம். எச்சில முழுங்காம இருங்க. அப்புறம் வாயைக் கழுவிட்டு எச்சில் முழுங்கலாம். இருட்டு போயிடும் சீக்கிரம்."

கிருஷ்ணன் இடுப்பில் கொய்யாக்காயைச் சொருகினார். சடக், சடக், சடக்... எடுத்தார், கடித்தார், வீசினார்.

அடுத்து பாலாமணி அடுத்து பழனியப்பன் அடுத்து துரை.

யாரும் தடுமாறவில்லை, பயப்படவில்லை, எந்த வகையான தடுமாற்றமோ உதறலோ, நடுக்கமோ உண்டாகவில்லை. கொய்யாக்காயை எடுத்தார்கள் காம்பைக் கடித்து வீசினார்கள். ராமலிங்கமும், சூடாமணியும் கொய்யாவைக் கடித்து மென்று தின்றார்கள்.

"ஒரு டைலர்கிட்ட வேல கத்துக்கப் போனீங்கன்னா முதல்ல ஊசிய்ய கையில தர மாட்டாங்க. ஏன்னா ஊசில கண்ணைக் குத்திக்குவீங்க, அதனால தொடப்பக்குச்சிய ஊசியம்முட்டு ஒடச்சித் தருவாங்க. ரெண்டு குச்சிய பீசக்கையில வச்சிக்கினா சோத்துக்கையில குச்சிய மாத்தி மாத்தி எடுத்து நம்ம காத நாம குத்திக்கணும். பத்து நாளிக்கு அப்படிப் பழக்குவாங்க. அப்பதான் கண்ண குத்திக்காம, எம்மிங், காஜா பண்ணுவாங்க. புரிஞ்சுக்குங்க ஊசில குத்துனா கண்ணு மட்டுந்தான் போகும். இது முற தவறி வெடிச்சா நாம அத்தன பேரும் காலி, செதறிடுவோம்." பயம் காட்டினார் விநாயகம்.

குரு என்கிற இடத்தில் யாரை நியமித்தாலும் இப்படித்தான் பாடம் இருக்குமென்று யோசித்தார் கிருஷ்ணன். அல்லது ஆபத்தான விஷயமென்பதால் இப்படியெல்லாம் சொல்லிச் சொல்லிப் புரியவைக்க வேண்டிய கட்டாயமிருக்கலாம். விநாயகம் வராமல் தலைமையிலிருந்து வேறு தோழர் யாராவது வந்திருந்தால் சொல்லிக் கொடுக்கும் முறை மாறுபட்டிருக்கலாம் என்றெல்லாம் உள்ளுக்குள் யோசித்தார் கிருஷ்ணன்.

பாலாமணிக்கு ஏற்கெனவே அனுபவம் இருக்கிறது. ஆந்திரப்பிரதேச வனத்தில் பயிற்சி எடுத்திருக்கிறார். அது மற்றவர்களுக்குத் தெரியாது. பாலாமணியும் காட்டிக் கொள்ளவில்லை. ஆந்திரப்பிரதேசம் வெகுதூரமில்லை. பதினைந்து மைல் தூரம். ஜோலார்பேட்டையிலிருந்து சைக்கிளில் ஒன்றரை மணி நேரத்தில் சென்றுவிடலாம். ஆந்திரத்து தோழர்களைச் சந்திப்பதற்கு வீரணமலைக் காடுகள் அடர்ந்த மலையை ஏறி இறங்க வேண்டும். அல்லது கடப்ப நாச்சியம்மன் மலைக் கோயிலைத் தாண்ட வேண்டும். ஆந்திர

போலீஸோ, தமிழ்நாடு போலீஸோ நெருங்காத காடுகள் அது, மழை பெய்து பாலாற்றில் தண்ணீர் போகும்போது, அந்தக் காட்டுப் பகுதியானது இயற்கை வரைந்த வண்ண ஓவியத்திற்குள் நுழைந்துவிட்ட ஆனந்தமான அனுபவமாகவும் அமைந்துவிடும். அப்படியொரு எழிலான காட்டில் கையெறி குண்டு வெடிப்பதற்குப் பயிற்சி பெற்ற அனுபவம் இருந்ததால் பயிற்சிமுறை இப்படித்தான் இருக்குமென்று புரிந்தது.

பழனியப்பனுக்கும், துரைசாமிக்கும் உள்ளுக்குள் உதறல் இருந்தது. கொஞ்சமாகத் தைரியமும் இருந்தது. வெடிகுண்டு சமாச்சாரம் இருவருக்கும் புதிதல்ல. காட்டுப் பன்றிகளைப் பிடிப்பதற்கு பழகினதுதானே என்றாலும் இது இன்னும் வீரியம் கொண்டதென்பதாலும், பாறைகளையே தூள் தூளாய் உடைக்கக் கூடியது என்பதாலும் பாதி பயம் இருந்தது.

"இப்போ கவனமா கேளுங்க. ஒவ்வொருத்தருக்கும் நாலே நாலு செகண்டுதான் டைம் இருக்கு. மூணு செகண்டுதான தோழர் சொன்னீங்க... அதென்ன நாலு செகண்டுன்னு கேக்கறீங்களா? முதல்லயே சொல்லி இருக்கேன் இங்கருந்து ஐம்ப்பாகணும்னு ஒரு செகண்டு எடுக்கறீங்க, அடுத்த செகண்டு பல்லால கடிக்கிறீங்க, அடுத்த செகண்டு வீசறீங்க, கடைசி செகண்டு ஐம்ப்பாகி காணாமப் போறீங்க..." என்ற விநாயகம் ஜோல்னா பையிலிருந்து நாட்டு வெடிகுண்டை எடுத்துக்கொண்டே, "இந்த விஷயத்த இங்கேயே மறக்கணும். உயிரு போனாலும் வெளில சொல்லக் கூடாது, வெடிகுண்டுல சிக்கனாகூட தப்பிச்சுடலாம். மாட்ற எடத்துல மாட்னா..."

"தோழர்! யாரும் சொல்ல மாட்டாங்க. விடிஞ்சுடும், சீக்கிரம்." வெறுப்புடன் சொன்னார் கிருஷ்ணன். விநாயகம் நிறைய நேரம் பேசிக்கொண்டிருக்கிற மாதிரி உணர்ந்தார்.

"எனக்குத் தலைமையோட உத்தரவு தோழர், தலைமை என்னென்ன சொல்லுச்சோ, அதத்தான் சொல்றேன்."

"ஆமா கிருஷ்ணா! இது அவசியம், வீட்ல பொண்டாட்டி

பிள்ளைங்ககிட்டயும் ஒளரக் கூடாது. அரசியல் வகுப்பு எவ்ளோ உன்னிப்போ, அவ்ளோ உன்னிப்பு இதுலயும் வேணும்.”

இந்த அறிவுறுத்தல், அச்சுறுத்தல் எல்லாமே பழனிப்பனுக்கும், அவன் மைத்துனனுக்கும் என்பது புரிந்தது. பேச்சு நின்று செயல் தொடங்கியது. ஒவ்வொருவராக முன் வந்து நின்று, எடுத்தார்கள் கடித்தார்கள் வீசினார்கள். பயங்கர வெடிச் சத்தம். காணாமல் போனார்கள். பெரும் சத்தம், அடக்கி வைத்த பெரும் நெருப்பைச் சடாரெனத் திறந்துவிட்டது போல், நெருப்புச் சிதறல் இருபதடிக்கும் மேலே பொங்கி எழுந்து புகைமண்ணாகி கந்தக நெடியுடன் படபடத்தது. பயந்து சிதறியோடிய காற்று, புதருக்குள்ளிருந்து நடுநடுங்கிச் சிதறியோடின விலங்குகள்.

விநாயகம் முதல் வெடிக்கு முன்பே ‘ஜம்ப்’ ஆகவிட்டது யாருக்கும் தெரியாது. இங்கேயே நின்று கண்காணிப்பதாக நினைத்தார்கள். மண்ணும், புகையும் கலந்து கழுகுகளின் கூட்டத்தைப் போல் சிறகுகளை அடித்துக்கொண்டு பிணத்தைச் சுற்றுகிற மாதிரி சுற்றிற்று. ஏலகிரி மலையையே பிளந்துவிடும் போன்ற சத்தங்கள். துரைசாமி நிகழ்த்திவிட்டு ‘ஜம்ப்’ ஆனார். ராமலிங்கம், சூடாமணி இருவரும் வெடிகுண்டை வீசவில்லை. டவுசர் பாக்கெட்டில் போட்டுக்கொண்டு நகர்ந்தார்கள்.

17

விடியற்காலை காவல் நிலையம். மேகங்களால் மூடிக்கொண்ட சூரியனைப் போல் மந்தமாகக் காணப்பட்டது.

இரண்டு காவலர்கள் சாராயப் பானையுடன் பவுனம்மாவை அழைத்து வந்தார்கள். முப்பது தாண்டிய வயது, அம்மன் சிலையைப் போன்று கறுப்பாக இருந்தாலும் அம்மனைப் போலவே கம்பீரமான அழகு. காவல் நிலையத்திற்கு அடிக்கடி வருவதால் முகத்தில் எந்தச் சலனத்தையும் காட்டவில்லை. பயம், கவலை, துக்கம், வருத்தம் அவமானம் எதையுமே பவுனம்மாளிடம் காண முடியவில்லை.

"ஏட்டு… பானையை எங்க வெய்க்கட்டும்?"

"ம் எந்துல வெய்யி."

"ஏட்டு! எப்போ பாத்தாலும் கப்பாவே பேசற… நாக்குல புழுகு வெக்கிது இரு."

"சர்த்தான்… மூடுடி."

"ஏட்டு… டீ போட்டு கூப்பிட்ட, பானய்ய தல மேல கவுத்துட்டு பத்த வெச்சிடுவேன். டெய்லி மாமூலுக்கு வர்ற கவனம் இக்கட்டும்."

தலைமைக் காவலர் முகத்தில் நிதானமான கோபத்தைக் காண முடிந்தது. மற்றவர்களிடம் பேசி மிரட்டுகிற மாதிரி பவுனம்மாளிடம் பேசிவிட முடியாதென்றும் புரிந்துகொண்டு, வேறு பக்கம் நகர்ந்தார். பவுனம்மாள் ஒரு கையால் வாயை மூடிக்கொண்டு சிரித்தாள். இன்னொரு கையால் தலையிலிருந்த சாராயப் பானையைப் பிடித்துக் கொண்டிருந்தாள். புடவை முந்தானையை பிரமனையா சுற்றி சும்மாடாய்த் தலையில் வைத்திருந்தாள். கண்களைப் போலவே பெருத்த இரண்டு மார்பகங்களுக்கு மத்தியில் முறுக்கிய திராட்சைக் கொடி போல் முந்தானைக் கொடி தலைச்சும்மாடு வரை ஏறிக் கொண்டிருந்தது. பவுனம்மாவுக்கு அது ஒரு விஷயமாகத் தெரியவில்லை. போலீஸ்காரர்கள் அவளுடைய கண்களையும் மார்புகளையும் மாறிமாறிப் பார்த்தார்கள். கண்களைத் தொடர்ந்து பார்க்க முடியாமலும் தவிர்த்தார்கள்.

காவல் நிலையத்திற்கு வெளியே தைல மரத்திற்கு அடியில் சாராயப் பானையை இறக்கி வைத்தாள். “நேத்து ஒருநா மாமூல் தரலன்னதும், கூட்டினு வந்துட்டாங்கள நேயமா ஏட்டு?” இடுப்பில் கை வைத்துக்கொண்டு கேட்டாள்.

“கேசு எவடி தருவா, நொம்மா வந்து தருவாளா? மாசத்துக்கு ஒரு கேச சொல்லி இருக்கன் இல்ல?”

“எங்கம்மாவைப் பத்தி உனக்குத் தெரியாது ஏட்டு, பினாங்குல பத்து நாட்டு ராணுவத்த பாத்தவ. வாயில கக்கா வர வெச்சிடுவா...”

“என்னது?”

“ஒண்ணுமில்ல... மாமுலும் நொட்டணும். கேசும் நொட்டணுமா?”

“போலிஸ்காரங்ககிட்ட பேசற மாரியா பேசற... மாம மச்சாங்கிட்ட பேசறவளாட்டும் கைய ஆட்டினு பேசற... சவடாலா பேசறவ சாராயம் விக்காத...”

“நா விக்கிலனா, யாருமே விக்க மாட்டாங்க பாரு.”

“எல்லா.. இவளுங்களும் கேசு தர்றாளுங்க.”

“என்னா தர்றாங்கன்னு, எல்லார் பவுசும் தெரியும்.”

“மூடுடி, மிசாவுல போட்ட்ருவேன்.” லட்டியை ஆட்டினார். காதுவரை நீண்டிருந்த மீசையைத் தடவிக் கொண்டார்.

“அடக்கிக்கினு இருந்தன்னா கோர்ட்டுல தண்டம் கட்டிட்டு வந்துருவ.”

பவுனும்மா பார்த்த பார்வையில் ஏட்டு வேறு பக்கம் திரும்பினார்.

எல்லா காவலர்களும், காவல் நிலைய வாசலில் கூடினார்கள். சப்-இன்ஸ்பெக்டர், சர்க்கிள் இன்ஸ்பெக்டர், ரைட்டர் என மொத்தப்பேரும் அணி வகுத்து நின்றார்கள். பத்து நிமிடம் பரேடு நடந்தது. முடிந்ததும் காவல் நிலையத்திற்குள் வந்தார்கள். ரைட்டர் ஊதுபத்தி ஏற்றி அதை ஒவ்வொரு அறையாகக் காட்டிக்கொண்டு வந்தார். சப்-இன்ஸ்பெக்டர் அறையில் சாமிப்படம் இருந்தது. அது சப்-இன்ஸ்பெக்டரின் அறையா, சாமி அறையா என்று சந்தேகம் வருமளவிற்குச் சுவற்றில் சாமிப்படங்கள் தொங்கிக் கொண்டிருந்தன. இடதுபுறம் காந்தியடிகள் படம்.

சர்க்கிள் இன்ஸ்பெக்டர், சப்-இன்ஸ்பெக்டரை அழைத்தார். “என்னாய்யா வெடிச்சது, விசாரிச்சியா?”

“வெசாரிச்சன் அய்யா. காத்து கருப்புக்குப் பயந்து வூட்டச் சுத்தி நாலு மூலயில வெடி வெச்சிருக்காங்க. போன மாசம் ஏரில துணி தொவைக்கப் போனவ வுழுந்து செத்தா இல்லீங்கய்யா... அவ ஆவியா சுத்தறாளாம். பொட்டச்சிங்க ஏரிக்குப் போறதுக்குப் பயப்படறாங்கன்னு வெடி வெச்சி தொரத்தி இருக்காங்க...”

“உனக்கு யார் சொன்னது?”

“டீக்கடையில பேசிக்கிட்டாங்கய்யா.”

"பேசனாங்க... பேஞ்சாங்கன்ற கப்சாவெல்லாம் வுடாதயா... ரெண்டு பேர கூட்டினு போயி ஸ்பாட்ல பாத்துனு வா. வெடி வெச்ச தாப்பாள இழுத்துனு வந்து ரெண்டு வெச்சி அனுப்பு. நாள்பூரா கொட்ரில போட்டு பூட்டி வெய்யி."

சிகரெட் பற்ற வைத்தார்.

"சரிங்க அய்யா."

சர்க்கிள் இன்ஸ்பெக்டர் அறையிலிருந்து சப்-இன்ஸ்பெக்டர் வெளியே வந்தபோது, அவரோடு சர்க்கிள் இன்ஸ்பெக்டர் இழுத்துவிட்ட புகையும் பறந்து வந்தது. வெள்ளை மீசையை நீவிக்கொண்டார். தேங்காய் எண்ணையைத் தடவிக்கொண்டு வந்ததால் மீசை மினுமினுத்தது. சப்-இன்ஸ்பெக்டர் அவரின் அறைக்கு வந்தார். தலைமைக் காவலரை அழைத்தார்.

"ஏட்டு..."

"சொல்லுங்கய்யா..."

"வெடி விசயத்த தீர வெசாரிக்கணும்." என்று சொல்லிக்கொண்டிருக்கும்போதே, பீடித்தொழிலாளர் சங்கத் தலைவர் தோழர் காளிமுத்து உள்ளே வந்தார். "வாங்க தலைவரண்ணா.. ரொம்ப தூரம் வந்துட்டீங்க..."

உள்ளே வந்து, தோள் மீது போட்டிருந்த சிவப்பு நிறத் துண்டால் நாற்காலியில் படிந்திருந்த தூசிகளை அடித்துத் துரத்திவிட்டு, உட்கார்ந்தார். "என்னா சார் சாராயக்கார்ச்சிய கூட்டினு வந்துட்டீங்க... எங்க சொந்தக்கார்ச்சி."

"மாசா மாசம் கேசு தரணும். இல்லன்னா அதிகாரிங்க எங்க உயிர வாங்கிடறாங்க..."

"அதத்தான் கேக்க வந்தன். பவுன வெளிய வுடுன்னு கேக்க வரல. நேயமா நடந்துக்குங்கன்னு கேக்க வந்தேன்."

"தலைவரண்ணா... என்ன சொல்ல வர்றீங்க...?"

"புரிலயா?" சிரித்தார். "ஊர சுத்தி யார் யாரு சாராயம் விக்கிறாங்கன்னும் உங்களுக்குத் தெரியும். யார் யாரு குடிக்கிறாங்கன்னும் தெரியும், குடிக்கிறவங்கள இப்போ பேசல அப்புறம் பேசறன், விக்கிறவங்க எல்லாரயும் இழுத்துனு வந்து அடச்சி வெய்ங்க. ஒருத்தர வுட்டுட்டு ஒருத்தர அழச்சிட்டு வராதீங்க..."

"யாரையும் வுடறதில்ல தலைவரண்ணா. எல்லார் மேலயும்தான் கேஸ் போடறோம். பவுனம்மாவயே கேட்டுப் பாருங்க."

"நான் சொல்றது என்னன்னா எல்லாரையும் ஒட்டுக்கா இழுத்துனு வாங்க. இன்னிக்கி ஒருத்தர கூட்டினினு வர்றீங்க, மத்த நாலுபேர வேபாரம் பண்ண வுட்டுர்றீங்க... அடுத்த வாரம் வேற ஒரு ஆள கூட்டினு வர்றீங்க, மத்தவங்கள வேபாரம் பண்றதுக்கு வுட்டுர்றீங்க... என்னா நேயம்னு சொல்லுங்க. கேசுக்கு கேசும் வேணும், மாமுலும் வேணும், எதானா ஒரு தெளிவான முடிவுக்கு வந்துட்டு போலீஸ் ஸ்டேஷன் நடத்துங்க. சாராய வேபாரம் இருக்கணுமா, இருக்கக் கூடாதா? உங்க வேபாரம் நடக்கணும்னா அவுங்க சாராயம் விக்கிணும். கேசத் தரணும். மாமுலும் தரணும். சுத்தமா ஒழிச்சுட்டா போலீஸ் ஸ்டேஷனுக்கு வழியில்ல. திருடும் போவக் கூடாது. மாசத்துக்கு ஒரு திருடன புடிச்சி கேசும் போடணும்... ஒண்ணு தெரிஞ்சுக்குங்க எஸ்ஸய் சாரு. இத மேடபோட்டு பப்ளிக்கா பேசுவன். புடிச்சா எல்லாரயும் புடிங்க, வுட்டா எல்லாரயும் வுடுங்க."

சப்-இன்ஸ்பெக்டர் எழுந்து நின்றுவிட்டார். "அண்ணா! தலைவரண்ணா! அதிகாரி இன்னிக்கி இருக்காரு, அவராண்ட பேசுங்களன். குரிசிலாபட்டு டேசன் போயிட்டு, திருப்பத்தூர் டேசன் போறன்னாரு. புறப்பட்ருவாரு, பேசிட்டு வாங்க..."

"போறன். அந்தச் சாராயக்காரிச்சியை அனுப்பி வெய்யிங்க முன்ன. டேசன் செலவுக்கு வாங்கிக்குங்க. அதுல நான் தலயிடல..."

இன்ஸ்பெக்டர் அறைக்குப் போவதற்குள் அவரே வெளியே வந்தார்.

“வணக்கம் சார்.”

“வணக்கம் மீட்டிங்கா, போராட்டமா?”

“குடிதண்ணி கேட்டு காலி பான ஊர்வலம் நடத்தறோம். இந்த மாசம் மழ பேஞ்சிருச்சி சார், அடுத்த மாசம்.”

“நல்லதுக்குதான பண்றீங்க, பண்ணுங்க. அப்புறம் என்னவோ வெடிச்சத்தம் கேட்டுச்சாம். உங்களுக்குத் தெரியாமப் போகாது.”

“ஆமா பெரிய வெடி சார். பாறைக்கு வெச்சிருப்பாங்க.”

“தகவல் தெரிஞ்சா சொல்லுங்க... ஜில்லா கலெக்டர் வர்றாரு, வரட்டுங்களா?” சர்க்கிள் இன்ஸ்பெக்டர் ஜீப்பை நோக்கிப் புறப்பட்டார்.

18

வீட்டுத் திண்ணையில் தூங்கிக்கொண்டிருந்த பாலாமணியை சூரியன் சுடும் கரங்களால் சுட்டுச் சுட்டு எழுப்பினான். ஆடி மாதமென்றால் காற்றும் பறந்தடிக்கும். வெயிலும் எகிறி எகிறி உலக்கையில் குத்துகிற மாதிரி குத்தும். மழையும் சும்மா இருக்காது. வானமும் பூமியும் கலவியில் புரள்வதைப் போல் ஆவேசமாய்ப் பொழியும்.

காற்று, மழை, வெயில் எதுவுமின்றி வானத்தைப் போர்த்திக்கொண்டு இயற்கை அமைதியாகவும் இருக்கும்.

காலை வெயில் முகத்தில் முட்கள் குத்துகிற மாதிரிதான் குத்தியது. கருமாம் பட்டறையில் இரும்பு அடிக்கும் சத்தம் வேறு டங்டங்கென்று தலைக்கு மேல் அடிக்கிற மாதிரியிருந்தது. பாலாமணியின் அப்பா பினாங்கு நைனாதான் பட்டறை நடத்துகிறார். அவர் ஆசாரி இல்லையென்றாலும் கருமாந்தொழிலில் எல்லா வித்தைகளும் கண்டவர். கார், கலப்பை, கத்தி, கொடுவா, மண்வெட்டி, தாலா, முறம், கத்திரிக்கோல் எந்தப் பொருள் கேட்டாலும் முடியாதென்று சொல்ல மாட்டார். வேலையில்லாமல் சும்மாவும் இருக்க மாட்டார். பட்டறையில் வேலையேதும் இல்லாதபோது காலியான பல்பொடி டப்பா, பிரிட்டானியா பிஸ்கட் டின்,

கல்லெண்ணை டின்களைச் சேகரித்து வந்து சிறிதும், பெரிதுமாக முறங்கள் செய்து விற்றுக் காசாக்கி விடுவார். பிஸ்கட் டின்னின் தகடானது பளபளப்பாகவும் கனமாகவும் இருக்கும். அதில் பெட்டிகள் செய்வார். அவரே பெட்டிகளுக்கு பெயின்ட் அடித்து, அதில் இலைகளையோ, பூக்களையோ வரைந்து தருவார். ஆடி மாதத்தில் சில்லறை வேலைகளுக்கு நேரம் கிடைக்காது. ஏர் ஓட்டுவதும், சேடையோட்டுவதுமென்றும், விதைப்பதும், நடுவதுமென்றும் ஆடிப் பட்டத்துக்கான உழவுப் பணிகள் காடு, மேடு, கழனியெங்கும் நடப்பதால் கருமார் பட்டறைக்கு எந்த ஊரிலும் ஓய்வு இல்லை. சின்னகம்மியம்பட்டு, பெரியகம்மியம்பட்டு இரண்டு கிராமமும் கருமார் பட்டறைக்குப் பேர் போனது. ராணி மங்கம்மா காலத்தில் அந்தக் கிராமங்களுக்குச் சின்னகம்மாளர்பட்டு, பெரிய கம்மாளர்பட்டு என்றுதான் பெயர் இருந்ததாகவும், பின்னாளில் அது பெரியகம்மியம்பட்டென்றும், சின்ன கம்மியம்பட்டென்றும் திரிந்து விட்டதாகவும் சொல்வார்கள். தெலுங்கும், தமிழும் கலந்து பேசும் ஆசாரிகள். பெண் கொடுக்கல், வாங்கலெல்லாம் போல் ஆந்திரப் பிரதேசத்திலிருந்துதான். ஆண்கள் பூணூல் அணிந்திருப்பார்கள். பெண்கள் மாராப்பை வலதுபுறம் போட்டிருப்பார்கள். விவசாயக் கருவிகளை மட்டும்தான் பட்டறையில் செய்து தருவார்கள். கத்தியோ, ஈட்டியோ கையில் தொட மாட்டார்கள். மாமிசம் உண்ணாதவர்கள், இரண்டுவேளை குளித்துவிட்டு பக்கத்திலிருக்கும் ரேணுகா பரமேஸ்வரியை வணங்கிவிட்டுதான் வயிற்றுக்கு உண்பார்கள். மூன்று வேளையும் இலையில்தான் உண்பார்கள். அமாவாசை நாளில் உலைக்கூடத்தில் நெருப்பு பற்றவைக்க மாட்டார்கள். எத்தனை ஆயிரம் பணம் கிடைக்குமென்றாலும் அமாவாசையில் வேலை செய்ய மாட்டார்கள்.

பினாங்கு நைனா அப்படியில்லை. எந்த ஆச்சாரமும் அவருக்குத் தெரியாது. நாள் பூராவும் பட்டசாராயம் குடிப்பார். டவுசர் பையில் முறுக்கோ, வடையோ பச்சை மிளகாயோ, பொட்டுக்கடலையோ, சுட்ட கருவாடோ இருப்பு வைத்துக்கொண்டு மென்றுகொண்டே இருப்பார். காலையில்

ஒருமுறை சாராயத்தோடு பழைய சோறோ, கூழோ, கஞ்சோ குடிப்பார். அதன்பிறகு நாள் பூராவும் சாராயமும் நொறுக்குத் தீனியும்தான், இரவு குடித்துவிட்டு ஒன்றரை உருண்டை களி புட்டுப்புட்டு போட்டுக்கொள்வார்.

பினாங்கு நைனாவிடம் சம்மட்டியடிக்க நாலு பேரும், சக்கரம் சுத்துவதற்கு ஒரு பாட்டியும் ஐந்து பேர் வேலை செய்தார்கள். அவர்களுக்குக் காலையில் வயிறு நிறைய கம்மங்கூழ், மதியம் களியுருண்டை அதற்குக் கீரைக் குழம்போ, காரக்குழம்போ, கருவாட்டுக் குழம்போ சாவித்திரியம்மாள் செய்துவிடுவாள். சாவித்திரியம்மாள்தான் கருமார் பட்டறையின் முதலாளியம்மாள். காசு வாங்கிப் போடுவதும் அவர்தான். கூலி தருவதும் அவர்தான், கூலியாளுக்கு வயிற்றுக்குப் போட்டு மூன்று ரூபாயும், ஆயாவுக்கு ஒரு ரூபாயும் கூலி வேலையெதுவும் இல்லாத காலத்தில் கூழும் களியும் கிடைக்கும். கூலி மட்டும் கிடைக்காது. எட்டணா ஒரு ரூபாய் கடன் வாங்கினால் வேலை செய்யும்போது கழிப்பாள்.

நெருப்புக்கட்டியைவிட சிவப்பாய்க் காய்ந்த இரும்புக் கெட்டிக் கம்பியை எக்குப்பனை மீது வைத்துப்பிடிக்க, நாலு பேரும் சுற்றி நின்று சம்மட்டியை ஓங்கிஓங்கியடிப்பதைப் பார்ப்பதற்கு ஏதோ பாறைப் பலகை மீது துணியடிக்கிற மாதிரிதான் தெரியும். ஆனால் ஒரு சம்மட்டியின் எடை ஏழு கிலோ. அஞ்சி வீசை சம்மட்டியென்றும் சொல்வார்கள். காய்ச்சிய இரும்பை சிவப்பு மாறுவதற்குள் அடித்தால்தான் கொஞ்சம் இலகுவாக சொல்பேச்சு கேட்கும். சிவப்பு போய் மேனி கறுத்துவிட்டால், எவ்வளவு ஓங்கி அடித்தாலும் இரும்பு அசைந்து கொடுக்காது. அடி வாங்காது திருப்பித் தாக்குகிற மாதிரி எகிறும். உருகும் பதத்தில் குமிட்டி அடுப்பில் செவறக் காய்ச்சிய இரும்பையெடுத்து பனைமீது வைத்து அடித்தால்தான் இரும்புக் கம்பியைத் தட்டையாகவோ, நீளமாகவோ உருவாக்க முடியும். நாலு பேர் அடுத்தடுத்து, ஓங்கி ஓங்கி சம்மட்டியில் அடிக்கும்போது, கம்பியை அடி விழுவதற்கு ஏற்ற மாதிரி திருப்புவதற்கும், பிடிப்பதற்கும், யானையின் தும்பிக்கைகளுக்கு

இருக்கும் வலிமை வேண்டும். பினாங்கு நைனாவின் கைகளுக்கு அப்படியொரு தண்டவாள இரும்பின் வலிமையிருந்தது. அவரின் தலையுச்சியில் எப்பவும் சாராயத்தின் தாக்கம் இருந்துகொண்டேயிருக்க வேண்டும்.

மீட்டரளவில் நூலளவு இறங்கினாலும் ஊற்றிக்கொள்வார். நெருப்பில் வெந்து கொண்டிருப்பதால் உடம்பில் எப்பவும் முத்துமுத்தாக வியர்வை வழிந்து கொண்டேயிருக்கும். கந்தையொன்றால் துடைத்துக்கொண்டே இருப்பார். அவ்வளவு வியர்வை வழிந்தாலும் ஒரு மணி நேரத்திற்கு ஒரு முறை கழிவறைக்கும் போவார். குடித்துக் குடித்து குடலெல்லாம் பசை இழந்துவிட்டது. ஒன்று போவதைப் போலவே, இரண்டும் தண்ணீராக ஓடுகிறது. பஞ்சாயத்து ஆசுபத்திரிக்குப் போனால் குடித்துவிட்டு வந்தால் மாத்திரை மருந்து தர முடியாதென்று சொல்கிறார்கள். அப்படியே மருந்து மாத்திரையைத் தந்தாலும் சுடுதண்ணியில் குடித்தால்தான் பலன் தரும். பட்ட தண்ணியில குடித்தால் எந்தப் பலனும் இல்லையென்று அனுப்பிவிட்டார்கள். முள்ளை முள்ளாலெடுக்கிற மாதிரி சாராயத்தாலான நோயை சாராயத்தால் மட்டுமே குணமாக்க முடியுமென்று, உடம்பிலிருக்கும் பிரச்சனைகளை வெளியே சொல்லாமல் மறைத்து வருகிறார். புழக்கடைக்கு இரண்டிற்குப் போவதைக்கூட ஒன்றுக்குப் போவதாகத்தான் சொல்லிவிட்டுப் போவார். வீட்டுக் குடிசைக்குப் பின்புறம் ஓலைத்தடுப்புடன் புழக்கடை இருந்தது. தண்ணீராகப் போவதாலும், பானையிலிருந்து நிறைய தண்ணீரை மொண்டுமொண்டு ஊற்றிவிட்டு வருவதாலும் மூடி மறைத்த மாதிரியாகிவிடுகிறது.

எட்டரை மணிக்கு எழுந்து போகும்போது சாவித்திரியம்மாள் கணவனைக் கிண்டல் செய்தாள். “யோவ் பினாங்கு, ஓலக்கடத்த தூக்கினு வந்து புலக்கடயிலய வெச்சுக்க, எத்தினி வாட்டி போவ?”

அவர் அதுக்கு பதில் சொல்லவில்லை. திண்ணையில் தூங்கிக்கொண்டிருந்த பாலாமணியைப் பார்த்து, “இவன ஏன்டி வத்தல் மாரி வெயில்ல காயப் போட்டிருக்க?” என்றார்.

"ஆங்... தகப்பன் ரத்தம் புள்ளைக்கு ஓடுது. ஓடற ரத்தத்துக்கு மரிச்சி கட்ட முடியுமா?"

சாவித்திரியம்மாள் என்ன சொல்ல வருகிறாளென்பதைப் புரிந்துகொண்டார்.

"விடிகால கேட்ட சத்தம் இவங்க போட்டதுதானா?" என்றபடி பாலாமணி அருகே வந்து, "டேய் மவனே! எழுந்து கொட்டாயில போய் படறா" என்று முதுகில் தட்டினார். பாலாமணி முனகியபடி கொஞ்சம் அசைந்துவிட்டு தூக்கம் தெளியாமல் தூங்கினார்.

"ஏய்யா அவன அடிக்கிற?"

"அடிச்சனா?"

"உன் கையைத் தெரியாதா? இரும்பாச்சே..."

"கைய கால வெட்டி கத்தியும், கடப்பாறையும் செஞ்சிடுவ மாரி இக்குது." என்றவர், "டேய் மவனே... பாலாமணி" என்று உலுக்கினார்.

பாலாமணி முனகிக்கொண்டு எழுந்து உட்கார்ந்தார். "என்னாடா வேல இது, பிச்சக்காரன் காவாத் தண்ணிய குடிச்சி உயிர் பொழைக்கிற மாரி... நீ பொறந்தப்பவோ, துப்பாக்கியோட பொறந்தவன். ஙொம்மாளுக்கு பக்கத்துல ஒரு பக்கம் நீ இருப்ப, இன்னொரு பக்கம் துப்பாக்கி கெடக்கும். எங்கம்மா சத்தம் போடுவா... அடியே சாவித்திரி பாலைப் புள்ளைக்குத் தர்றியா ரைபுளுக்குத் தர்றியா? புள்ள வெறும் வாய் சப்புது பாருன்னுவா... திருடன்கூட ரிவால்வர வெச்சினு இருக்கறான். நீங்க என்னமோ, சொரங்கு மருந்த உண்ட புடிச்சி போட்டுனு இருக்கறீங்க..." தலையில் அடித்துக்கொண்டு போனார்.

"ரோசமா பேசாத, ஒரு துப்பாக்கிய தாயேன் பாக்கலாம்." பாலாமணி கேட்டார்.

"இயக்கம்னா சும்மா மார்கழி பஜன இல்லடா. ஸ்டேட்டுகிட்ட

மோதறப்போ ஸ்டேட்டவுட ஸ்ட்ராங்கா ஆயுத பலம் வெச்சினு இக்கணும். இல்லன்னா, கையை அடில வெச்சினு காந்தி மாரி உண்ணா நோம்பு இருக்கணும்." மறுபடியும் புழக்கடைக்குப் பக்கம் போனார்.

பினாங்கு நைனா துப்பாக்கி செய்வதில் சூரர். இரண்டு ஆண்டுகளுக்கு முன்பு (1968) வரை 'இங்கு துப்பாக்கி ரிப்பேர் பண்ணப்படும்' என்கிற போர்டை ரோட்டோரம் வைத்திருந்தார். லைசென்ஸ் வைத்திருந்தவர்கள் வெளிப்படையாகவும் லைசென்ஸ் இல்லாதவர்கள் ரகசியமாகவும் வந்து பழுது பார்த்துக்கொண்டு போவார்கள். பலருக்கும் துப்பாக்கியைக் கையாள்வதற்குத் தெரியாது. சுடுவதற்குத் தெரியாமல் கற்றுக்கொள்வதற்கு வருபவர்கள் அதிகம். ஆந்திரா, கர்நாடகா, கேரளா, இலங்கையிலிருந்தெல்லாம் துப்பாக்கி எடுத்து வருவார்கள். கேட்ட பணமும் கிடைக்கும். வெளிநாட்டு மதுப்புட்டிகளும் கிடைக்கும். ஜமீன்தார்களே அடிக்கடி துப்பாக்கிகளைத் தூக்கிக்கொண்டு வந்துவிடுவார்கள். சும்மா வைத்திருந்து தூசி ஏறியும், குழவி கூடு கட்டியும் அழுக்கோடிருக்கும். அதைப் பெட்ரோல் போட்டு சுத்தமாய்த் துடைத்து பளிச்சென்று தருவார். சிலருக்கு ரகசியமாய்த் துப்பாக்கியும் செய்து தருவார். ஏலகிரிமலை நாசியப்பன் பன்னி வேட்டைக்கென்று துப்பாக்கி வாங்கிப் போனவன், பொண்டாட்டியை சுட்டுவிட்டான். பினாங்கு நைனாவை போலிஸ்காரர்கள் பாடாய்ப்படுத்திவிட்டார்கள். ஆறு மாதங்கள் வேலூர் சிறையில் அச்சு களி தின்றுவிட்டு வந்தார். அதிலிருந்து துப்பாக்கி சர்வீஸை விட்டுவிட்டார்.

பாலாமணிக்குத் துப்பாக்கி மீதுதான் மோகம். திரைப்படத்தில்கூட துப்பாக்கிச் சண்டைகள் இருக்கும் படங்களை விரும்பிப் பார்ப்பார். குழந்தையாக இருந்தபோது துப்பாக்கியை வைத்துக்கொண்டு விளையாடியது ஞாபகம் இருக்கிறது. பொம்மை துப்பாக்கி இல்லை, நிஜத் துப்பாக்கி. ஏரிக்கு அழைத்துப்போய் பாலாமணியிடம் துப்பாக்கி கொடுத்து அதை பினாங்கு நைனா கெட்டியாகப் பிடித்துக்கொண்டு குறி

பார்த்து கொக்குகளையும், மைனாவையும் சுட்டிருக்கிறார். சுட வைத்திருக்கிறார்.

கூடப்பட்டு நிலச்சுவான்தார் சின்னசாமி கவுண்டர் ஒற்றை மாட்டு வில்லுவண்டி ஓட்டிவந்து சாலையில் நிறுத்தி, 'பாம்... பாம்' என்று ஆரன் அழுத்தினார். சென்னைக்குச் சூதாடப் போனபோது பேருந்திலிருக்கிற மாதிரி, ஒலிப்பான் வாங்கி வண்டியில் கட்டி வைத்திருந்தார். புழக்கடையிலிருந்து வந்த பினாங்கு நைனா ஹாரன் சத்தத்தைக் கண்டு கொள்ளாத மாதிரி திண்ணையிலிருந்த கம்பங்கூழை மொந்தையில் சாய்த்து குடிக்கத் தொடங்கினார். மோர் கலந்த கூழ் சாராயம் தந்த எரி கசப்பை நாக்கிலிருந்து துடைத்தது.

சின்னசாமி கவுண்டர் மாட்டு வண்டியிலிருந்து இறங்கி வந்தார். எருதை இயக்குவதற்காக வைத்திருந்த சிறிய சாட்டைக்குச்சியை வண்டியிலேயே வைத்துவிட்டு வராமல் முதுகில் சொருகிக்கொண்டு வந்தார். சாட்டை யானையின் வாலைப் போன்று ஆடியபடி வந்தது. அவரே யானைக்குட்டி போல்தான் இருந்தார். கறுத்த வட்ட முகம், சிறிய சிறிய சிவந்த கண்கள்.

“நயினா பாம் பாம்னு எம்முட்டு நேரம் அடிக்கிறது? திரும்பியே பாக்க மாட்டன்ற?”

“வா கவுண்டர, ஐஸ் வண்டிக்காரந்தான் கத்தறான்னு நெனச்சேன்.” அவரைத் திரும்பிப் பார்க்காமலேயே மாவடுவைச் சப்பிக்கொண்டே சொன்னார்.

“நயினா! பினாங்கு வெசமம் போகவே இல்லய்யா உங்கிட்ட?” திண்ணையில் உட்கார்ந்தார். பாலாமணி படுத்திருப்பதைப் பார்த்துவிட்டு, “நயினா உம்புள்ளதான, ஜொரமா? வெயில்ல படுத்துனு இருக்குது? கால்கட்டு போட்டியா இல்லியா? நம்ம ஊருக்கா பாக்கட்டுமா? சொந்தத்துல இருக்குதா, நம்ம பக்கத்துப் பொண்ணுங்க காட்டியா இப்பாளுங்க. கால வெச்சதுமே கஷ்டத்த எடுத்துக்குவாளுங்க. ஆம்பள மாரி பொழப்பு

பாப்பாளுங்க. ஒலக்கடத்துல சம்மட்டி அடிக்க வுட்டினாலும் அடிப்பாளுங்க” முதுகில் சொருகிய சாட்டைக் குச்சியால் முதுகைக் கீறிக்கொண்டார்.

“எழுதப் படிக்கத் தெரிஞ்ச பொண்ணு இல்லியா?”

“வேணாம் நயினா, படிச்ச பொண்ண கட்டினு வந்து மண்ணள்ளி போட்டுக்காத... கடசிக் காலத்துல கஞ்சி ஊத்தமாட்டா.”

சாவித்திரியம்மாள் தலை மீது கூடையைத் தூக்கிக்கொண்டு வந்தாள்.

“எக்கா என்னா கூடயில?”

“கரிண்ணா, அடுப்புக்கரி.”

“சீமக்கரிக்குப் பஞ்சமா? ரயில் வோடற ஊருல?”

“அடுப்புக்கரி கொஞ்சம் கலந்து போட்டாதான் சுருக்கா பத்திக்குன்னு நெருப்பாகுண்ணா.” நீளமான திண்ணையில் கூடையையும் இறக்கி வைத்துவிட்டு, சாவித்திரியம்மாவும் கூடைக்குப் பக்கத்தில் உட்கார்ந்தாள்.

“ரொம்ப வருசம் கழிச்சி இந்தப் பக்கம் எட்டிப் பாக்கறண்ணா.”

“ஒண்ணுக்கு நாலு வெச்சிருந்தன் எக்கா. ரேஞ்சர் ஆபீஸ்ல எல்லாத்தயும் புடுங்கிக்கினானுங்க. துட்ட அடிச்சி, கேசு இல்லாம பாத்துக்கிட்டன். ஊரு நாட்டாரா இந்துனு என்னா புரோஜனம்... வூட்ல துப்பாக்கி இல்லன்னு ஊருக்குள்ள தெரிஞ்சா ஒரு நாயி சீந்தாது. எம் மேல இக்கற பயம், மருவாத, எல்லாமே போயிடும். கெவுரவம் சுத்தமா போயிரும்.”

பினாங்கு நைனா மொந்தையை வைத்துவிட்டு எழுந்து டவுசரின் பின் பக்கத்தைத் தட்டிக்கொண்டார். கரியேறிய துண்டினால் வாயைத் துடைத்துக்கொண்டு, “கவுண்டர... ரைப்பிள்ங்கிற நாத்தமே கெடயாது. எல்லாத்தயும் ஏறக் கட்டிட்டன்.”

“நயினா! ஒரு ரூவா ரெண்டு ரூவா சேத்து கேளு. இல்லன்னு மட்டும் தொரத்தாத...”

“இல்ல கவுண்டர. காரு, கலப்பயோட சரி. சமாச்சாரமெல்லாம் வுட்டுட்டன்.”

“வுட்ற முடியாது நயினா. இரும்புப் புடிச்ச கையும், சொரங்கு புடிச்ச கையும் சும்மா இருக்காது. சொல்ற காச தர்றன். கழுத்த வெட்டனாலும் காட்டித் தர மாட்டன், நம்பு நைனா.”

பாலாமணிக்குத் தூக்கம் போய்விட்டது. ஆனாலும் எழுந்து உட்காரவில்லை. தூங்குவதைப் போலவே படுத்திருந்தார்.

“வூடு பூரா அலசிப் பாத்துக்க. துப்பாக்கி சம்பந்தமா, ஊசி முன அம்முட்டும் தூசித் தும்பு பாக்க முடியாது.”

“நயினா...”

“எமர்ஜன்ட் வேல இருக்குது. ஏழு கெடப்பார முனப்புடுச்சி தொயில் வெக்கிணும். டஜன் காரு அடிக்கணும். வேல செஞ்சாலும் ஒரு கிளாசு போட்டுக்கணும். உங்கிட்ட பேசனாலும் ஒரு கிளாசு போட்டுக்கணும். பாரு கவுண்டர... பொண்ணு இருக்குதுன்ன அதபத்தி எங்க மொதலாளியம்மாகிட்ட பேசிட்டுக் கூழு குடிச்சிட்டுப் பொறப்படுங்க...” பட்டறை நோக்கி நடந்தார். அவர் விடவில்லை. திண்ணையிலிருந்து குதித்துப் பின்னாடியே நடந்தார்.

மெதுவான குரலில், “நயினா! ரெண்டு வருசம் ஊருன சரக்கு பெரிய புட்டில எடுத்தாந்திருக்கன். கூடவே மான்கறியும், காயவெச்சி பொடி பண்ண தழ தூளும்...” என்றார்.

பினாங்கு நைனா நின்று சின்னசாமி கவுண்டரின் தோளில் கைபோட்டு அணைத்துக் கொண்டார். “நாக்கு ஊறுது, கண்ணுக்குள்ள தாய்லாந்து தெரியுது. குட்டிய மட்டுந்தான் கூட்டினு வரல. வயசானவன் முடியாதுன்னு நெனச்சிருப்ப, இல்லன்னா ஒரு நாட்டுக்கட்டய வண்டில ஒக்கார வெச்சினு

வந்திருப்ப. கவுண்டர என்னானாலும் ஆகாது. கொண்டாந்த அயிட்டத்துக்கு துட்டு வேணும்னா வாங்கிக்க...”

“நயினா” மிகவும் கெஞ்சலாக அழைத்தார்.

பாலாமணி எழுந்து உட்கார்ந்தார்.

“பாரு கவுண்டர, நீ எதுக்குக் கேக்கறன்னு வெளங்குது. ஒண்ணு பங்காளியோட சொத்து சண்டயா இருக்கணும். இல்லன்னா உன் கூத்தியால வேற ஒருத்தன் மேஞ்சிருக்கணும். சுட்டுட்டு மறைச்சிடலாம்னு பாக்கற அந்தக் காலத்து போலீஸ் வேற... இப்போ போலீஸ் வேற மாட்டிக்குவ. வுட்ரு. ஜெயில்ல உன்னால வாழவும் முடியாது. சாகவும் முடியாது.”

பினாங்கு நைனாவை ஒரு நொடி கூர்ந்து பார்த்தார். “வஞ்சமெல்லாம் இல்ல நயினா. கையில வெச்சுக்கணும். அம்முட்டுதான்.”

“புத்தி சும்மா இக்காது, குறி பாத்துனே கெடக்கும்.”

“சத்தியமா இல்ல நைனா.”

“என் ஆயுசுல எவ்ளோ சத்தியம் பாத்திருக்கேன்.”

“நயினா” கைகளைப் பிடித்துக்கொண்டார், விடவில்லை. கண்கள் பார்த்த கெஞ்சும் பார்வை...

“இந்த ஆடிமாசம் வுட்ரு, அடுத்த மாசம் வா.”

முகத்தில் ஈரம் வந்துவிட்டது. “அட்வான்சு நயினா...”

“முதலாளிச்சிகிட்ட தந்துடு, அயிட்டங்கள மட்டும் ஓலக்கடத்தல வெச்சிடு, வயிறு காலியா போவாத... தின்னுட்டுப் போவணும்.”

சின்னசாமி கவுண்டர் சாவித்திரி அம்மாவிடம் வந்து பணத்தைக் கொடுத்தார். “ஒரு டசன் காரு ஆர்டர் சொல்லிட்டன் எக்கா, இந்தா அட்வான்சு” என்று நீட்ட, வாங்கி இடுப்பில் தொங்கிக் கொண்டிருந்த தோப்பையில் வைத்துக்கொண்டார்.

பாலாமணியின் எதிரே துப்பாக்கி என்று சொல்லாமல் கார் என்று சொன்னார். பாலாமணிக்கு புரிந்துவிட்டது. அப்பாவும் அம்மாவும் வீட்டைச் சுற்றி எங்கேயோ துப்பாக்கியைப் புதைத்து வைத்திருக்கிறார்களென்று.

19

தண்டவாள மணியை அடித்த சத்தம் கேட்டபிறகுதான் இங்கிலீஷ் டீச்சர் குழந்தையைப் பணிப்பெண் பொன்னியிடம் தந்துவிட்டு, வாயல் புடவையின் மடிப்புகளைச் சரிசெய்துகொண்டு, வெல்வெட் துணியால் தைத்த ரோஜாப்பூவைத் தலையில் சூடிக்கொண்டு, பள்ளிக்கூடம் புறப்பட்டாள். பொன்னி அந்த வெல்வெட் பூவை ஆச்சரியமாகப் பார்த்தாள், டீச்சரிடம் நிறைய பூக்களிருந்தன. எல்லாவற்றையும் டீச்சரே தைத்துக்கொண்டது. பொன்னிக்கும் வெல்வெட் பூவின் மீது ஆசை. டீச்சருக்குத் தரும் எண்ணமில்லை. பொன்னிக்கு ஒன்பது வயதிருக்கும். டீச்சருக்குப் பழையதாகிவிட்ட பாவாடைகள் சிலதும், ரவிக்கைகள் சிலதும் பொன்னிக்குக் கொடுத்திருந்தாள். பாவாடையை வயிறுவரை சுருட்டிக் கொண்டிருந்தாள். ரவிக்கையை மாட்டி, முதுகுப்புறம் இறுக்கி ஊக்குப் போட்டிருந்தாலும்கூட லூசாகத் தொங்கியது. டீச்சரிடம் நிறைய அழகுசாதனப் பொருட்களிருந்தன. பள்ளிக்கூடம் போனபிறகு பொன்னி எடுத்துவிடவோ, தொடவோ கூடாதென்று பெட்டியில் வைத்துப் பூட்டி சாவியைக் கையில் எடுத்துப்போகிறாள். குழந்தைக்கு பிஸ்கட், பால், கஞ்சி எதையும் வைப்பதில்லை. குழந்தைக்குக் கொடுக்காமல் பொன்னி தின்றுவிடுவாளோ என்கிற சந்தேகமிருந்தது.

பள்ளிக்கூடத்திலிருந்து அடிக்கடி வந்து பார்த்துவிட்டுப் போவாள். குழந்தைக்கு பிஸ்கட் ஊட்டும்போது, பொன்னிக்கும் தருவாள். மதியம் உணவு தருவாள். குழந்தை பொன்னியிடம் ரொம்பவே ஒட்டிக்கொண்டது.

வாரத்திற்கு ஒருமுறையோ, இரண்டு முறையோ ஜமீன்தாரும் டீச்சரும் உள்ளிருப்பார்கள். அப்போது பொன்னி குழந்தையைத் தூக்கிக்கொண்டு, வீட்டின் பின்புறம் கொடுக்காபுளி மரத்தின் நிழலில் போய் உட்கார்ந்து கொள்வாள். குழந்தை மடியிலேயே தூங்கி விடுவதுண்டு. பொன்னி சாட்சியங்களின் ரகசிய நிழலாக்கப்பட்டாள். அப்போது தின்பதற்கு ஏதேனும் கிடைக்கும். டீச்சர் வட்ட வட்டமாயிருக்கும் பிஸ்கட்டுகளை டின்னிலிருந்து அள்ளிக் கொடுப்பாள். தனம் வரும்போது போண்டாவும் வடையும் வாங்கி வருவாள். பொன்னிக்கு பிஸ்கட்டை விட போண்டாவும் வடையும்தான் பிடிக்கும்.

டீச்சரும் ஜமீன்தாரும் இருக்கும்போது வெளியே எந்தச் சத்தமும் கேட்காது. டீச்சர் சீக்கிரமாகவே வந்து குழந்தையை வாங்கிக்கொள்வாள். தனம் வந்தால் சீக்கிரம் போகமாட்டாள். உள்ளிருந்து பேச்சும், சிரிப்பும் கேட்கும். முன்பு டீச்சர் பள்ளிக்கூடத்திற்குச் சொந்தமான கோட்ரசில் குடி இருந்தாள். அது பள்ளிக்கூடத்தை ஒட்டியே இருந்தது. பக்கத்திலேயே மண் சாலையும் போனது. ஆள் நடமாட்டம் எப்பவும் இருக்கும். இப்போதிருப்பது பள்ளிக்கூடத்திற்குப் பின்புறம் சற்றுத் தள்ளி இருந்தது. அதுவும் ஜமீனுக்குச் சொந்தமான வீடுதான். நூலகத்திற்காகக் கொடுத்திருந்தார்கள். இப்போது நூலகம் இரயில் நிலையத்திற்குப் பின்புறம் மாறிவிட்டது. பஞ்சாயத்து அலுவலகத்திற்குப் பக்கத்திலிருக்கிறது அந்த இடம். சுண்ணாம்படித்து சுத்தம் செய்து டீச்சருக்கு ஒதுக்கப்பட்டது. டீச்சருக்கு அதில் விருப்பமில்லை. நிர்வாகம் கட்டாயப்படுத்தும்போது மறுப்பு சொல்வது, மறுப்பாக இல்லாமல் எதிர்ப்புச் சொல்வதாகக் கருதப்பட்டுவிடுமென்பதால் இந்த வீட்டிற்கு மாறிவிட்டாள். இது ஜமீன்தாருக்கும் வசதியாகிவிட்டது. ஜமீன்தாரின் வசதிக்காக ஏற்படுத்தப்பட்டதுதானே...

டீச்சருக்கு டைலரிங் தெரியும். சென்னையிலிருந்து இங்கே பணியில் சேருவதற்கு வந்தபோது, குழந்தையைப் பத்திரமாகத் தூக்கிவந்த மாதிரியே டைலரிங் மெஷினையும் தூக்கி வந்தாள். பள்ளிக்கூட நேரம் போக மீதி நேரத்தில்... மீதி நேரங்கள்தானே அதிகமாக இருக்கிறது. காலை ஒன்பதரைக்குத் தொடங்கும் பள்ளிக்கூடம் மாலை நாலேகாலிற்கு முடிவடைகிறது. மதியம் உணவுவேளை ஒருமணி நேரமும் இரண்டு இடைவேளைகள் பத்து பத்து நிமிடங்களுக்கும். காலை ஓய்வு நேரம் நாற்பது நிமிடங்களும், மாலையில் ஓய்வு நேரம் நாற்பது நிமிடங்களுமென்று நேரங்கள் நிறைய கொட்டுவதுதான் தொல்லை தருகிறது. வாராந்திர விடுமுறைகளும் பண்டிகை விடுமுறைகளும் வேறு பாடாய்ப் படுத்துகிறது. கையிலிருக்கும் சில கலை வேலைகள்தான் பொழுதுகளைக் கடத்துகின்றன.

ஜமீன்தாரின் தொல்லை மட்டும் இல்லையென்றால் மிச்சமிருக்கும் நேரங்களெல்லாமே நிம்மதியாகவே கழியும். ரேடியோவில் பாட்டும், செய்தியும் கேட்டுக்கொண்டே தையல் வேலை பார்ப்பாள். டீச்சருக்கு ஜமீன்தாரைப் பிடிக்கவே இல்லை. கனவில் வந்தால் கூட பயந்தாள். கலவி தேவைப்படாத உடலொன்றுமில்லைதான். மனம் உடலை விட்டு ஒதுங்கிநிற்கும் பட்சத்தில், தீயோடு முயங்குகின்ற கொடும் அவஸ்தையை மட்டுமே உணர்ந்தாள். ஜமீன்தாரும் டீச்சரிடம் கலவிக்கு வரும் ஒவ்வொரு முறையும் முதலிரவுக்குத் தயாரான பணக்கார மாப்பிள்ளையாகிதான் வருவார். டீச்சருக்கென்னவோ வெள்ளையாய் ஒரு எருமை வந்து மேய்ந்து நாசம் பண்ணிவிட்டுப் போகிற மாதிரியே ஒவ்வொரு முறையும் துடித்தாள். ஜமீன்தாருக்கு அது புரியாமல் இல்லை. தயிர்காரி கோடு போட்ட மாதிரி ஜமீன்தார் ஒவ்வொரு பெண்ணை அனுபவிக்கும்போதும் கோடு போட்டு வந்திருந்தால், அவர் மாளிகையின் மதில் சுவர் முழுவதும் கோடுகள் மட்டும்தான் நிறைந்திருக்கும். அத்தனை உடல்களை வேட்டையாடியிருக்கிறார். எந்தப் பெண்ணாக இருந்தாலும் பேசியோ, மெல்லிய வித்தைகள் காட்டியோ ஆடை வாங்கித் தருவதாக, ஆபரணங்கள் வாங்கித் தருவதாக ஆசைகளூட்டியோ

வசப்படுத்தி விடுவார். சில பெண்களை அழகாக இருப்பதாகப் புகழ்ந்தாலே போதும். கண்கள், காதுகள், மூக்கு, கன்னங்களென மறைக்கப்படாத உறுப்புகளைப் புகழ்வதால் மயங்குவதைக் காட்டிலும் ஆடைகளால் மறைந்திருக்கும் உடற்சங்கதிகளைப் புகழும்போது மயக்கம் கூடும். கஞ்சியையும், கூழையும் தவிர வாழ்வில் வேறு ருசியறியாதவர்களிருக்கிறார்கள். அவர்களுக்குப் பலகாரங்கள் வாய்க்கு ருசியாய்த் தந்தால் போதும். உடல் முழுவதையும் பலகாரமாக்கித் தருவார்கள்.

ஆங்கில டீச்சரிடம் மட்டும் எந்த விதமான உத்திகளும் பலிக்கவில்லை. துளிர்க்கா மரக்கட்டையைப் போல்தான் உடன்பட்டாள். அது அதிகாரமிக்க குலத்திலிருக்கும் ஜமீன்தார் உள்ளுக்குள் அவமானமாகவே உணர்ந்தார். பிணத்தோடு புணர்வதற்குச் சமமாக எண்ணினார். ஒருமுறை ஒரே ஒருமுறை அந்த உடலும், மனசும் தனக்காக அலையோட வேண்டுமென ஏக்கமுற்றார். அதற்காக எல்லா பிரயத்தனங்களும் செய்து பார்த்தாயிற்று. உள்ளுக்குள் தலைகுனிவு மட்டுமே நிரம்பி வழிந்தது.

டீச்சரின் கணவர் பெயின்ட்டர். எப்போது பார்த்தாலும் அழுக்காக இருப்பான். வாசனை திரவியங்கள் எதையும் தொட்டதில்லை. வேலைக்குப் போய் வந்தவனைக் குளிக்கச் சொன்னால்கூட குளிக்க மாட்டான். வீட்டுக்குள் நுழையும்போதே வியர்வையும் பெயின்ட்டும் கலந்த வாடையுடன் அவளைத் தூக்கிக்கொண்டு படுக்கையறைக்கு ஓடுவான். அவனோடிருந்ததை மட்டுமே டீச்சரின் புத்தியும், உடலும் ஆராதிக்கிறது. அவனுக்காக மட்டுமே உருகுகிறது. அவனுக்காக மட்டுமே ஏங்குகிறது. அவனை நினைத்து மட்டுமே தவிக்கிறது.

டீச்சரைத் தேடி மேக மூட்டத்துடனிருந்த ஒரு மாலைப்பொழுது தனம் வந்தாள். தனத்தை முதல் பார்வையிலேயே டீச்சருக்குப் பிடித்துவிட்டது. வரும்போதே குளித்து மஞ்சள் பூசி, கண்களும், உதடுகளும் கன்னக்குழிகளும் சிரிக்க, “டீச்சரக்கா... டீச்சரக்கா...” என்றழைத்தபடி நுழைந்து, “ரெண்டு லவிக்க

தெச்சித் தருவீங்களா?” என்று கேட்டாள். வண்டிக்கடையில் காராசேவும், பூந்தியும் வாங்கி வந்திருந்தாள். டீச்சர் அதில் மாத்திரையளவு எடுத்து வாயில் போட்டு ருசித்தாள். முதலில் ஒரு மாத்திரை, பிறகு இரண்டு மாத்திரை. டீச்சர் அப்படித் தின்ற விதம் பிடித்திருந்தது. உள்ளங்கையளவு அள்ளி, அப்படியே மாவு எந்திரத்தில் கொட்டுவதைப் போல் கொட்டி, வார்த்தை நுழைந்து வருவதற்குக் கூட வாயில் இடம்விடாமல் அசை போடுபவர்களைத்தான் பார்த்திருக்கிறாள். வேர்க்கடலையாக இருந்தாலும் ஒவ்வொரு கொட்டையாகப் போட்டுக்கொள்ளாமல் பிடிப்பிடியாய் அள்ளி கொட்டிக்கொள்வார்கள். டீச்சர் அப்படியில்லாமல் ஒவ்வொன்றாகப் போட்டுக்கொண்டு சுவைத்தபடியே பேசினாள்.

“சிலை மாதிரி அழகா இருக்கீங்க தனம். உங்களுக்கு நாலு குழந்தைங்க இருக்குன்னா யாரும் நம்ப மாட்டாங்க. எனக்கே வயிறு போட்டுருச்சு. உங்க வயிறு பார்த்தா அடங்கி அழகா இருக்கு.” தனம் அதை ரசித்தாள், வெட்கமடைந்தாள்.

தனத்தை நிற்கவைத்து, புடவை முந்தானையை விலக்கச் சொல்லி ரவிக்கைக்கு அளவு எடுக்கும்போது கூச்சத்தால் நெளிந்தாள். தனம் நேராகவே நிற்கவில்லை. கையை மேலே தூக்கச் சொன்னால் தயங்கினாள். முன்பக்கம் அளவெடுக்கும்போது கைகளால் மூடிக் கொண்டாள். கூச்சத்தால் நெளிந்தாள்.

இன்னொரு நாள் குழந்தையோடு வந்த தனம், கொஞ்சமும் கூச்சமின்றி, வேறுபக்கம் திரும்பாமல் முந்தானையால் மறைக்காமல் பால் கொடுத்தது ஆச்சரியமூட்டியது. ரவிக்கையைத் தைத்து முடிந்த நாளில், அங்கேயே அணிந்து காட்டச் சொன்னாள். ஒரு ஓவியர் தான் வரைந்த ஓவியத்தை நின்று ரசிக்கின்ற மாதிரி டீச்சர், தான் தைத்த ரவிக்கையை அணிவித்து அழகு பார்த்தாள். ஒரு ரவிக்கை ஒருத்தியை மேலும் அழகாக்குமா என்றால் கண்டிப்பாக அழகாக்கும். ஒரு கலைஞன் அவனுடைய சிற்பத்திலோ, ஓவியத்திலோ, கவிதையிலோ ஒரு பெண்ணின் மார்புகளை அழகற்று வடிக்க

மாட்டான்.

ஒருவித சிலிர்ப்புடன் பார்த்து ரசித்தாள். "பழைய ஜாக்கெட்ஸ் எல்லாம் தூக்கிப் போடுங்க தனம். இன்னும் நாலு பிட்டு வாங்கிட்டு வாங்க. எப்பவும் அழகா இருங்க... நீங்க எவ்ளோ அழகு தெரியுமா?" உண்மையில் இளங்கறுப்பாக இருந்தாலும், அழகாக இருக்கிறாளென்று கொஞ்சமாகப் பொறாமை இருந்தாலும், ஜமீன்தாரிடம் சிக்கிக்கொண்டதற்கு வருந்தினாள். ஆனாலும் ஜமீன்தாரின் காம வலையில் விழுவதைத் தடுக்க முடியவில்லை. தனம் அதைப் பெருமையாக நினைத்திருந்தாள். தன் அழகுக்குக் கிடைத்த அங்கீகாரமாக மகிழ்ந்தாள். ஜமீன்தாரை அவள் மனதில் மாமன்னனாக ஏற்றிக்கொண்டாள். புனைவதற்குக் கிடைத்த வாய்ப்பானது அதிர்ஷ்டத்தின் உச்சமென்று மெச்சிக்கொண்டாள். தனத்தை மீட்டெடுக்க முடியாதென்பதைத் தெளிவுபடுத்திக்கொண்டு எப்படியோ தன்னை விட்டுவிட்டால் போதுமென்று டீச்சர் யோசித்தாள். ஜமீன்தார் விடவில்லை. 'இயேசுவே... இவன் விட மாட்டானா? டிரான்ஸ்ஃபர் பண்ணாலும் போயிடுவேன், அதுவும் பண்ண மாட்டேன்றான், செத்தாதான் விடுவான் போலிருக்கே... அவன் சாக மாட்டானா?' அடிக்கடி வேண்டிக் கொள்வாள்.

குழந்தையைப் பார்த்துக்கொள்வதற்காக பொன்னியை அழைத்துவந்த நாளிலிருந்து டீச்சருக்கு வேறொரு பயமும், கவலையும் வெறிநாயைப் போன்று கடித்தது. 'பொன்னி குழந்தையோடு தனியாக வீட்டிலிருக்கும்போது, காமுகன் பொன்னியைக் குதறி விடப்போறான்...' என்று எந்த நேரமும் வேதனையுடன் இருந்தாள். அதனாலேயே பொன்னியை அழகுபடுத்தாமலிருந்தாள். 'டிரான்ஸ்ஃபர் மட்டும் கிடைத்தால் பொன்னியைக் கூடவே அழைச்சிட்டுப் போய் நல்ல டிரெஸ் எடுத்து தரணும், அழகா தலைவாரி விடணும், முகத்துக்கு பவுடர் அடிக்கணும், பொன்னியை நம்பி இன்னொரு குழந்தையையும் பெத்துக்கலாம்' என்று யோசிப்பாள். டீச்சரால்

யோசிக்க மட்டுமே முடிந்தது. கனவுகளைப் போல அந்த யோசனைகளும் தொடர்ந்தன.

★★★

தனம் வாயில் போட்ட காரமிட்டாயைச் சப்பியபடி, மெல்ல நடந்து டீச்சரின் வீட்டிற்குள் வந்தபோது ஜமீன்தார் புகைத்தபடி புன்முறுவல் செய்தார்.

“ரொம்ப நேரமாச்சா?” என்றாள்.

“இந்த அழகிக்காகக் காத்திருக்கலாம்.”

“நான் அழகியா?”

“சந்தேகமில்ல... நீ மகாராஜா வீட்ல பிறக்க வேண்டிய இளவரசி. என்னவோ சதி, தப்பான இடத்தல பொறந்துட்ட...”

வெட்கம் வந்தது. வெட்கத்தில் மேலும் அழகு கூடியது. பாதத்திலிருந்து உச்சிவரை ஒரு பார்வை பார்த்து மறுபடியும் ஜமீன்தார் பிரமித்தார்.

“என்ன, புதுசா பாக்கறீங்களா?”

“ஒவ்வொரு நாளும் புதுசா தெரியற...”

“பயமா இக்குது, போவணும்.”

“ஜமீன் ஆசப்பட்டா தடுக்கறதுக்கு யாராலும் முடியாது. உன் எடத்துக்கே வந்து, உன் புருசன வெளியே போடான்னு சொல்லிட்டு உன்னை அனுபவிக்க முடியும்.”

“அப்படியெல்லாம் பேச வேணாம். அவர் என் மேல உயிரே வெச்சிருக்கார்.”

“போதுமா?” சிகரெட்டை தரையில் போட்டு மிதித்துவிட்டு, தனத்தை இரண்டு கைகளாலும் மூச்சுத் திணறுகிற மாதிரி இறுக்கி அணைத்துக் கொண்டார். “உன் புருசனால இப்படிக்

கட்டிப்பிடிக்க முடியுமா? இந்த அழகிக்கு இந்த சோகம் வேணாமா?” மேலும் இறுக்கினார். தன் கணவரால் இப்படிக் கட்டிப்பிடிக்க முடியாதே எனும் வருத்தம் உண்டானது.

20

பாலாமணி வீடு முழுவதும் தேட ஆரம்பித்தார். இரும்புக் கூளங்களையும் இரும்புத் துண்டுகளையும் வீட்டைச் சுற்றி கண்ட இடத்தில் குழி தோண்டிப் புதைத்து வைத்திருப்பது தெரியும். இரயில்வே ஊழியர்கள் சாராயம் குடிக்கவும், சீட்டாடவும், லாட்டரி டிக்கெட் வாங்கவும், விலைமகளின் கம்பனிகளுக்குப் (ஆறுமுகம் கம்பனி, சரோஜா கம்பனி இரண்டிருந்தது) போகவும் இரும்புத் துண்டுகளைத் திருடிவந்து கருமார் பட்டறையில்தான் விற்பார்கள். அதை உடனே பட்டறையில் காய்ச்சி நீட்டி காரோ, கலப்பையோ, கத்தியோ செய்துவிட முடியாது. வரும்போது வாங்கி எங்கேயாவது மண்ணில் புதைத்து விடுவார்கள். ஆர்பிஎப் போலீஸ் அடிக்கடி ரெய்டு வரும். ரெய்டென்றால் ஒருத்தரோ, ரெண்டு பேரோ கிடையாது. பெரிய லாரி நிறைய வந்து இறங்குவார்கள். ஒருத்தரில்லாமல் துப்பாக்கி வைத்திருப்பார்கள். சுட்டு விடுகிற மாதிரியே ஒவ்வொருத்தரையும் பார்த்து துப்பாக்கியை நீட்டுவார்கள். அவர்களிடம் பயம் காட்டினால் போச்சு... வீடு, பட்டறை தோப்பெல்லாம் தேடுவார்கள். கருமார் பட்டறை டென்ட்டிற்கு அருகாமையில் தோப்பு இருந்தது. எதுவும் விதைக்காத பீக்காடு. இரவானதும் பெண்கள் அங்கேதான் போவார்கள். பெண்கள் உபாதைகளைக் கழிக்கப் படும்பாடு மட்டுமே பூலோக வதைகளில் பெரும்

வதை. என்ன அவசரமென்றாலும் வெளிச்சத்தில் சென்று கழிக்க முடியாது. இருட்டும்வரை பொறுத்திருந்து இருட்டிய பிறகு தோப்பிற்குப் போக வேண்டும். மலமும் மூத்திரமும் வெள்ளாமை செய்திருந்த தோப்பில்தான் இரும்புத் துண்டுகளை ஆங்காங்கே புதைத்து வைத்திருந்தார்கள். ரெய்டு வரும்போது ஆர்பிஎஃப் வீரர்களுக்குத் தோப்பில் கால் வைக்க மட்டும் வீரம் இருக்காது. பாம்புகளைக் கண்டு பயப்படுகிற மாதிரி அசுத்தங்களைக் கண்டு பயந்து திரும்பிவிடுவார்கள்.

பாலாமணி கடப்பாறையையும், மண்வெட்டியையும் எடுத்துக்கொண்டு தோப்பிற்குப் போனபோது, சாவித்திரியம்மாவும் பினாங்கு நைனாவும் தடுத்தார்கள்.

“என்னா மவன, என்னா உன் அக்கபோரு, என்னா தேடற?” பினாங்கு நைனா கடப்பாறையை இழுத்தார்.

“கம்முனு இருந்துடு நைனா. எனக்குத் துப்பாக்கி வேணும். எங்கயோ ஒளிச்சி வெச்சிருக்கீங்க...”

“கட்ட துப்பாக்கி தேடறதுக்கு கெணறு வெட்ற மாதிரி போற... அது எதுக்குடா, போலீஸ்காரனும், குருவிக்காரனும் வெச்சினு இக்கற பொசுக்கட்ட. அவுங்க எத்துனு சுத்தற மாரி, நீ எத்துனு சுத்துவியா? சிறுசா ரிவால்வர் வாங்கிக்க...” மண்வெட்டியைப் பிடுங்கினார்.

“யோ... சும்மா இருய்யா. டேய் கண்ணு பாலாமணி, வார் வேணாண்டா... வார்லதான் ஜாதி சனம் எல்லாத்தயும் காவு தந்துட்டு வந்தோம். உசுரோட வாழறதே நாலஞ்சி பேரு. இதுக்காடா பினாங்குல சாவாம உன்ன தூக்கினு நாடு நாடா அலஞ்சி காடுகாடா சுத்தி ஏழு கடல தாண்டி இங்க வந்தோம். நாம எத்தன பேர கொல்லணும்ங்கிற கோபத்த வுட்டுட்டு நாம எத்தன பேரு வாழறோம்னு கணக்கு போட்றா. புரச்சி, யுத்தம், சண்ட, ஜெயிலு, எதுவும் வேணாண்டா கண்ணு...! இந்த ஜனங்களுக்காக நீ துப்பாக்கி தூக்கறியா? நேதாஜிய்ய தூக்கிப் போட்டுட்டு வாழ்றவங்கடா... உனக்கு எதிரி யார்னா

இருந்தா சொல்லு. நானே அவன கொன்னுடறேன். இந்த அடிம ஜனங்களுக்கு உன் உயிர வுடாத... எதனா வேலைக்குப் போடா... கல்யாணம் பண்ணி கன்னி கழிச்சுக்கோ." சாவித்திரியம்மா கண்ணீர் சிந்த ஆரம்பித்தாள்.

பினாங்கிலிருந்து இரண்டாம் உலகப்போர் முடிவடைந்ததும் பர்மா அகதிகளாய் இந்தியா வந்து சேர்ந்த அவதிகள் சாவித்திரியம்மாவின் கண்ணீரில் நினைவுகளாய் வழிந்தன. பினாங்கு நைனா, பாலாமணியின் கையைப் பிடித்து அழைத்துவந்து திண்ணையில் உட்கார வைத்தார். "மூவ்மென்ட் வேணாண்டா, வுட்டுடு. பினாங்குல புரட்சிப்படையில இருந்தவண்டா. உலகத்துல இக்கற அத்தன ராணுவத்தயும் பாத்தவன். ராணுவத்துக்கும் போலீஸுக்கும் கண்ணில்லடா... போராட்டம் பண்றவங்களும் மனுசங்கன்னு தெரியாது."

"நைனா! ஜனங்க ஒண்ணு சேந்துட்டா ஜனங்களே ராணுவந்தான்."

பினாங்கு நைனா சிரித்தார். டவுசர் பையில் கையைவிட்டு வேர்கடலை எடுத்து, திண்ணையில் குத்தி, பிளந்த பொட்டைப் பிரித்தெடுத்து கொட்டைகளை வாயில் போட்டுக்கொண்டு மென்றுகொண்டே சிரித்தார். "மவனே! சொல்றதுக்கும் கேக்கறதுக்கும் நல்லா இக்குதுடா... ஆனா நடமுறைக்குத் தோதுபடாது. இந்த ஜனங்கள ஒண்ணா சேருன்னு நீ சொன்னா ஒருத்தனும் கேக்க மாட்டான். நிலத்துக்காரனும், ஜமீன்தாரும் உங்கள அடிமயா வெச்சிருக்கானுங்க. அவங்கள எதுக்கலாம் வாங்கன்னு கூப்பிட்டா வர மாட்டாங்க. ஆனா உன்னையும், உன் இயக்கத்தையும் அழிக்கிறதுக்கு ஜமீன்தார் கூப்பிட்டா, மொத்த ஜனமும் ஜமீன்தார் பின்னாடி போய் நின்னுக்குவாங்க. இப்போ சொல்லு ஜனங்க ராணுவந்தான். ஆனா அந்த ராணுவம் உன் பக்கம் இல்ல, உன் எதிரியின் பக்கம் நிப்பாங்க. கோயில்ல கூழு ஊத்தினா அந்த ராணுவம் அங்க சேரும். சினிமா நடிகன் வந்தானா ஒண்ணு சேரும்." கொஞ்சம் வேர்க்கடலைகளை அள்ளி பாலாமணியிடம் நீட்டினார். இரும்பைக் காய்ச்சும் துருத்தி அடுப்பின் நெருப்பில் சுட்ட

வாசனையும், கைகளில் கரியின் நிறமும் சேர்ந்தது. பச்சை வேர்க்கடலையை அவித்துத் தின்பது ஒரு சுவை. சுட்டுத் தின்பது அதைவிட சுவை. ஒரே ஒரு வேர்க்கடலையை மட்டும் உடைத்துக் கொட்டைகளை வாயில் போட்டுக்கொண்டு, மிச்சத்தை அவரிடமே கொடுத்துவிட்டு, திண்ணையிலிருந்து இறங்கினார்.

“மவனே ஒக்காருடா” என்று இழுத்தார்.

“உபதேசம் முடியலயா? கையை வுடு நைனா. ஜனங்க சேர மாட்டாங்க, ஜனங்க சேர மாட்டாங்கன்னு ஒப்பாரி வைக்காத. ஜனங்கள சேத்தறதுக்கு வழி சொல்லு. நூறு பேர் சேர்ந்தா போதும். அதை ஆயிரம் பேர், லட்சம் பேருன்னு உப்பிரி பண்ணிக்கலாம்.”

“அப்படியா?” என்று அவர் கேட்ட விதம், பாலாமணியை ஏளனம் செய்கிற மாதிரி இருந்ததால், பாலாமணிக்குக் கோபம் வந்தது. அந்தக் கோபம் மூக்கை விறைப்பாக்கியது.

“லட்சம் கோடி இல்ல நைனா. மார்க்ஸியத்தையும், லெனினியத்தையும் உலகமே ஏத்துக்கப் போகுது. உலகமே சம தர்ம சமுதாயமா மாறப்போகுது. சோசலிசம் ஜெயிக்கப் போகுது.”

சாவித்திரியம்மா சொம்பில் டீ வாங்கி வந்தாள். “மகாநாடு முடியலயா? யோவ் பெனாங்கு நயினா, அவன் புத்திய கெடுத்துனு இருக்கறயா?”

“நான் கெடுக்கறனா? ஆத்தாளும் மகனும் டீய குடிங்க. நான் பொழப்ப பாக்கறன்.” என்று திண்ணையிலிருந்து இறங்கினார்.

“குடிகாரா... டீத்தண்ணி மட்டும் குடிக்க மாட்டியே...” என்றவள், “இருய்யா ஓடாத.. பொதங்கெழம பொண்ணு பாக்கப் போறோம்.. அன்னிக்கி ஒரு நா மூத்தரத்த குடிக்காம இக்கணும்.”

“குடிச்சிட்டு மல்லாந்துனு இக்கற மாரி பேசுவ. காய்ச்சன

இரும்ப சம்மட்டி அடிக்குப் புடிச்சிப் பாரு தெரியும்."

"யோவ் சாமி... பொண்ணு பாக்கப்போற ஒருநாள் மட்டும் குடிக்காம இருன்னு சொன்னன்."

அம்மாவின் சாமர்த்தியமான பேச்சு பாலாமணிக்குப் புரிந்தது. தன்னிடம் நேரடியாகத் திருமண பேச்சைப் பேசாமல் கணவனிடம் பொண்ணு பார்க்கப் போவதாகவும், குடிக்காமல் இருக்க வேண்டுமென்றும் சுற்றி வளைத்துப் பேசுகிறாள்.

"எனக்குக் கல்யாணம் வேணாம்மா..." அலுமினியக் குவளையில் ஊற்றிக்கொடுத்த டீயை வாங்கிக் கொண்டார்.

"என்னோட சைக்கிள்ல வா, சுத்துப்பட்டுல வாழ்ற எல்லா ஜனங்களையும் காட்டினு வர்றன். அவங்க வாழ்க்கையைக் கொஞ்சம் பாரு... மாடுங்க கோவணம் கட்டல, இவங்க கட்றாங்க... அந்த ஒரே வித்தியாசந்தான். மாட்டவிடக் கொடுமையான வாழ்க்கைய வாழ்ந்துட்டிருக்காங்க. மாட்டுக்காச்சும் புல்லும், புண்ணாக்கும் கெடச்சிடுது. ஜனங்களுக்கு ஒண்ணுமே இல்லம்மா. குடும்பத்தோட நெலத்தல பாடுபடறாங்க. புருசன் பொண்டாட்டி, அம்மா அப்பா புள்ளைங்க அக்கா தங்கச்சி, அண்ணன் தம்பி, மாமன், மச்சான், சித்தப்பன், பெரியப்பன் மொத்தப் பேருமே ஆளு செய்றாங்க... முள்ள வெட்டி, கல்ல ஒடச்சி, ஏரு ஓட்டி, வெதச்சி, கள எடுத்து வெள்ளாம பண்றது இவங்க. அந்த வெள்ளாம மொத்தத்தயும் அனுபவிக்கிறது ஜமீன்தாரும், நிலச்சுவான்தாருங்களும்தான். ஆயிரம் பேரோட வேர்வையையும், ரத்தத்தையும் மூணு குடும்பம் குடிக்குதுங்க. நெலம் அவங்களுக்கு மட்டும் எப்படி சொந்தமாச்சி? நெலத்துல பாடுபடாத அவங்களுக்கு நெலம் எப்படி சொந்தமாச்சி? சொல்லும்மா வெறும் நிலம் காய்க்குமா? வெதச்சி பாடுபட்டாதானே வெள்ளாமம? பாடுபடறவங்களுக்கு என்னா இருக்கு?" டீயைக் குடித்தார். சூடு கொஞ்சம் ஆறிப் போயிருந்தது. இன்னும் கொஞ்சம் கேட்டு டம்பளரை நீட்டினார். சாவித்திரியம்மா சொம்பிலிருந்து ஊற்றினாள். அது மேலும் ஆறியிருந்தது.

“இந்த ஜனங்களுக்கு எதனா செய்யணுமா, உனக்குப் புரியும். உலகப்போர பாத்திருக்க... கண்ணுக்கெதிர்ல ராணுவம், பீரங்கி, துப்பாக்கி, சாவு ரத்தம், ஜனங்க உடம்புலருந்து மரம் உலுக்கிக் காய்ங்க விழற மாதிரி கையி, காலு, கண்ணுமுட்ட, தல, ரோட்ல விழுந்து செதறனத பாத்து இருக்கே... இந்த ஊர்ல ஒருத்தருக்கும் போருன்னா என்னான்னே தெரியாது. ஆனா உனக்குத் தெரியும். உங்கிட்ட பேசனா மட்டுந்தான் புரியும். சொல்லுமா, நானே போராடலன்னா வேற யாரு போராடுவாங்க? இன்னும் இவங்க எவ்ளோ காலத்துக்குக் கொத்தடிமயாவே வதைபடுவாங்க?”

சாவித்திரியம்மா கண்கள் கசிய பாலாமணியைப் பார்த்தாள். சத்தமாக அழ முடியவில்லை. நெஞ்சையடித்துக்கொண்டு கதறுவதற்குத் தோன்றவில்லை. எல்லாம் பினாங்கிலேயே வற்றிவிட்டது. கொத்துக்கொத்தாய்க் குண்டுகளும், குவியல் குவியலாய் மரணங்களும் பார்த்தவர்கள்தான். அப்பா, சித்தப்பா, பெரியப்பா, அக்கா, அக்காவின் குழந்தைகளென்று எத்தனை உயிர்களைப் பறிகொடுத்துவிட்டு வந்திருக்கிறாள். அகதிகளாய் வரும்போது அவரின் மாமாவுக்குக் கடும் காய்ச்சல். உடம்பு நெருப்பைத் தொட்டதுபோல் எரிந்தது. அவரால் ஒரு அடியும்கூடக் காலெடுத்து வைக்க முடியவில்லை. அவரைப் படகிலும் அனுமதிக்கவில்லை. முகாமிலேயே விட்டுவிட்டு வந்தார்கள். கண்ணுக்குள் எல்லா அவதிகளும், சித்ரவதைகளும் ரணங்களும் காட்சிகளாய் வந்து போயின.

பட்டறையிலிருந்து சம்மட்டியடிக்கிற சத்தம் வந்தது. பினாங்கு நைனா வேலையில் உட்கார்ந்து விட்டார்.

சாவித்திரியம்மா சொம்பிலிருந்த டீயை எடுத்துக்கொண்டு எழுந்தாள். குமட்டியில் வைத்துச் சூடேற்றி சம்மட்டியடிப்பவர்களுக்கு ஊற்றித் தருவாள்.

“பாலா! நான் அம்மாடா... உன்ன பெத்தவ. உன் ஒத்த உயிர காப்பாத்தறதுக்குதான் நாங்க இங்க வந்து சேந்தோம். எனக்குக் கொள்ளி வைக்கிறவரைக்கும் நீ நல்லா இருக்கணும்.”

சாவித்திரியம்மாவின் கன்னத்தைக் கிள்ளினார். "என் கல்யாணத்துக்கு எவ்ளோ சேத்து வெச்சிருக்க?"

"ஏண்டா... கட்சிக்கு நிதியா தந்துரட்டுமா? போடா டேய்... கண்டிப்பா ஒருத்தியைக் கூட்டினு வந்து தாலியைக் கட்றான்னு சொல்லப்போறன். நீ கட்டலன்னாலும் நானே அவளுக்குத் தாலிய கட்டி ரெண்டு பேரயும் உள்ள வெச்சி பூட்டப் போறன்." பட்டறை பக்கம் நகர்ந்தாள்.

பாலாமணி எழுந்தார். தலையில் பாறாங்கல்லை வைத்த மாதிரி பாரமாக இருந்தது. ரோட்டிற்கு வந்தார். கால்கள் அதுவாகவே ராமசாமி டீக்கடை நோக்கி நடந்தது.

டீக்கடை சுவர்களிலெல்லாம் புதிதாய் சினிமா போஸ்டர்கள் தெரிந்தன. 'திருப்பத்தூர்காரன்களும், ஜோலார்பேட்டைக்காரன்களும் போட்டி போட்டுனு ஒட்றாங்க' என்று எண்ணிக்கொண்டார். நம்நாடு படத்தின் போஸ்டரைப் பார்த்ததும் மனதிற்குள் உற்சாகம் வந்தது. 'ரிலீஸாகி எவ்ளோ நாளாகுது. இப்பதான் நம்ம ஊருக்கு வருது. பிரின்ட் அடி வாங்கி வந்திருக்கும்.'

அதிசயமாய்க் கடையில் தனம் மட்டுமிருந்தாள். "என்னய்யா தனம், குடும்பத்தலைவன் எங்க போனாரு?"

"கொல்லி மோட்டுக்குப் போயிருக்காப்ள. பெருசுங்களுக்குக் களியுருண்ட தந்தன்" உள்ளே விளையாடிக்கொண்டிருந்த பிள்ளைகளை எட்டிப்பார்த்துக்கொண்டு சொன்னாள்.

"இன்னொண்ணும் ரெடியாகுதா? இவ்ளோ அழகா இருந்தா தலைவரால சும்மா கெடக்க முடியுமா? நாளுக்குநாள் செம அழகு. சொல்றன்னு தப்பா நெனைக்காத... இத்தோட குடும்பக் கட்டுப்பாடு பண்ணிக்க. எனக்குத் தெரிஞ்ச பையனோட அம்மா அம்பது வயசுக்கு மேல ஆனவங்க. பண்ணிட்டாங்க... நல்லா இருக்காங்க."

"பயமா இக்குதே... டீச்சர்கூட வுடாம சொல்லினே இக்கறாங்க."

பாலாமணி கண்களைச் சுழற்றி யாராவது தெரிகிறார்களாவென்று பார்த்துவிட்டு, யாருமில்லாதது புரிந்து, "டீச்சர் வூட்டுக்கு ஏன் போறன்னு தெரியும். நான் கேட்டா மட்டும் முடியாது முடியாதுன்ற..."

"வந்தியா, டீ குடிச்சியா போயினே இரு. வெளக்கு வெச்சினு பாத்த மாரி பேசாத."

"அத வுடு, எனக்கு ஏன் முடியாதுன்ற..."

"டீ போட்டுட்டன்... குடிக்கிறியா? மூஞ்சில ஊத்தட்டுமா?"

"மூஞ்சில ஊத்தறியா? ஏற்கெனவே இந்த மூஞ்சியை வேணாங்கற... வுட்ற மாட்டன். ஒரு நா டீச்சர் வூட்டுக்கு வர்றன்."

"போப்பா.. ஊர்ல ஒருத்தனாவது நல்லவனா இரு. ஒரு பொண்ண பாத்து கல்யாணம் பண்ணிக்க." டீ கிளாஸை டேபிள் மீது வைத்துவிட்டுக் குழந்தைகளிடம் போனாள். அவளையே பார்த்து நின்றார்.

21

இருகோடுகள் திரைப்படம் முதல் காட்சி பார்த்துவிட்டு, நடராஜண்ணனும் கனகாண்ணியும் சைக்கிளைத் தள்ளிக்கொண்டு நடந்து வந்தார்கள். இரயில் போகிற சத்தம் கேட்டது. மனம் படபடவென்று அடித்துக்கொண்டது. பிரிந்துபோன காதலியைத் திருவிழாவில் காணக் கிடைத்தால் மனம் கொந்தளித்து தவிக்குமே... அப்படித் தவித்தது. இரண்டு மாதங்களாகிவிட்டன. "இது கூட்ஸ் வண்டிதான்... சேலம் பக்கம் போறது" என்றான். சைக்கிளின் ஆண்டில் பாரைப் பிடிப்பது, இரயில் பெட்டியின் படிக்கம்பியைப் பிடிப்பது போன்ற உணர்வு உண்டாக இறுக்கிப் பிடித்தார். பற்களைக் கடித்துக்கொண்டார். "ராவுக்கு என்னா சாப்பாடு, ரயில்வே ஸ்டேஷன்ல பரோட்டா வாங்கினு வரட்டா?"

"வேணா.. ஜீரணமாகறதில்ல. ராவுல கேளு, மசால் தோச கேட்டுனே இருக்கறன்."

"ஆமாண்டி மில்லுக்குப் போறதுனால முடியறதில்ல. ஒரு நா லீவு போட்டுட்டு மசால் தோச வாங்கினு வர்றன்."

"என்னிக்குனு பாக்கலாம்" சிரித்துக்கொண்டு சொன்னாள். 'ஆசைப்பட்டது தின்னலைன்னா கொழந்த காதுல சீவு வரும்' என்று சொல்லவந்ததைச் சொல்லவில்லை. 'அப்புறம் மசால்

தோசைக்காகவே அரிசி மில்லுக்குப் போகாம லீவெடுத்துட்டா என்ன பண்றது' எனவும் யோசித்தாள்.

வக்கீல் கிருஷ்ணன், நடராஜண்ணனை அரிசி ஆலையில் சேர்த்துவிட்டார். "மூணு மாசம் தயங்காம இங்க வேலை செஞ்சினு இரு நடராஜி. வேகன்ல கொளைளையடிக்கிறங்கிற கெட்ட பேர் மறையட்டும். அப்புறம் பாத்துக்கலாம்." என்று கூறி அழைத்துக்கொண்டு போனார்.

"ஜனங்க பாவம்ய்யா, வயித்துக்கு என்னா பண்ணுவாங்க...?"

"செத்துட மாட்டாங்க. அர கஞ்சி, கால் கஞ்சி குடிச்சி உயிர் வாழுவாங்க. கவலபடாத."

நெல்லு மூட்டைகளையும், அரிசி மூட்டைகளையும் லாரியில் ஏற்றுகிற இறக்குகிற வேலை. அதே மூட்டை தூக்கும் வேலை. இன்று வர வேண்டிய லோடு லாரியும் வரவில்லை. கனகாவை சினிமாவுக்கு அழைத்து வந்துவிட்டார். லாரி வந்திருந்தால், மில்லில் வேலை செய்யும் யாராவது தியேட்டருக்கு வந்து அழைத்துப் போயிருப்பார்கள். லோடு வரவில்லை. அவருக்கென்னவோ திரைப்படம் பார்க்கும் எண்ணமே இல்லை. கனகாவுக்காகப் போனார். காலை ஏரிக்குப் போகும்போது எதிரில் வந்த பொன்னுத்தாயி, 'அடுப்ப பத்த வெச்சி நாலுநாள் ஆச்சி' என்று சொன்னது, நெஞ்சைக் கிழிக்கிற மாதிரி இருந்தது. கடையில் ஒரு படி அரிசியை விலைக்கு வாங்கிக் கொடுத்துவிட்டு வந்தார். பொன்னுத்தாயி சொல்லிவிட்டாள். சொல்லாமல் எத்தனை தாயிகள் பட்டினி வதையில் சாகறாங்களோவென நினைத்துக் கவலையாகவே இருந்தார்.

வீட்டிற்குப் போனதும் கனகா அண்ணி கம்பு மாவு பிசைந்து ரொட்டி தட்டினாள். சிறு வெங்காயமும் பச்சை மிளகாயும் நறுக்கிப்போட்டு உப்பைக் கரைத்து ஊற்றிப் பிசைந்து இரும்புக் கல்லில் போட்டு சுடச்சுட தந்தாள். நடராஜி இரண்டு ரொட்டி, கனகா ஒன்று தின்றார்கள். அடுப்புச் சூட்டிலேயே சட்டிவைத்து

தண்ணீர் ஊற்றி வெல்லமும் காபி பில்லையும் போட்டுக் கொதிக்கவைத்து பாலில்லாத டிக்காஷன் காபி குடித்தார்கள்.

"கனகா! நாளிக்கிருந்து ரெயில் ரோட்டுக்குப் போலாம்னு இருக்கறேன்." கனகா பதில் சொல்லாமல் முறைத்துப் பார்த்தாள்.

"ஜனங்க பட்டினியா கெடக்கறாங்க... கண்ல பாக்க முடியல."

"எனக்குத் தூக்கம் வராது. உன்ன கட்டிப்புடிச்சினு தூங்கிப் பழகிட்டன். என்கூடவே இருய்யா. என்கூட படுத்து இருக்கறது புடிக்கலயா?"

"என்னா பேசற... யான மாரி இருந்துனு பூன மாரி உன் பின்னாடி சுத்தினு இருக்கறன். ஜனங்கள பட்டினியா பாத்துனு இருக்க முடியாது. யார்னா பசின்னு சொன்னாங்கன்னா அங்கயே பாதி செத்துப் போறன்." கண்கள் கலங்கின மாதிரி சொன்னார்.

நடராஜண்ணன் மடியில் தலைவைத்துப் படுத்துக் கொண்டாள். வயிற்றைத் தடவினாள். "இன்னும் ஒரு மாசம் கூட இரேன், வயித்துல வளர்றது கெட்டியாயிடும்" என்றாள்.

கதவு தட்டும் சத்தம் கேட்டது. நடராஜண்ணன் எழுந்து கதவைத் திறந்தார். வக்கீல் கிருஷ்ணனும், பாலாமணியும் நின்றிருந்தார்கள்.

"சும்மாதான் வந்தோம் நடராஜி. முன்னயே வந்தோம், சினிமாவுக்குப் போனதா கண்ணப்பன் சொன்னான்." என கிருஷ்ணன் சொன்னார். "ஆமா கண்ணப்பன் ஏன் இப்போ சரியா வர்றதில்ல?"

"அவங்கம்மா ராக்காசிய்யா, அனுப்ப மாட்டா" ட வுசரோடு வெளியே வந்தார் நடராஜி.

"நீங்க பேசுங்க... கனகா வூட்டுல கோழிக்கறி இருந்துச்சினா நான் தின்றன்." என்று பாலாமணி வாசற்படிக்கு வெளியே போட்டிருந்த சதுரக்கல்லின் மீது உட்கார்ந்தார்.

வக்கீல் கிருஷ்ணனும், நடராஜண்ணனும் தெருவைத் தாண்டி நடந்து போனார்கள். நிலா வெளிச்சமிருந்தது. மெயின் ரோட்டில் தெருவிளக்கு, அரிகேன் விளக்கைவிட மோசமாக எரிந்தது. பக்கத்திலிருந்த சாமி திரையரங்கத்திலிருந்து விசில் சத்தம் கேட்டது.

“வாத்தியார் படத்தைப் பாக்காம தாமோதரன் கொட்டாயிக்குப் போயிட்டீங்க...?” கனகாவைப் பார்த்துக் கேட்டார்.

“கூட்டத்துல நசுக்கிடுவாங்க. பெறவு பாத்துக்கலாம். எதுக்கு இங்க உக்காந்துட்ட தொர?”

“எதனா கவனிப்பன்னுதான். வூட்டுக்காரன் வூடு தங்காதப்பவே மொறைப்ப... இப்ப அடிச்சே தொரத்துவே...”

“உனக்கு வேலயே இல்லியா. எழுந்து போ. அதுக்குன்னு இருக்குறவளுங்ககிட்ட போயி கேளு.”

“அந்த அளவுக்கு நான் தெரவுசு இல்ல கனகாம்பாள் அண்ணி.”

“என் பையன் கன்னி கழியல, என் பையன் கன்னி கழியலன்னு ஒங்கம்மா ஊரு பூரா பொலம்பினு திரியரா... எதாச்சும் ஒண்ண பாத்து கல்யாணம் பண்ணிக்கோ.”

“காக்கா குருவிங்கல்லாம் கல்யாணம் பண்ணினுதான் கன்னி கழியுதுங்களா?”

“காக்கா குருவியா பொறக்கறது... மனுசனா ஏன் பொறந்த. பேச்ச வளக்காத எழுந்து போயிரு...”

பாலாமணி எழுந்தார். “அதுக்காக மட்டும் கல்யாணம் பண்ணிக்கிறது முட்டாள்தனமில்லயா?”

“போப்பா... போய் பொழப்பு பாரு. நான் இன்னொருத்தன் பொண்டாட்டி.”

★★★

மின் கம்பத்தைத் தாண்டி புளியமர இருளில் நின்றார்கள் வக்கீல் கிருஷ்ணனும், நடராஜண்ணனும். யாரோ இரண்டு பேர் சைக்கிளில் வேகமாகப் பறந்தார்கள். திரைப்படம் கொஞ்சம் ஓடியிருந்தாலும் பரவாயில்லை, பார்த்துவிட வேண்டுமென்ற வெறி அவர்களிடமிருந்தது.

“பைசா இல்லாம இயக்கத்த வளக்க முடியாது நடராஜி. லெவி கலெக்ஷன் பண்றது எதுக்கும் பத்தல, தலமையிலருந்து தோழர்கள வரவழைச்சா எதனா தரணும். நோட்டிஸு போடணும். வடநாட்ல பாத்தா ஒவ்வொருத்தர கையிலயும் ஒரு துப்பாக்கி வெச்சிருக்காங்க. நம்மகிட்ட இல்ல. இயக்கத்துல தோழருங்க யார்னா போலீஸ்கிட்ட மாட்டினா வெளியே எடுக்கணும். இனிமேதான் நெறய செலவு இருக்குது. எல்லாமே மக்களுக்காகச் செய்றதுதான். இருக்கிறவன்கிட்டருந்து புடுங்கி இல்லாதவங்களுக்குத் தரணும். தந்தது போக இயக்கத்தயும் வளக்கணும்.”

சொல்லிக்கொண்டிருக்கும்போதே நடராஜண்ணன் கேட்டார். “சாமி செல ஒண்ணு எடுத்துனு வந்தமே... கெணத்துல போட்டது, கெணத்துலயே இருக்குது.”

“அதுக வெளிநாடு போவணும். நேரம் காலம் வரணும். இப்போ ஒரு வேல பண்ணலாம்... ரெயில் வேகன்லருந்து அரிசி மூட்டய தள்ளி வுடற இல்லியா, அத ஒரு மூட்ட, ரெண்டு மூட்டயா வேணாம்... பத்து மூட்ட இருபது மூட்ட உன்னால எம்முட்டு முடியுதோ, தள்ளி வுடு. தள்ளி வுடறது மட்டும் உன் வேல. அத லாரியில ஏத்தி மில்லுக்குக் கொண்டாந்துடுவாங்க. மில்லுலருந்து நீ ஒரு மூட்ட எடுத்துக்கலாம். ஜனங்களுக்கும் தந்துடுவே... மத்தது இயக்கத்துச் செலவுக்கும் மத்த ஜனங்களுக்கும் போய் சேந்துடும்.”

நடராஜண்ணன் மௌனமாக நின்றிருந்தார். ஜனங்களின் பசியும், பட்டினியும் அறிவார். ஆனால் இப்படிப் பெரிய அளவில் திருடினதில்லை. ஏற்கெனவே வக்கீல் கிருஷ்ணனிடம் விசாரித்ததற்கு, ‘நீ திருடறது எல்லாம் திருட்டே இல்ல, நிஜமாவே

உன்னைப் பாராட்டி சிலை வச்சிக் கும்பிடணும். உலகத்துல யாராலும் முடியாது நடராஜி... ஓடற ரெயில்ல ஏறி டோர உடைச்சி நூறு கிலோ அரிசி மூட்டைய தள்ளிவுடறதெல்லாம் ஜட்ஜியால கற்பன செஞ்சே பாக்க முடியாது. குற்றத்துக்கான முகாந்தரம் இல்லன்னு சொல்லி விடுதல பண்ணிடுவாரு' என்று ரொம்ப நாட்களுக்கு முன்பே சொல்லி இருக்கிறார்.

"என்ன யோசிக்கிற நடராஜி, நீ நூறு பேரு பசிய போக்ற... இனிமே ஆயிரம் பேரு பசிய போக்கலாம். இயக்கம் வளந்தா பணக்காரன், பண்ணயாரு ஜமீன்தாருன்னு ஒருத்தரும் இருக்க மாட்டாங்க."

"இன்னும் ஒரு மாசம் போவட்டும் வக்கீலு. வாயும், வயிறுமா வேற கனகா இருக்கறா. கொஞ்சம் ஸ்டாங்கு ஆகட்டும். எல்லாம் உன் தயவுதான். வக்கீலு எவ்ளோ கஷ்டப்பட்டு மருந்து வாங்கித் தந்தே..." நடராஜண்ணன் இரண்டு விதமான மனதோடு சொன்னார்.

வக்கீல் கிருஷ்ணன் சிரித்தார். "யோவ் மருந்துக்கும், கனகா முழுகாம இருக்கறதுக்கும் சம்பந்தமில்ல..." சிரித்துக்கொண்டே "அது மருந்தே இல்லை, தேனும் புளியங்கொட்டைத் தூளும்." என்றார்.

"நிஜமாவா?" நடராஜண்ணன் உடம்பில் ஏதோ செடிகொடிகளும் பூக்களும் விளைந்த மாதிரி இருந்தது.

22

ஏலகிரி மலையின் பசுமை நிறத்தைப் பார்ப்பதற்கு அத்தனை அழகாகத் தெரிந்தது. வெண்பஞ்சு மேகங்கள், பெரிய பெரிய கொக்குகளைப் போல் பறந்தன. பிசுபிசுத்து கல்யாண வீட்டில் பன்னீர் தெளித்ததைப் போல் மழைத்தூறல் சிந்திக்கொண்டிருந்தது. நாய்கள் கூட்டம் கூட்டமாய் ஓடுவதும் நிற்பதும் குரைப்பதும் சண்டை பிடிப்பதும் இணைவதும் ஒன்றோடொன்று சிக்கிக் கொள்வதுமென்றும் இருந்தன. சின்னப் பிள்ளைகள் கல்லெடுத்து நாய்களை அடித்துக் கொண்டிருந்தார்கள். ஜனங்களுக்கும் சூடாய் ஏதாவது தேவைப்பட்டது. வீட்டில் கடலைக்காய் வைத்திருந்தவர்கள் வறுத்துத் தின்றார்கள். சூடாய் வெல்லக்காபி போட்டுக் குடித்தார்கள். கையில் பன்னிரெண்டு பைசா வைத்திருந்தவர்கள் கடைக்குப் போய் டீ குடித்தார்கள். கூட பத்து பைசா வைத்திருந்தவர்கள் போண்டாவோ, குழிப்பணியாரமோ தின்றார்கள். பீடி இழுத்தார்கள்.

ஜமீன்தார் ஒரு பாக்கெட் ஃபேஷன் ஷோ (ஜமீன்தார் மட்டும் இருக்கும்போது ஃபேஷன் ஷோ, பெர்கலி சிகரெட், யாரையாவது சந்திக்கப்போகும்போது *555* சிகரெட்தான் புகைப்பார். இந்த ஊரில் *555* கிடைப்பதில்லை. மெட்ராஸ் போனால்தான் வாங்கி வர வேண்டும்) சிகரெட்டைப் புகையாக்கிவிட்டு, தனம் கடைக்கு

வந்தார். தனமும் ஜமீன்தாரை எதிர்பார்த்திருந்தது, அவளின் கிறக்கமான கண்களில் தெரிந்தது. அழகு செய்துகொள்வது எப்படியென்று டீச்சரிடம் கற்றுக்கொண்டு, டீச்சரை விட அழகாகத் தெரிந்தாள். இமைகளில் இரு வரி கண்மை தீட்டியிருந்தாள். அவை கெண்டைகள் நீந்துவதைப் போலவே காட்சியளித்தன.

கையில் கட்டியிருந்த தங்கக் கடிகாரத்தில் அடிக்கடி நேரம் பார்த்துக்கொண்ட ஜமீன்தார், இரண்டு டீ குடித்தார். தனம் ஒரு காரமிட்டாய் எடுத்து வாயில் போட்டுக்கொண்டு, கட வாயோரம் நிறுத்திக்கொண்டதைப் பார்த்துவிட்ட ஜமீன்தார் எழுந்து குட்குட்டா மோட்டாரை ஓட்டிக்கொண்டு டீச்சர் வீட்டிற்குப் போனார். மோட்டார் சைக்கிளின் சத்தம் கேட்டதும் பொன்னி குழந்தையைத் தூக்கிக்கொண்டு வெளியே வந்தாள். டீச்சர் அப்படித்தான் சொல்லி வைத்திருந்தாள். “ஜமீன்தாரோ வேற ஆம்பளைங்களோ, வீட்டுக்குள்ள வந்தாங்கன்னா, நீ குழந்தையைத் தூக்கிட்டு வெளியே வந்துடு. வெளியே வந்தபிறகும் உனக்கு ஏதாவது தொந்திரவு கொடுத்தா, என்கிட்ட ஸ்கூலுக்கு வந்துடு” என்று. அதனால் ஜமீன்தார் வண்டியின் படபடவெனும் சத்தம் கேட்கும்போதே குழந்தையைத் தூக்கிக்கொண்டு பின்பக்கம் வந்துவிட்டாள்.

ஜமீன்தார் மோட்டார் சைக்கிளில் சுற்றி வரவும், தனம் குறுக்கு வழியில் நடந்து வரவும் சரியாக இருந்தது. ஜமீன்தார் உட்காருவதற்கென்றே பள்ளிக்கூடத்திலிருந்து கொண்டுவந்து இங்கேயே வைத்துக்கொண்ட நாற்காலியில் உட்கார்ந்து சிகரெட் பற்றவைத்துக் கொண்டார். தனம் உள்ளே நுழையும்போதும் கூட ஜமீன்தாரின் முகம் பற்றவைத்த சிகரெட்டின் முகம் போலவே கனன்று கொண்டிருந்தது. அருகாமையில் வந்த தனம், ஜமீன்தாரின் கன்னத்தில் முத்தமிட வளைந்தபோது, கழுத்தைப் பிடித்துத் தடுத்தார். இறுக்கியோ அழுத்தியோ பிடிக்காமல், சாதாரணமாக வலுவின்றி பிடித்ததால் வலியின்றி நிமிர்ந்தாள். கண்கள் கலங்கிவிட்டன. “என்ன தொர...?” தொண்டையைத் துக்கம் அடைத்தது.

"சந்தோசத்துல வயிறு தொப்ப போடுதுன்னு நெனச்சேன், எத்தன மாசம்?"

"அஞ்சி." எனத் தயங்கியபடி சொன்னாள்.

"யாரோடது?" மிரட்டலான கேள்வியாக விழுந்தது. இப்படியொரு கோபமுகத்தை அவள் இதுவரை ஜமீன்தாரிடம் பார்க்கவில்லை.

"உங்கிட்ட வந்த பிறகு எங்கூட்டு ஆம்பளகிட்ட கூட போவல..." அடக்க முடியாத கண்ணீரோடு சொன்னாள். நெஞ்சம் விம்மியது. பதில் சொன்னது சரிதானா, தவறா என்று கலங்கினாள்.

"என் கொழந்தன்றியா?" கையை வேகமாக ஓங்கினார். அடிக்கவில்லை.

"மாரியாத்தா மேல சத்தியமா சொல்றன். உங்கிட்ட வந்தமாரி, கண்டவங்கிட்ட போயிருவன்னு நெனச்சியா? என்ன தப்பா நெனச்சிட்டியே..." முந்தானையில் கண்ணீரைத் துடைத்தபோது கண்களுக்குத் தீட்டிய மை கலைந்து பரவியது.

"ஊரெல்லாம் ஜமீன்தார் கொழந்தன்னு சத்தியம் பண்ணுவ அதானே...?"

"அய்யோ, அப்படி சொல்வனா?" நெஞ்சில் கை வைத்தாள்.

"நாளிக்கி இன்னேரத்துக்குள்ள உன் வயித்துல என் ரத்தம் இருக்கக் கூடாது. சொல்லிட்டன்." விரலை நீட்டி மிரட்டினார்.

"உங்கிட்டதான் சொன்னன். ஊர்ல சொல்லுவனா?" தரையில் முட்டிபோட்டு அமர்ந்து புதுவிதமான பயத்தோடு, நடுங்கியபடி கும்பிட்டாள்.

"வேற பேச்சு பேசக் கூடாது. எப்பவும் எல்லா எடத்துலயும் உஷாரா இருப்பன். உங்கிட்ட ஏமாந்துட்டன்." பாதி கரைந்த சிகரெட்டை வீசி எறிந்துவிட்டு இன்னொரு சிகரெட்டைப்

பற்ற வைத்துக்கொண்டு, “எந்த மருத்தவச்சிய பார்ப்பியோ தெரியாது, நாளைக்கே சுத்தம் பண்ற...”

வேகமாகக் கால்களைப் பிடித்துக்கொண்டாள். “காக்கா குருவிக்கிட்டகூட சொல்ல மாட்டன். உன் பேரு வெளிய வராது.”

தனம் சற்றும் எதிர்பார்க்கவில்லை; கன்னத்தில் முரட்டு அறை விழுந்தது. கதறிவிட்டாள்.

“என் புள்ள என் மூஞ்சிய வெச்சினு பொறக்கும், புரிஞ்சிதா? அது எனக்குப் பிரச்சினை இல்ல. என் புள்ள உன் வூட்ல பொறந்து கஷ்டமா வளரணுமா? என் புள்ள என் வூட்ல பொறக்கணும். தங்கத்தட்டுல நெய்சோறு திங்கணும். தங்கப் பாலாடைல தேன் குடிக்கணும். வெள்ளித் தொட்டில்ல தூங்கணும். பேலஸ்ல வளரணும்... பொறம்போக்கு வூட்ல பொறந்து வளரணுமா?” கழுத்தை இந்த முறை கெட்டியாகப் பிடித்தார். கண் முட்டைகள் பிதுங்கி வெளியே வந்துவிடும் போல் துடித்தாள். “நாளைக்கு வயித்த கழுவுல... உன்னயும் உன் அரைக்கை புருசனையும், உன் நாலு புள்ளங்களயும் ஒண்ணா வெச்சி கொளுத்திடுவேன். டீக்கடை பாய்லர் வெடிஞ்சி பத்திக்கிச்சினு கேஸாயிடும்.” எனப் பிடியை விட்டார்.

கஷ்டப்பட்டு மூச்சு இழுத்தாள். தரையில் சரிந்தாள். தனத்தின் மீது காரி உமிழ்ந்துவிட்டு, சிகரெட்டை வீசிவிட்டுப் புறப்பட்டார். மோட்டார் சைக்கிளின் சத்தம் படபடவென்று காதுக்குள் நுழைந்தது.

அந்த நிமிடம் தனம் தனக்காகக் கட்டிவைத்த ரம்மியமான உலகத்தின் சந்தோசம், கனவு, நிம்மதி எல்லாமே புகைத்துத் தட்டிய சாம்பலாகிக் கொண்டிருந்தன.

23

பாலாமணிக்கு எதிரே பவுனு நெஞ்சில் அடித்துக்கொண்டு ஓடி வந்தாள். சைக்கிளை பிரேக் போட்டு நிறுத்தியபோது முன் டயர் எகிறி நின்றது. தடுமாறி நிறுத்தி இரண்டு கால்களையும் ஊன்றி படபடப்புடன், “என்னா அத்தி?” என்றார்.

“டீக்கடைக்காரி செத்துட்டாடா?”

“அத்தி...” நெஞ்சில் பாறை விழுந்த மாதிரியானது.

“தனம் செத்துட்டாளாண்டா... நாலு புள்ளைங்கள அனாதயா வுட்டுட்டுப் போயிட்டாடா...” கதறிக்கொண்டே சைக்கிளில் பின்னாடி உட்கார்ந்தாள்.

பாலாமணிக்கு சுய நினைவு என்பது இல்லாமல் போனது. சைக்கிள் ரோட்டில் போகிறதா, கல்லின் மேல் ஏறுகிறதா, முள் குத்துகிறதா எதுவும் கண்களுக்குத் தெரியவில்லை. “டீக்கடைக்குப் போவாதடா, கொல்லிமோட்டுக்குத் தூக்கினு போயிட்டாங்களாம்.” என்று பவுனு சொன்னது மட்டும் காதுக்குள் விழுந்தது. ஊரு ஜனம் எங்கெங்கே இருந்தார்களோ, தகவல் காதில் விழுந்ததும் செய்துகொண்டிருந்த வேலையை அப்படியே போட்டுவிட்டு ஓடினார்கள்.

“தாசிமுண்ட, நாலு பெத்தவளுக்கு இன்னும் ஒண்ணு பெத்துக்கறதுக்கு பாழ் மாறிட்டாளேடா... ” கதறினாள்.

இடுப்பில் குழந்தையைத் தூக்கிக்கொண்டு ஒருத்தி ஓடினாள். குழந்தை புரியாமல் சிரித்தது.

“அஞ்சி மாச சிசுவ யார்னா கலைப்பாங்களா? வேணாங்கிறவ குட்டுமானத்தோட இருக்கணும்... நாலு புள்ளிங்கள நடுத்தெருவுல வுட்டுட்டுப் போயிட்டாளே... என் அங்கம் பத்தினு எரிதுடா...” ஒப்பாரி வைத்துக்கொண்டே வந்தாள் பவுனு.

கொல்லிமோடு பூராவும் ஜனக்கூட்டம். உறவோ, உறவு இல்லையோ பெண்கள் கதறிக்கதறி அழுதார்கள். மனிதர்களும் காக்கைகளைவிடப் பாசத்தோடு வாழ்பவர்கள்தான் என்பதற்கான நெஞ்சமுருகும் காட்சி. கதறல், அழுகை, கூச்சல், சூழ்ந்திருந்த ஜனங்களைத் தள்ளிக்கொண்டு போனார்கள். அழுகையைக் கட்டுப்படுத்த முடியவில்லை.

கோயிலில் நின்றிருந்த பஞ்சலோகச் சிலையைத் தூக்கி வந்து படுக்கவைத்து உடம்பெல்லாம், மஞ்சள் அபிஷேகம், குங்கும அபிஷேகம் செய்து மாலைகள் சூட்டி அலங்கரித்து எல்லோரும் வணங்குவதற்கு வைத்த மாதிரி தெரிந்தாள். அழகு எப்பேர்பட்ட அழகு. தனத்தைப் பார்த்து கண் வைக்காத கண்களெல்லாம் பாவப்பட்ட கண்கள். இப்போது பார்த்து கலங்காத கண்களே இல்லை.

தனத்திற்குப் பக்கத்தில் வரிசையாக உட்கார்ந்திருந்த ராமசாமி மாமாவையும், குழந்தைகளையும் பார்த்துக் கல்லாக இறுகிப்போயிருந்தவர்களெல்லாம் கதறி அழுதார்கள். வருவோரைப் பார்த்துப் பார்த்துக் கதறினார். பாலாமணியின் நெஞ்சில் சாய்ந்துகொண்டார். “அவ மேல உசுரயே வெச்சிருந்தண்டா... அம்மா அம்மான்னு கேக்கற புள்ளங்களுக்கு என்னா சொல்லுவேன்... எங்களுக்கும் வெசம் வெச்சி கூட்டினு போவக் கூடாதா?” கதறினார். அவரின் கதறலைக் கேட்டு

மொத்த ஜனங்களும் அழுதார்கள்.

யாரைப் பார்த்து அழுவதென்றே தெரியவில்லை. தனத்தைப் பார்த்து அழுவார்களா, பச்சைப் பிள்ளைகளைப் பார்த்து அழுவார்களா, அழுது அழுதே செத்துவிடுகிற மாதிரி அழுதுகொண்டிருக்கும் ராமசாமி மாமாவைப் பார்த்து அழுவார்களா? தனத்தின் அம்மா, தனத்தின் அக்கா தங்கைகள் மழை மழையாய்ப் பொழிகிற கண்ணீர், மலை மலையாய் நெஞ்சில் பாரமாய் உட்கார்ந்த துக்கம்.

"இன்னும் பத்துப் பெத்துருந்தாகூட வளக்க முடியுமே... அவ சாவலடா, அவ சாவல... என்னயும் புள்ளிங்களயுந்தான் சாகடிச்சிட்டா..."

"போலீஸ்ல கேசு கொடுக்கலாமாய்யா?"

"வேணாண்டா பாலா, பொணமா பாக்றதுக்கே எனக்கு சக்தி இல்ல. அவ உடம்ப கூறு போட வேணாண்டா. யாரு மேல கேசு போடுவ, மருத்துவச்சி மேல தப்பே இல்ல. நூறுமுற முடியாது முடியாதுன்னாங்க... இந்த முண்ட கேக்கலடா, வயித்த கழுவலனா செத்துருவேன்னா... அதுக்குதான் அந்தம்மா பண்ணாங்க..." கம்பத்தில் தலையை முட்டிமுட்டி அழுதார்.

இப்படியொரு மரணம் நிகழவே கூடாது. ஊரு ஜனம் இப்படியொரு அழுகையை எப்போதுமே அழுதிருக்காது.

யார் கண்களுக்கும் தனம் மட்டும் பிணமாய்த் தெரியவில்லை. ராமசாமியும், குழந்தைகளும்கூட வாழ்வு செத்தவர்களாகப் பார்த்தார்கள். தனத்தின் உடலைப் பார்த்து அழுதவர்களை விட நான்கு குழந்தைகளைப் பார்த்து அழுது மடிந்தவர்கள்தான் அதிகம். கடவுளின் காதுவரை அழுகைச் சத்தம் போனாலும், உயிர் திரும்பப் போவதில்லை.

சூரியன் மறைவதற்கு முன்பே பெரிய ஏரியில் இருந்த இடுகாட்டில் தனத்தைப் புதைத்தபோது, சூரியனும் இருளில் புதைந்தான்.

24

எனக்கு வீட்டில் படுப்பதற்கு விருப்பமில்லை. அம்மா கம்பங்களியும் தண்டுக்கீரைக் குழம்பும் போட்டு வைத்தாள். முழுங்க முடியவில்லை. தொண்டையில் கத்தி இறங்குகிற மாதிரி இருந்தது. கண்களில் கண்ணீரும் துக்கமும் நிரம்பிக் கொண்டிருந்தது. பசியுமில்லை; தூக்கமுமில்லை. தனம் அத்தையின் பிள்ளைகளைப் பார்த்தாகணும் போலிருந்தது. டீக்கடைக்குப் போனேன். மூடியிருந்தது. வெளியே சுற்றிலும் கோணிப்பைகளைக் கட்டித் தொங்கவிட்டிருந்தார்கள். கொல்லைமேட்டுக் கொட்டாயிலேயேதான் இருப்பார்கள். மாமா கடையைத் திறக்க எத்தனை நாளாகுமோ, குழந்தைகள் எப்படி மறக்குமோ, மாமா குழந்தைகளை எப்படிச் சமாளிப்பாரோவென்று துயரமான மனவோட்டத்தோடு நின்றிருந்த போதுதான் நடராஜண்ணன் ஒரு சைக்கிளிலும், பாலாமணி அண்ணன் ஒரு சைக்கிளிலும் வந்து நின்றார்கள். ரொம்ப நாளைக்குப் பிறகு அவர்களோடு கிருஷ்ணன் கொட்டாய்க்குப் புறப்பட்டேன்.

“டீக்கடையை தாஜ்மஹாலாக்கிட்டுப் போயிட்டாடா தனம்.” என்று சொல்லிவிட்டு என்னை உட்கார வைத்துக்கொண்டார் பாலாமணி. கிருஷ்ணன் கொட்டாய்க்கு வந்து ஆளுக்கொரு மூலையில் உட்கார்ந்து விட்டோம்.

"யாரு செத்தாலும் அது ஒரு நா துக்கம்ய்யா, தனத்தோட சாவு அப்படி இல்ல, ஊரே அழுதுருச்சிய்யா." கிருஷ்ணன் சொன்னார்.

"வூட்டுக்குள்ள மட்டும் இருந்திருந்தாள்னா, யாருக்கும் அவ்வளவா பழகி இருக்கமாட்டா. டீக்கடயிலயே இருந்தாளா சுத்து வட்டத்துல மொத்த ஊரு ஜனத்துக்கும் தெரிஞ்சவளாயிட்டா." நடராஜண்ணன் சொன்னார்.

"கண்ணுக்குள்ளயே நிக்கிறாய்யா... அவ்ளோ சீக்கிரம் மறக்க முடியாது."

அவர்கள் பேசப்பேச தனம் அத்தையின் முகம் கண்ணுக்குள் நின்று விஸ்வரூபம் எடுத்தது. "என்ன பாத்ததுமே கண்ணாடி கிளாசு ரொம்ப பால ஊத்தி மேல ஏடுபோட்டு சக்கர தூவி தந்துடும். யாருமே என்ன அவ்ளோ பாத்துக்கினதில்ல."

சொல்லும்போதே அடக்க முடியாமல் நெஞ்சிலிருந்து துக்கம் வெடித்தது. தேங்கியிருந்த கண்ணீர் மடை உடைந்த மாதிரி வழிந்தது. அழுகையைக் கட்டுப்படுத்த முடியவில்லை. சத்தமாகவே தேம்பித் தேம்பி அழுதேன். நடராஜண்ணன் இறுக்கி அணைத்துக் கொண்டார். அவராலும் அழுகையைக் கட்டுப்படுத்த முடியவில்லை. "கொழந்தைங்க மேல உசுரயே வெச்சிருந்துச்சு, எப்படி மறக்கும்னே தெரியல, செத்தா எல்லாம் மறந்துருமா?" என்று கதறினேன்.

அன்று முழுவதும் தனம் அத்தையின் குழந்தைகளை வைத்துக்கொண்டு அழாமல் பார்த்திருந்தேன். அழாமல் தேக்கி வைத்திருந்த கண்ணீர் உடைத்துக்கொண்டு வந்தது.

"தனம் மாரி ஒரு பொண்ண நம்ம ஊரு இனி பாக்கவே முடியாது."

"நம்ம ஊரு கிளியோபாட்ராய்யா... பேரழகி, கறுப்பு வைரம்! அழகான பொண்ணுங்களோட வாழ்க்கயெல்லாம் இப்படித்தான் அரையும் கொறயுமா முடிஞ்சி போயிடுமா? தனத்த பாத்தா

ஆம்பளைங்க மட்டுமில்ல, பொம்பளைங்களும் சொக்குவாங்க. ஒவ்வொரு நாளும் ஒவ்வொரு அழகா தெரிஞ்சா. அழகுக்கு பங்கம் வராமயே செத்துட்டா...” கிருஷ்ணன் சட்டையைக் கழற்றி வைத்தார்.

கிருஷ்ணன் சட்டையைக் கழற்றியபோதுதான், பாலாமணி சட்டைப்பையிலிருந்த நகையும், சாராயக்காரி சின்ன பாப்பாவும் ஞாபகத்திற்கு வந்து, “கிருஷ்ணா! ஒரு விஷயத்த எப்படி மறந்தன்னு எனக்கே தெரியல, போலீஸ்காரங்க சாராயக்காரி சின்ன பாப்பாவ புடிச்சினு போயிட்டாங்க. டேசன்ல பாத்து நகையெல்லாம் கழற்றித் தந்தா. உன்கிட்ட சொல்லி ஜாமீன் எடுக்கச் சொல்லுன்னா. மறந்து போயிட்டன்.” நகையை எடுத்துக் கீழே வைத்தார். “வெளியே வந்தான்னா, நான் அவ்ளோதான். பண்டபண்டயா திட்டப் போறா.”

“நீ சொல்லலனாலும் நான் கோர்ட்டுலதான் இருந்தன். போலீஸ்டேஷன்ல இருந்தும் யாரும் சொல்லலயே...”

“நகையை நீயே வெச்சுக்க கிருஷ்ணா.”

“என்கிட்ட வேணாம்பா. துட்டு தேவைன்னா அடமானம் வெச்சுடுவன். அப்புறம் கஷ்டம். நீயே வெச்சிருந்து தந்துடு. சின்ன பாப்பாவ பத்தித் தெரியாதா? புளியமரத்த உலுக்குற மாதிரி உலுக்கி எடுத்துடுவா... அப்பறம் சாராயம் குடிக்க வர்றவங்ககிட்ட கிருஷ்ணன் நகையை வெச்சுட்டான் மூட்டுத் தரலன்னு ஒப்பாரி வைப்பா.”

“இப்போ அதுகூட பிரச்சனை இல்லைய்யா. தனம் சாவு, சின்ன பாப்பாவுக்குத் தெரில. வந்தாளானா ஒப்பாரி வெச்சி ஊரயே ஒண்ணா கூட்டப் போறா...”

“ஆமாய்யா யோவ்... செமக்கயா கழுவி ஊத்தப் போறா...”

இரவு தூங்குவதற்கு வெகு நேரமானது, பல்வேறு விஷயங்களை மாறிமாறி பேசிக்கொண்டே இருந்தார்கள். அவர்களின் அரசியல் பேச்சில் என்னால் கவனம் செலுத்த முடியவில்லை.

நடராஜண்ணனும் அங்கேயே படுத்துக்கொண்டார். வரலட்சுமி தோழர் வந்திருக்க வேண்டும். முன்பெல்லாம் மாதக் கணக்காகும் வருவதற்கு. இப்போதெல்லாம் வாராவாரம் வந்து விடுகிறாள். இயக்கத்திற்கும் புதிது புதிதாய் நிறைய அண்ணன்கள் வருகிறார்கள்.

"ஒரே ஒரு மாசம் ஜமீன்தார் கொல்லில ஒருத்தரும் கூலி வேலைக்குப் போகாத மாரி பாத்துக்கணும். அவனுக்கு எதிரா ஆயிரம் பேரு நிக்கிறாங்கன்னு பயம் வரணும். அவன நூறு பேராவது கும்பலா சேந்து அடிச்சிக் கொல்லணும். மக்கள் எழுச்சியா தெரியணும்." என்று ஆவேசத்துடன் சொன்னார் பாலாமணி.

"தனம் வயித்துலருந்த கருவைக் கலைக்கச்சொல்லி ஜமீன்தார்தான் தொல்ல பண்ணி இருக்கான். யாருக்கும் சொல்ல வேணாம்னு சத்தியம் வாங்கினு டீச்சர் சொன்னாங்க..." கிருஷ்ணன் சொன்னபோது அனைவருமே திடுக்கிட்டோம். கோபம் பெரிதாக உண்டானது.

★★★

கனகாவும், வரலட்சுமியும் தூக்கம் வராமல் பேசிக் கொண்டிருந்தார்கள்.

"பொண்ணா பொறக்கறது ரொம்ப பாவம். ஆம்பளைங்க சொகத்த அனுபவிச்சிடறாங்க. அவங்களுக்கு சொகம் மட்டுந்தான். பொம்பளைங்களுக்கு சாகறமுட்டும் வேதனதான். ஒடம்புக்கும் தொல்ல, மானம் மருவாதைக்கும் தொல்ல..." நிறைமாத வயிறை ரெண்டு கைகளாலும் பிடித்துக்கொண்டு, "இது வேற உதைக்குது" என்றாள் கனகா.

"தனத்துக்கு என்னா வயசு?"

"இருபத்திநாலோ, இருபத்தஞ்சோதான் இருக்கும். இங்கதான் வயசுக்கு வந்தா... ஆறுமாசத்துல கல்யாணம் பண்ணிடறாங்க..."

"எப்போ ஜனங்க திருந்துவாங்க..."

"நீ வேற வரலச்சுமி, வூட்ல பணம் நகைன்னாலும் காப்பாத்தி வெச்சுக்க முடியும். வயசுப் பொண்ணுங்கள வெச்சினுருக்க முடியுமா? கெழவன், கொமரன், மாமன், மச்சான், சித்தப்பன், பெரியப்பன்னு ஒரு ஆம்பளகூட நல்லவங் கெடயாது. எவன் கையலனாலும் புடிச்சித் தந்துடலாம்னு கல்யாணம் பண்ணிடறாங்க..."

"உங்க வூட்டுக்காரர் நல்லவர்தான?"

"இந்த உலகத்துல அவர் மட்டுந்தான் நல்லவரு." நெஞ்சில் கைவைத்துச் சொன்னாள்.

வரலட்சுமி, கனகாவின் கையைப் பிடித்துக்கொண்டாள். "நீ அதிர்ஷ்டக்காரி" கையை அழுத்தினாள். அந்தக் கையில் அன்பு இருந்தது. ஒரு கம்பியிலிருந்து இன்னொரு கம்பிக்கு மின்சாரம் பாய்வதைப் போன்று வரலட்சுமியின் கரங்களிலிருந்து அன்பு கனகாவின் கரங்களுக்குள் நுழைந்தது.

"தனத்த பத்தி பேசக்கூடாதுன்னு, வேற விசயம் பேசறன். அப்பவும் தனம்தான் கண்ணுல நிக்கிறா... தண்ணிக்குப் போகும்போது, சினிமாவுல நடிக்கப் போயிடு தனம்னு சொல்வேன்."

"டீ சாப்பிட போவும்போதெல்லாம் பார்ப்பேன். ரொம்ப அழகு. பாலாமணி தோழருக்கும் தனத்து மேல ஒரு கண்ணு இருந்தது. கடைக்குப்போனா கொஞ்சம் சொக்கிச் சொக்கிதான் பேசுவார்."

"அது யார்கிட்ட பேசாம இருக்குது. எல்லார்கிட்டயும்தான் சொக்குது."

"மெய்யாவா?" கனகாவிடமிருந்து நிறைய எதிர்பார்த்தாள் வரலட்சுமி. பாலாமணியைப் பற்றி நிறைய தகவல்கள் சொல்லுவாளென்று காதைத் தீட்டினாள்.

"சும்மானாலும் தமாஸ் பண்ணும்" என்று முடித்துக்கொண்ட கனகா, "உனக்குக் கல்யாணமாகலியா?" என்றாள்.

"இல்ல." என்று தலையசைத்தாள் "கல்யாணம் வேணாம்னு முடிவு பண்ணிட்டன்."

"வயசுக்கு வந்துட்டதானே?"

மல்லாந்து படுத்திருந்த வரலட்சுமி, கனகாவின் பக்கம் திரும்பி, "தமாசு பண்றியா?" என்றாள்.

"இல்ல எங்க அத்தபொண்ணு ரொம்ப வயசாச்சு. இன்னுமே வரல... காட்டேரி புடிச்சினு இருக்குதுன்னு ஓட்னாங்க. மலைக்காரங்ககிட்ட தளை கசாயம் தந்தாங்க. சாட்டயால அடிச்சாங்க. என்னா பண்ணாலும் உக்காரல..."

"ஆஸ்பத்திரி மட்டும் போகல... மத்த எல்லாத்தயும் பாத்துக்கிறாங்க..." என்று சிரித்தாள்.

"உனக்குக் கல்யாண ஆச வரவே வராதா?" கனகா விடாமல் கேட்டாள்.

"வரல."

"எப்படி வராது, வயசுப் பொண்ணுக்குக் கண்டிப்பா வரும்."

"எனக்கு வரல, வந்தாலும் அது ஒரு பிரச்சனையா தெரியல."

இருவரும் பேசிக்கொண்டு தூங்குவதற்கு வெகு நேரமானது. இரண்டு இரயில்வே பாதுகாப்புப்படை காவலர்கள், வீட்டின் மறைவில் உட்கார்ந்து பேசுவதைக் கேட்டுக்கொண்டிருந்தார்கள்.

25

சர்க்கிள் இன்ஸ்பெக்டரையும் இரயில்வே பாதுகாப்புப்படை இன்ஸ்பெக்டரையும் விருந்துக்கு அழைத்திருந்தார் ஜமீன்தார். அவரே காரையும் அனுப்பி வைத்தார்.

ஃபிளைமவுத் காரில் காவல் துறை அதிகாரிகள் இருவரும் அமர்ந்திருந்தார்கள். ஜமீன் பங்களாவை விட அது உயரமாக எழுப்பப்பட்டிருந்தது. மதில் சுவர்! இரும்புக் கதவுகள் திறக்கப்பட்டன.

"பார்த்தால் சென்டரல் ஜெயிலும், அதோட பெரிய கேட்டும்தான் ஞாபகத்துக்கு வருது." என்றார் சர்க்கிள் இன்ஸ்பெக்டர்.

"நீங்க கைதிங்கதான சார்." டிரைவர் ஆரன் அடித்தான்.

"என்னப்பா?"

"ஜமீன்தார் அய்யாவோட அன்புக்கு எல்லாருமே அரஸ்ட் ஆயிடுவாங்க சார்." மீசையைப் பெரிதாக வைத்துக்கொண்டு கூர்மையாகக் கண்ணாடியில் பார்த்தான்.

சுற்றுச்சுவரை ஒட்டி உட்புறம், ரோசாப்பூ செடியும் குண்டுமல்லிச் செடியும் பூத்து மணந்திருந்தது. வெறும்

வெள்ளைச் சுண்ணாம்பில் பூசப்பட்ட கட்டிடம், ஓவியனால் கட்டப்பட்ட கட்டிடம்போல் தலை நிமிரும் அழகு. ஆளுயரக் கறுப்பு நாய், நாக்கைத் தொங்கப்போட்டுக் கொண்டிருந்தது. பணியாள் அதன் தலையை நீவிவிட்டான்.

உள்ளே நுழைவது பெருமிதமாகவும், பயமாகவும் இருந்தது. புத்தம்புது கார்களும், சாரட்டும், குதிரைகளும் நின்றிருந்தன.

"வெல்கம் வெல்கம்" புகைத்துக்கொண்டே வரவேற்றார் ஜமீன்தார்.

வரவேற்பறையில் ஆளுயரத்திற்கும் மேலான படம் நின்றிருந்தது. என்.டி.ராமாராவும், ரங்காராவும் கலந்த உருவம். கையில் சங்கிலி போட்டு புலியைப் பிடித்துக்கொண்டிருந்தார். படத்திற்குக் கீழே தங்கத் தகடுகளில் பெயர் மின்னியது. பக்கத்தில் வேட்டைத்துப்பாக்கி குறி பார்த்தபடி.

"படத்துல அப்பா....! இது அவர் வளர்த்த டைகர். அய்யாவே டைகர்தான். டைகரும், டைகரும் ஃப்ரண்ட்ஸ். எல்லாமே பழகறதுதான்னு அப்பா சொல்வார். மனுஷாளுங்களோட பழகினா புலிக்கும் மனுஷ புத்தி வந்துடுமாம். குட்டியில இருந்தே வளர்த்தார். அப்பா இறந்த பதினைஞ்சாவது நாள் டைகர் அவர்கிட்டயே போயிருச்சு."

ஜமீன்தார் படத்தின் முன்பு நின்று கும்பிட்டார்கள்.

"வெள்ளைக்கார ஃப்ரண்ட்ஸ்ங்கதான் அப்பாவுக்கு அதிகம்... பேட்மின்ட்டன் ப்ளேயர். விளையாடறதுக்கே இங்கிலாந்து போவார்."

"துப்பாக்கியும், புலியும் பார்த்ததும் வெள்ளைக்காரனுக்கு எதிரா போராடினவர்னு நினைச்சேன்." சர்க்கிள் இன்ஸ்பெக்டர் மனத்திற்குத் தோன்றியதை மறைக்காமல் சொன்னார்.

"சுதந்தரத்தால நாடு கெட்டுப்போச்சு, யார்யாரோ அதிகாரத்த கையில் எடுக்கிறாங்க சார்! அதைப் பேசணும்னா ரொம்பவே பேசணும். ஸ்கூல் மீட்டிங் போல இருக்கும்... இன்னொரு

தடவை பேசலாம். பட் சுதந்திரம் தப்பு சார், வெள்ளைக்காரங்க நல்லவங்க. இப்போ பார்த்தீங்களா, கூலிக்காரங்க போராடறாங்க....” ஜமீன்தார் புகையுடன் பேசினார்.

உள்ளே இன்னொரு பெரிய ஹால் வரவேற்றது. வட்டமாக நாற்காலிகளைப் போட்டிருந்தார்கள். பக்கத்தில் இன்னொரு அறையிலிருந்தும் புகை புறாக்களைப் போன்று பறந்து வந்தது. அந்த அறைக்குள் அழைத்துப் போனார். உறவினர்கள், குடித்தும், புகைத்தும் இன்புற்றிருந்தார்கள். வட்டமேசை. சுற்றிலும் நாற்காலிகள்.

“ப்ளீஸ் வெல்கம்.” ஒருவர் கத்தினார்.

உட்கார்ந்திருந்தவர்கள் தங்க நிறத்திலேயும், தண்ணீர் நிறத்திலேயுமிருந்த மதுவைக் குடித்துக்கொண்டிருந்த கண்ணாடி புட்டிகள், முத்தம் கொடுத்துவிடலாம் போன்று அழகாய் இருந்தன.

இரண்டு பணியாளர்கள் அருகே வந்து அவர்களின் மடியில் வெள்ளைத்துண்டை விரித்துப் போட்டார்கள். சிறிய துண்டு ஒன்றைக் கையில் கொடுத்தார்கள். நெய்யில் வறுத்த முந்திரிகளையும், தேர்ந்த வேர்க்கடலை வறுவலையும் மேசையில் ஒவ்வொருவருக்கும் முன்பாக வைத்துவிட்டு, கண்ணாடிக் கோப்பையைக் கொண்டுவந்து வைத்தார்கள். பணியாளரே ஊற்றிவிட்டான்.

“வெஜிட்டேரியன் யாரும் இல்லையே....”

தலையாட்டினார்கள்.

நாக்கையும் தொண்டையையும் தீய்க்காமல், காயம் உண்டாக்காமல் மது இறங்கிற்று. போதை, பல்லி சுவற்றில் ஏறுவது போல ஏறிற்று.

“மொத்தம் ஆயிரத்தி எழுநூற்றி எண்பது ஏக்கர் நிலம் சார் நம்ம ஜமீன். ஆறு மிட்டாதாரர் நம்ம கன்ட்ரோல்ல இருக்காங்க... என் தம்பிக்கு தானதர்மம் பண்றது பொழுதுபோக்கு. கொஞ்சம் சொத்தை தானம் பண்ணிட்டாரு. அவரை நெல்லூர்லயே

அக்கா வீட்டுல நிறுத்திக்கச் சொல்லிட்டோம். பதினெட்டு கிராமத்துல வாழ்ற அத்தனை ஜனங்களுக்கும் நிலத்துல வேலை தர்றோம். வேலை செஞ்சா விளையறதுல கூலி தர்றோம். இப்போ ஜனங்கள கம்யூனிசம் கெடுக்குது, நிலத்துல வேல செய்யாம போராடச் சொல்றாங்க. நோகாம உட்கார்ந்த இடத்துல பீடி வேலை செய்றாங்க...” ஜமீன்தாருக்கும் போதை ஏறியது. “ஒரு மாசமா கூலிக்கு வராம எதுத்து நிக்கிறாங்க....” இறைச்சி வகையறாக்கள் வந்தன.

“கொக்கு பறக்குது, கோழி பறக்குது கட்டபொம்மன் சீமயிலே...” போதையேறிய ஜமீன்தாரின் உறவினர் மீசையை நீவியபடி பாடிக்கொண்டு ஆடினார். தவ நிலைக்கும், மயக்க நிலைக்கும் முந்திய நிலையில் இருந்தார்கள். பணியாளர் ஒவ்வொருவரையும் கைத்தாங்கலாகப் பிடித்துவந்து ஹாலில் வட்டமாகப் போடப்பட்ட நாற்காலியில் உட்கார வைத்தார்கள். தலைகளுக்குள் வாத்தியங்கள் முழங்குகிற மாதிரி அதிர்வுகள். இல்லை வாத்தியங்கள்தான். இசைதான் அதிர்ந்தது. எங்கிருந்தோ இசை ஒலித்தது. குடும்பத்து ஆண்கள், பெண்கள் அனைவரும் வந்து நாற்காலிகளில் உட்கார்ந்தார்கள். விளக்கு அணைந்தது. இசையும் நின்றது. சற்று நேரம் கிணற்றின் ஆழ அமைதி. திடீரென கிடாரின் ‘ட்ரிம்’ என்ற இசை அதிர்வும், ஒரு விளக்கின் ஒளியும் ஒன்றாக வந்தன. மத்தியில் ஒரு பெண், இதழ்கள் மூடிய ரோசா மொட்டு போல் உட்கார்ந்திருந்தாள்.

ஒலியும் சிறிதுசிறிதாக அதிகரிக்க ஒளியும் சிறிதுசிறிதாக அதிகரிக்க மொட்டுகள் விரிந்தது போல், ஆடைகளை ஒவ்வொன்றாய் வீசி எறிந்து ஆடினாள் ஒருத்தி. நடிகை! பிரபல நடிகை. கவர்ச்சி ஊஞ்சல். இன்ஸ்பெக்டர் வாயைப் பிளந்தார். ‘சிவாஜி கூடவும், ஜெய்சங்கர் கூடவும் ஆடின நடிகை, இங்கேயே...’ என்ன நடை, என்ன ஒரு ஆட்டம், கிறங்க வைத்தாள். ஒவ்வொரு ஆடையாகக் களைந்தாள். நரம்புகளில் இரத்தம் கலைந்து ஓடியது. கனவா, நிஜமா எனும் கேள்வி. ‘நடிகை ஆடறது தெரிஞ்சிருந்தா குடிச்சிருக்க மாட்டேன்’ மண்டையை ஆட்டினார்.

கடைசியில் நான்குமுழ மெல்லிய கண்ணாடி போன்ற தாவணியை மட்டுமே மிச்சம் வைத்தாள். அது இருப்பதும், இல்லாததும் ஒன்றே. பெரும்போதை. மனசு ஆகாயத்தில் போய் நின்றது. ஆடிக்கொண்டே ஒவ்வொருத்தரின் மடி மீதும் உட்கார்ந்துவிட்டுப் போனாள். சர்க்கிள் இன்ஸ்பெக்டர் மடியில் உட்கார்ந்து, அவர் கழுத்தை மாலையாக அவள் கட்டியணைத்தபோது போதை இறங்கிற்று. 'இந்திர லோகத்தில் இப்படித்தான் தேவர்கள் அனுபவிப்பார்களா?'

'இந்த நிர்வாண நடனத்தை இவங்க எப்படி பொம்பளைங்களோட குடும்பத்தோடு பார்க்கிறாங்க...' இன்ஸ்பெக்டருக்கு ஆச்சரியமளித்தது.

பத்துக் கிராமங்கள் சேர்ந்து பணம் வசூலித்து, ஆண்டுக்கு ஒருமுறை செய்யும் திருவிழாவைவிட விமரிசையாக ஜமீன்தார் வீடு மட்டும் கொண்டாடிக் கொண்டிருந்தது.

குண்டூரிலிருந்து அழைத்துவந்த ஒரு பையனும், பொண்ணும் சிக்கனமான உடைகளில் கிக்கேற்றும் நடனமாடினார்கள். அதையும் குடும்பத்தோடு ரசித்தார்கள். விடிந்தாலும் முடிக்க மாட்டார்கள் போலிருந்தது. சர்க்கிள் இன்ஸ்பெக்டர் புறப்பட எழுந்தபோது அவரோடு இரயில்வே பாதுகாப்புப் படை இன்ஸ்பெக்டரும் டாக்டரும் எழுந்தார்கள்.

ஜமீன்தார், இன்ஸ்பெக்டரின் கையைப் பிடித்துக் குலுக்கி, "இந்த நாட்டைத் தீவிரவாதிங்ககிட்ட இருந்து காப்பாத்த வேண்டிய பொறுப்பு உங்க கையில் இருக்குது." என்றார்.

"ஜமீன் சினி ஸ்டார ஒருமுற பாக்கணும்." என்று இன்ஸ்பெக்டர் கெஞ்சினார்.

"ஸாரி... அவங்க ரெஸ்ட் எடுக்கப் போயிட்டாங்க..." என்று சொன்ன ஜமீன், 'எலும்புத்துண்டு மட்டும்தான் போடுவோம்' என்கிற மாதிரி சிரித்தார்.

26

பொழுது விடியவே இல்லை. இருட்டு வலுக்கட்டாயமாக கந்துவட்டிக்காரன்போல் நகராமலிருந்தது. இரவு முழுக்கத் தூங்காமலிருந்து விடிகாலையில்தான் தூங்கிவிட்டிருக்கிறோம். ராமசாமி மாமா வந்து, "கிருஷ்ணா கிருஷ்ணா" என்று கடவுள் கிருஷ்ணனை, ஆபத்துக்குக் கூப்பிடுகிற மாதிரி கூப்பிட்டார்.

கிருஷ்ணன் எழுந்து சிறியதாக இருந்த சிம்னி விளக்கின் ஒளியை ஏற்றினார். கல் தடுக்கிக் கீழே விழுந்தவரைப் போல் ராமசாமி மாமா துக்கம் தடுக்கி கீழே விழுந்து அழுதார். "என் சாமி போயிட்டாடா... எங்கம்மா போயிட்டாடா... என் உசுரு போயிருச்சு. நான் எந்தப் பாவமும் பண்ணலயே... எனக்கேன் இந்த தண்டன கொடுத்தா..." தலையைத் தரையில் ஓங்கிஓங்கி முட்டிக் கொண்டார். "அய்யோ தனம், என் ராசாத்தி, என்னாம்மா பாவம் பண்ணேன்... நாலு புள்ளிங்களுக்கும் வஞ்சன இல்லாம பால் தருவியே. நாலயும் பக்கத்துல போட்னு கொஞ்சினு படுப்பியே... எப்புடி தனம் புள்ளிங்கள வுட்டுட்டு தனியா படுத்து இருக்கற..." நெஞ்சைக் குத்திக்கொண்டார்.

நானும் பீறிட்டு அழுதேன். பாலாமணி கண்கலங்க ராமசாமி மாமாவைக் கட்டிக்கொண்டு, "அழாதய்யா... அழாதய்யா..." என்று முதுகை நீவினார்.

"என் கொழந்தங்ககிட்ட என்னால அழ முடியல பாலாமணி! அதுங்க தாங்காதுங்க. நான் செத்துட்டு தனம் இருந்தாள்னா குழந்தைங்கள காப்பாத்திடுவா. மொட்டகையை வெச்சினு எப்பிடி வளப்பன்?"

"அழாதய்யா... நாங்க வுட்ற மாட்டோம்." கட்டிப்பிடித்துக் கொண்டார்.

"ஊரு கண்ணு வெசம்னுவாங்க, சரியா போச்சு. இந்த மொட்டகையனுக்கு இம்முட்டு அழகா பொண்டாட்டியான்னு கண்ணு வெசம் கொன்னுருச்சு."

அழுது அழுது மன வேதனைகளைக் கொட்டிவிட்டுக் கொஞ்சம் அமைதியானார். "கண்ணப்பா. கொஞ்ச நாளிக்கி என் பசங்கள வுடாதடா... உன் அத்தி உன்ன தவிர வேற யார்கிட்டயும் பசங்கள வுடமாட்டா. நீதாண்டா என் பசங்களுக்கு அம்மா." எட்டி என் கால்களைப் பிடித்து அழுதார். நெஞ்சம் வெடிக்கும் போலிருந்தது. அவரின் கைகளில் என் கண்களை வைத்துக்கொண்டு கதறினேன். அந்த அழுகை, அந்தத் துக்கம், கடலின் சீற்றத்தைவிடப் பெரிதாக இருந்தது.

பிள்ளைகளை உடனே அணைத்துக்கொள்ள வேண்டும் போலிருந்தது. தனம் அத்தையை அவர்கள் மறக்க வேண்டும். கடவுளே வந்தாலும் மறக்கடிக்க முடியுமா?

நடராஜண்ணனும், கிருஷ்ணனும் அமைதியாக உட்கார்ந்திருந்தார்கள். நடராஜண்ணன் கண்களிலிருந்து கண்ணீர் வழிந்து கொண்டே இருந்தது. எல்லோருமே ராமசாமி மாமாவுடன் புறப்பட்டோம்.

கிருஷ்ணன், ராமசாமி மாமாவின் தோளில் கையைப்போட்டு அணைத்து, "ஜமீன்தார ரத்தம் கக்க வெக்கிணும்ய்யா." என்றார். பொழுந்து விடிந்து வானமும், பூமியும் பளிச்சென்று தெரிந்தது. வேர்க்கடலையில் பூத்திருந்த மஞ்சள் பூக்களில் தனம் அத்தையின் முகங்கள் தெரிந்தன.

சைக்கிளில் கொல்லைமேட்டிற்குப் போனோம். குழந்தைகள் விழித்துக்கொண்டிருந்தார்கள். பெரியவன் ஓடிவந்து, “டே மாம்மா! அம்மா சாமி! அம்மா சாமி” என்று கை நீட்டியபோது, அடிவயிற்றைப் புரட்டிக்கொண்டு வந்த அழுகையைக் கட்டுப்படுத்திக்கொண்டு தலையாட்டினேன்.

27

கொல்லைமேட்டில் துக்கவீட்டிற்கு வலது புறம் அகன்ற கவலை கிணறு. கிணறுக்கும் கூரைவீட்டிற்கும் இடையில் கிணறு தோண்டின காலத்தில் வாரிக்கொட்டிய மொரம்பு மண், கூரைவீட்டை விட உயரமாய் மண் குன்றாய் இருந்தது. குழந்தைகளுக்கு அதுவே மலைபோல் தெரியும். அந்த வழியாகப் பள்ளிக்கூடம் போகிற பிள்ளைகள், மண் குட்டையிலிருந்து சரக்கு விளையாட்டு விளையாடிவிட்டுத்தான் போவார்கள். எல்லாப் பிள்ளைகளுக்கும் டவுசரின் பின்பக்கம் தபால் பெட்டி நிச்சயிக்கப்பட்டிருக்கும். கிணறுக்கு அடுத்ததாக விரிந்து வளர்ந்த மாமரமிருந்தது. குழந்தைகளுக்கு மாமரங்கள் தாய்மாமாவின் கைகள் மாதிரி. தாய்மாமாதான், 'ஓடி வந்து ஏறிக்கோ' என்பதைப்போல கைகளை விரித்துக்கொண்டு பாசத்தோடு நிற்பார். அப்படித்தான் மாமரத்தின் கிளைக்கைகள் பிள்ளைகள் ஏறி விளையாடுவதற்கு ஏதுவாகத் தரையிலிருந்தே கிளைத்திருக்கும்.

மாமரத்து நிழலில் கயிற்றுக்கட்டில் மீது பாலாமணி, கிருஷ்ணன், நடராஜி, துரைசாமி, ராமலிங்கம், சூடாமணி ஆறுபேரும் மளிகைக்கடையில் சரக்கு மூட்டைகளை அடுக்கி வைத்த மாதிரி உட்கார்ந்துகொண்டிருந்தார்கள். ராமலிங்கத்தாலும் சூடாமணியாலும் சாவுக்கு வர முடியவில்லை. துக்கம் விசாரிக்க வந்தார்கள்.

“ரெயில்வேயில வேல செய்றதால ஊர்ல ஒரு நல்லது கெட்டதுல கலந்துக்க முடியல போய்யா.” அலுப்பாகச் சொன்னார் ராமலிங்கம்.

“தங்கத்த பாத்த மாரி இருப்பாய்யா என் தங்கச்சி. கடைசியா மூஞ்சிய பாக்க கொடுப்பினை இல்ல.” சூடாமணியும் முகத்தில் வருத்தம் காட்டினார்.

ராமசாமி அமைதியாக இருந்தார். கண்களில் வடிவது மட்டும் நிற்கவில்லை.

“எல்லாரும் குடும்பக் கட்டுப்பாட்டுக்குப் பயப்படறாங்க. எனக்கு அதான் சரின்னு படுது. சின்ன உசுர கலைக்கப் போயி பெரிய உசுரே பலியாயிருச்சு.” என்றார் ராமலிங்கம்.

“வேற விஷயம் பேசலாம்யா. அழுதது அழுதபடியே இருக்காப்ள…”

வெயில் கலந்த காற்று வீசியது. இரயில் நிலையத்திலிருந்து எட்டுமணி சங்கு ஒலித்தது.

“புத்திமதி சொல்ல ஆரம்பிச்சுடுவாரே, யாரு கேக்கறது?” என்று தலையைக் கீறிக்கொண்டார்.

தோழர் காளிமுத்து கிட்டே வரும்போது கயிற்றுக்கட்டிலில் உட்கார்ந்து இருந்தவர்கள் எழுந்து நின்றார்கள்.

“ஒக்காருங்கடா, ஒக்காருங்கடா. எழுந்து நிக்காதீங்கன்னா கேக்கறதில்ல. நானென்ன புலியா, சிங்கமா? பயந்து எழறீங்க..?” சொல்லிக்கொண்டே உட்கார்ந்து பீடியைப் பற்றவைத்துக் கொண்டார். “காரியம் என்னிக்கி வெக்கிலாம்னு பேசவே இல்ல.”

“பெரியவங்கதான சொல்லணும்?” ராமசாமி தோளிலிருந்த துண்டால் கண்களைத் துடைத்தார்.

“சாங்கியம், சம்பரதாயம் இதுலயெல்லாம் நான் பெரியாளு இல்ல. எதுவும் வேணான்னு போயிருவன். உங்க திருப்தின்னு

இக்குதில்ல... அது முக்கியம். எதயும் தீவிரமா வாதம் பண்ணித் தூக்கியெறிய முடியாது. பக்குவமாத்தான் செய்யணும். என்னடா சொல்றது கிருஷ்ணா" அவர் பொடிவைத்துப் பேசுவது புரிந்து ஒருவர் முகத்தை ஒருவர் பார்த்துக்கொண்டார்கள்.

"சித்தப்பா எங்களுக்கு ஆப்பு வெக்கிறதுலயே இரு."

"நல்லதுக்குச் சொன்னா நொல்ல கண்ணன்களுக்கு ஆகாதுடா... தலகாணி செயிஸ் புஸ்தகமெல்லாம் நான் படிக்கல. மேடையில தலைவருங்க பேசறதான் கேக்கறன். அனுபவத்துல சொல்றன் கேளுங்க. ஊரு ரெண்டுபட்டா கூத்தாடிக்கு கொண்டாட்டம்னுவாங்க. நாலாபக்கமும் கழுகுங்க சுத்திட்டுத் திரியுதுங்க. எப்பவும் உள்நாட்டு யுத்தம்தான் உலக யுத்தமா மாறும். உங்க மூவ்மென்ட்ட கொம்பு சீவி, உள்நாட்டு கலவரத்த தூண்டிவுடறான் சீனாக்காரன். சீனாக்காரன் மட்டுமில்ல, அமெரிக்காகாரனும் சும்மா கெடக்க மாட்டான். தளவாடங்கள கொண்டாந்து எறக்கிடுவான். நீங்கள்லாம் தீவிரவாதிங்களும் கெடயாது, பயங்கரவாதிங்களும் கெடயாது. வெறும் ரோசக்காரப் பசங்க. நியாயமான ரோசம்தான். உங்க வயசுக்கு ரோசம் வரலன்னா, வயசுக்கே நேயம் இல்ல. ஆனா ரோசத்து சூட்சுமம் வேணும். பன்னிய வேட்டையாடறதுக்கே சூட்சுமம் தேவைப்படுது. சூட்சுமும் தெரியாதவனால சேவலகூட புடிக்க முடியாது." கையில் வைத்திருந்த பீடியின் தீக்கங்கு அணைந்துவிட்டிருந்தது. வாயில் வைத்து இழுத்துப் பார்த்தார். புகை வரவில்லை. தூக்கிப் போட்டுவிட்டு இன்னொரு பீடியைப் பற்ற வைத்துக்கொண்டார்.

"சித்தப்பா...நீ வேற கட்சியில சேந்துக்க. கம்யூனிஸ்ட் கட்சியில என்னாத்துக்கு இருக்கற..?" பாலாமணி கேட்டார்.

அவர் பீடியை இழுத்தார். "இந்தியாவுல கம்யூனிஸம் தெரியாத ஒரு தலைவர சொல்லுங்கடா பாக்கலாம்."

"ஆயுதம் தூக்கறவங்கதான் ஒரிஜனல் கம்யூனிஸ்ட்டுன்னு ஒத்துக்க சித்தப்பா."

"மறுவாட்டியும் சொல்றன். இது பன்னிவேட்டை இல்ல... பன்னிங்ககிட்ட துப்பாக்கியோ, வெடிகுண்டோ இருந்தா அது மனுசன்கள வேட்டையாடிடும் தெரிஞ்சுக்குங்க. நீங்க எதுக்குற பணக்கார வர்க்கம் வெறும் பன்னி இல்ல. ஆயுதம் வெச்சினு இக்கற பன்னி. அத நீங்க வேட்டையாடறதுக்கு முன்ன, அது உங்கள வேட்டையாடிடும். மக்கள திரட்டி போராடறவந்தாண்டா ஒரிஜினல் கம்யூனிஸ்ட்டு. அரசாங்கத்துக்குப் பயந்து ரகசியக் கூட்டத்த நாங்க போடறதில்ல. காட்டுல ஆயுதப்பயிற்சி செய்றதில்ல. ஜனங்க பிரச்சனைக்கு ரோட்ல நின்னு போராட்டம் பண்றோம். போலீஸ்காரங்களையும் எதுத்து கேள்வி கேக்கறோம். ஒரு விஷயம் புரிஞ்சுக்குங்க. அமைதியான முறையில போராடற எங்களுக்கு போலீஸ்காரன் பயப்படறான். ஆயுதம்தான் சரின்ற நீங்க போலீஸுக்குப் பயப்படறீங்க..."

"போலீசுக்கும் ஒங்களுக்கும் இருக்கிற உறவுதான் எங்களுக்குத் தெரியுமே மாமா." என்று ராமலிங்கம் சொன்ன விதத்தில் அதன் உள்ளர்த்தம் புரிந்து சிரித்தார்கள். சிரிக்காதவர்கள் ராமசாமியும், நடராஜண்ணனும்தான். ராமசாமி மாமா துக்கத்திலிருந்ததால் இவர்களின் அரசியலைக் காதில் வாங்கவில்லை, நடராஜண்ணனுக்கு இவர்களின் பேச்சில் பாதியளவு கூடப் புரியவில்லை.

"அப்படித்தாண்டா பேசுவீங்க... போலீஸ்காரனுக்கும் கம்யூனிஸ்ட்டுக்கும் கள்ள உறவுன்னு, மலயடிவாரக் காட்டுல போயி ட்ரெயினிங் பண்றீங்களே... யாரு காப்பாத்தி வுடறது. சீனாவுலருந்து யார்னா வந்து காப்பாத்தறாங்களா? பன்னிக்கு வெச்ச வெடிதான்னு மடயைத் திருப்பி வுட்டது நான்தான். சாராயம் விக்கிறவளுங்க சொந்தக்காரிங்க, மாமங்காரனுங்க புடிச்சினு போனா யாரு இட்டுனு வர்றது... நான்தான ஓடறன். ஏழர கழுத வயசாச்சு. சைக்கிள் கத்துக்கல, கால்லதான ஓடறன்..." கட்டிலை விட்டு எழுந்தார்.

"மாமா கோவிச்சுக்காத... நாங்கதான மொறவெச்சிப் பேசறோம். வேற யார்னா பேசிடுவாங்களா, கொன்னுற மாட்டோம்...

நீ எதுக்குப் போனவருச சங்கதிய மறக்காம எடுத்து வுடற...”

“போலீஸ் ரிக்கார்டு மறக்காது. ஜமீன்தார் அப்பப்போ வந்து நோண்டி வுட்டுட்டுப் போறான்.”

ராமலிங்கம் அப்பாவியாய் முகத்தை வைத்துக்கொண்டு, “என்ன சங்கதி அது எனக்குத் தெரியலயே” என்று கேட்டார்.

“ஆமாடா... இந்த வெண்ணவெட்டிக்கு ஒண்ணும் தெரியாது.”

“சத்தியமா தெரியாதுய்யா. ஊர்ல நடக்கற ஒரு எழவும் தெரியறதில்ல. வண்டிக்குப் போயிடறன் இல்ல...”

“யோவ் அத வுடுய்யா.” என்ற கிருஷ்ணன், “சித்தப்பா நாங்க உன் பேச்சுக்கு அடிமைங்க. கூட்டம் போட்டா, நாங்க வந்து கேக்கறதுக்கு நிக்கிறோம் இல்ல...” என்றார்.

தோழர் காளிமுத்து காரியம் பற்றி பேச எழுந்தார்.

அவர் போனதும் பாலாமணி எழுந்து வந்து ராமலிங்கத்தின் தோளில் கையைப் போட்டார். “ரெண்டு பேரும் எங்ககிட்டயே வேலயைக் காட்டிட்டீங்களே...” என்றார்.

“என்னா வேல காட்னாங்க...”

“காட்ல கொய்யாக்காயைப் போடவே இல்ல?”

“யாருய்யா சொன்னது?”

“ஊருக்கே தெரியுமே... நாலுவாட்டிதான் சத்தம் கேட்டுச்சு.”

ராமலிங்கம் சிரித்தார். பாலாமணியின் வயிற்றில், வலிக்காத மாதிரி ஒரு குத்துவிட்டார். “என்னா சின்னப் பசங்களாட்டும் போட்டுப் பாக்கறது? ஒரு வெங்காயத்த ரெடி பண்றது எம்முட்டு கஷ்டம் தெரியுமா? வெச்சி பயன்படுத்தணும்... போய்யா.”

“அதுக்கில்ல எங்கேயாவது வெச்சிருந்து, அசம்பாவிதம் நடக்கப்போகுது.”

“எல்லாம் சரியா நடக்கும்.” கையை விரித்து, “டமார்” என்று சத்தமாகக் கத்தினார். எல்லோரும் அவரைத் திரும்பிப் பார்த்தார்கள்.

விளையாடிக்கொண்டிருந்த குழந்தைகள் மிரட்சியுடன் பார்த்தார்கள்.

28

தினம் அத்தை இறந்த மூன்றாம் மாதம் ஆற்றுக்காரியம் செய்வதற்காக ரெட்டைமாட்டு வண்டிகளில் பெண்களையும், குழந்தைகளையும் ஏற்றிக்கொண்டும் ஆண்கள் வாடகை மிதிவண்டிகளில் மூன்று மூன்று பேராய் சவாரி செய்தும் கொடையாஞ்சி ஆற்றிற்கு வந்தோம். சாவு, காரியமென்று சொன்னால் போலீஸ்காரர்கள் மன்னித்து விட்டுவிடுவார்கள். அகன்ற ஆற்றின் வடக்கு ஓரத்தில் வண்டிப்பாதை அகலத்திற்கு முழங்காலளவு கண்ணாடி ரசம் ஓடுகிற மாதிரி, ஆறு ஓடிக்கொண்டிருந்தது.

ராமசாமி மாமாவையும், குழந்தைகளையும் கிழக்கு பார்த்து உட்கார வைத்தார்கள். கடைசி ரெண்டும் நடப்பதென்னவென்று விளங்காமல் முழித்துக்கொண்டு ராமசாமி மாமா மடியிலேயே உட்கார்ந்துகொண்டார்கள். பெரிய பையன்கள் இருவரும் அவருக்கு ரெண்டு பக்கமும் உட்கார்ந்தார்கள்.

“கண்ணுத்தண்ணி மொத்தமும் இன்னைக்கோட இந்த ஆத்துலயே வுட்ருடா” எண்ணையும், சீய்க்காய் கரைசலையும் தலையில் தேய்த்தபடி தோழர் காளிமுத்து சொன்னார். வலது கையில் பீடி புகைந்துகொண்டே இருந்தது. வாயில் வைத்து ஒரு இழு இழுத்துப் புகையோடு, “ஒண்ணும் கணக்கில்ல.

மாமமச்சான் மொற, பங்காளி மொற யார்னாலும் எண்ண சீக்கா வெக்கிலாம்.” என்றார்.

அடுத்ததாக பாலாமணியும், பவுனு அத்தையும் வைத்தார்கள்.

“டேய் பீச்சக்கையில வெய்யிடா, வாரி வாரி வெக்கிறியே... சும்மா ஒரு சொட்டு சாங்கியத்துக்கு வெய்யிடா...”

பவுனு அத்தை எண்ணையைத் தொடும்போதே கதறி அழுதாள். “ஏழைங்க நல்லா பொழைச்சா, அந்தக் கடவுளுக்கும் பொறுக்கறதில்லை.”

“யோவ் சாராயக்காரி, அவனுக்கு தெகிரியம் சொல்லுய்யான்னா, அழுவுற...” என்று அதட்டினார்.

மணலாய் மட்டுமே தெரிந்த பாலாற்றில் தோழர் காளிமுத்து உட்கார்ந்து பீடி புகைப்பதற்கும், நாட்டாமைப் புரியவும் மொழுமொழுவென்று ஒரு கல் கிடைத்துவிட்டது. ஆற்றோரம் வசிப்பவர்கள் துணிகளைத் துவைப்பதற்காக எங்கிருந்தோ தள்ளிவந்து போட்டிருக்கிறார்கள்.

“அந்தக் காலத்துல போர்ல மாண்டுபோனவங்களுக்கு இங்க வந்துதான் படசல் போட்டு கும்புடுவாங்களாம். மன்னர்கள் சொகபோகமா வாழ்றதுக்காக, நம்ம ஜனங்கதான் போருக்குப் போய் ரத்தம் சிந்தியிருக்காங்க. உயிர வுட்டுருக்காங்க...”

“மக்களுக்காக எவனும் போர் தொடுக்கல. அந்த நாட்டு ராணியை அனுபவிக்கணும், கஜானாவுல இக்கற தங்க நகையைக் கொள்ளையடிக்கணும், வெளையறத அரண்மனைக்குத் தூக்கிட்டு வரணும்.” போதையோட மணலில் மல்லாந்து படுத்திருந்த பினாங்கு நைனா, பொட்டுக்கடலையை மென்றுகொண்டே சொன்னார்.

எல்லோரும் எண்ணையும் சீய்க்காய்க் கரைசலும் தடவின பிறகு ஆற்றில் ராமசாமி மாமா மூன்று முறை முழங்கி எழுந்தார். குழந்தைகளையும் மூன்று முறை முழங்க வைத்தார்.

ஆற்றோர நிலங்களில் தென்னந்தோப்புகளும், கரும்புத் தோட்டங்களும் பார்க்கும் திசையெங்கும் பசுமையாய்க் காட்சியளித்தன. விவசாயக் கூலிகள் கோவணம் மட்டுமே இடுப்பிலணிந்து வரப்பை வெட்டிக் கொண்டிருந்தார்கள். கொஞ்சம் தள்ளி ஆற்றில் எருதுகளை நிற்கவைத்து, தேங்காய் நாரில் தேய்த்துக் கொண்டிருந்தார் ஒருவர். இரண்டு எருதுகளும் வாலினால் முதுகை அடித்துக் கொண்டிருந்தன.

ஒவ்வொருத்தராக தலை முழுகி எழுந்து வந்தார்கள். ஆற்றிலிருந்து எழுந்துவர மனமில்லாமல் நீராடினவர்கள், தோழர் காளிமுத்து போட்ட சத்தத்திற்கு எழுந்து வந்தார்கள்.

மணலைக் குவித்து கதம்பப்பொடி, மஞ்சள், குங்குமம் தூவி பூக்களால் அலங்கரித்தார்கள். இப்போது அந்த மணல் குவியல்தான் தனம்! கற்பூரம் ஏற்றி மேற்கு நோக்கி வணங்கினார்கள்.

"சாமிங்க எல்லாம் உன்ன காப்பாத்தாம வுட்டுருச்சி தனம். இப்போ உன் புருசனுக்கும், புள்ளிங்களுக்கும் நீதான் சாமி. நீதான் தொண. இவங்கள நீதான் காப்பாத்தணும்." சாவித்திரியம்மா சத்தமாகச் சொல்லி கைகளைத் தலைக்கு மேல் உயர்த்திக் கும்பிட்டாள். பிள்ளைகளைக் கும்பிட வைத்தார்கள்.

மாமன், மச்சான் முறை கொண்டவர்கள், ராமசாமி மாமாவுக்கு வேட்டியும் துண்டும் தலை கட்டினார்கள். ஆக்கிக் கொண்டு வந்திருந்த கறிச்சோறை உட்கார வைத்துப் பரிமாறினார்கள். சாராயம் பழகியவர்களுக்கு தென்னந்தோப்பில் ஊற்றித் தரப்பட்டது.

"தலையெழுத்தோ, விதியோ ஆனது ஆச்சி. ஒரு நல்ல விஷயம் பேசலாமே..." சாவித்திரியம்மா சொன்னாள்.

ராமசாமி மாமா கத்தினார். "பெரியம்மா கம்னு இக்கறியா? எல்லா ஆம்பளைங்க மாரி என்ன நெனச்சுடாத..."

“இல்லடா... பசங்கள பாத்துக்கறதுக்கு...” தோழர் காளிமுத்து சொன்னார்.

“எதனா பேசினீங்க... பசங்களையும், என்னையும் பொணமாத்தான் பாப்பீங்க...” கோபத்துடன் கத்தினார்.

அதற்கு மேல் பேச யாருக்கும் தைரியம் வரவில்லை.

ஆறு சலசலத்து ஓடுகிற சத்தம் மட்டும் கேட்டது.

★★★

இந்த மூன்று மாதங்கள் டீக்கடையைத் திறக்கவில்லை. கடைக்கு சுண்ணாம்பு பூசி, ஓரங்களில் செம்மண் பட்டையிழுத்து, ஒட்டடைகளைப் பெருக்கி, பாலாற்றிலிருந்து கொண்டுவந்த தண்ணீரைப் பசுகோமியத்தோடு தெளித்துவிட்டு பால் அடுப்பைப் பற்ற வைத்தார்.

குழந்தைகளைக் கொல்லைமேட்டிலேயே அம்மாவிடம் ஒப்படைத்துவிட்டு வந்தார். தனம் இல்லாத டீக்கடை வெறுமையை மட்டுமே தந்தது. தனத்தின் நினைவுகள் அப்படியே இருந்தது. தனம் நின்று டீ ஆத்துவதைப் போலவும் குழந்தைகளுக்குப் பால் புகட்டுவது போலவும், வெளியே இருந்து உள்ளுக்கும், உள்ளிருந்து வெளியேவும் நடமாடிக் கொண்டிருப்பது போலவும், சிரித்து சிரித்துப் பேசுவது போலவும் இருந்தது. தனத்தின் மணம் கடையெங்கும் வீசுவதைப் போலவும் இருந்தது.

டீ குடிக்க பழையபடி யாரும் வரவில்லை. வந்தவர்களும் தனத்தைப் பற்றி பேசி நெஞ்சை வெடிக்க வைத்தார்கள். கடையை மூடிவிட்டுப் போய்விட வேண்டும் போலிருந்தது.

கிருஷ்ணனும், பாலாமணியும் சைக்கிளில் வந்து இறங்கினார்கள். பாலாமணி வேட்டியிலிருந்தார். குனிந்து வேட்டியால் முகத்தைத் துடைத்துக்கொண்டார்.

“கொல்லிமோட்டுக்குப் போயிட்டுதான் வந்தோம்.” பெஞ்சில்

உட்கார்ந்தார் கிருஷ்ணன். “டீ வேணாய்யா போடாத.”

“பாலாமணி உனக்கு?”

“வேணாம் பெரியம்மா கம்பங்கூழ் ஊத்தித் தந்தா, குடிச்சிட்டுதான் வந்தன். தனம் எப்போ போட்டு வெச்சருந்த மாங்கா ஊறுகாய் தொட்டுக்கத் தந்தா.” கிருஷ்ணனுக்கு பக்கத்தில் உட்கார்ந்தார். “பசங்க வெளயாடினு இருந்துச்சுங்க. பெரியம்மா மாங்கிளையில் ஊஞ்சல் கட்டி ஆட வெக்கிறா...”

பாய்லர் நெருப்பிலிருந்து சாம்பலைத் தட்டிவிட்டு நகர்ந்துவந்து இருவரையும் பார்த்தபடி நின்றார். “அந்தத் தாயோலி மவன ஒண்ணும் பண்ண முடியாதா?” நெற்றியிலிருந்த மடிப்புக் கோடுகள் துடித்தன. பற்களைக் கடித்துக் கொண்டார்.

“நானோ, நீயோ செஞ்சா அது கொலைய்யா. அப்படிச் செய்ய முடியுமா? இயக்கத்து ஆளுங்களையும், ஜனங்களையும் திரட்டினு போயி கூட்டமா செய்யணும். அவன கொன்னது நேயம்னு தெரியணும்.”

ராமசாமி மாமாவுக்குக் கோபமும், துக்கமும் கலந்து கண்கள் கலங்கின. “போங்கயா... நீங்களும் உங்க இயக்கமும்...”

தலையை வளைத்துத் தோளிலிருந்த புதுத்துண்டால் கண்களைத் துடைத்துக் கொண்டார். “ஜனங்கள ஒண்ணு சேத்த முடியாதுய்யா. நாம செத்தாதான் கூட்டம் சேருவாங்க. வாழறதுக்கு சேர மாட்டாங்க.”

இருவராலும் பதில் சொல்ல முடியாமல், தரையைப் பார்த்துக்கொண்டு உள்ளுக்குள்ளே கொதித்தார்கள்.

கொஞ்ச நேரம் பேசிக்கொண்டிருந்துவிட்டு இருவரும் போனார்கள். ராமசாமி மாமா நெஞ்சம் நெருப்பில் மாட்டின மாதிரி வெந்துகொண்டே இருந்தது.

உச்சி வெயிலும் மனைவியை இழந்த ராமசாமி மாமாவின் நெஞ்சத்தைப் போலவே காய்ந்தது. பால் அடுப்பில் எரிந்து

கொண்டிருந்த விறகுகளை வெளியே இழுத்து, தண்ணீர் ஊற்றி அணைத்தார். டீக்கடையை மூடாமல், எதிர்திசையில் நடந்தார். உடம்பெல்லாம் வியர்வை கொட்டியது. சந்தை மைதானத்திற்குள் நுழைந்து, பள்ளிக்கூடத்தைச் சுற்றி வந்தார். கொடுக்காபுளி மரத்தடியில், குழந்தையோடு விளையாடிக்கொண்டிருந்த பொன்னியின் தலையைக் கோதிவிட்டு, கட்டிடத்தைச் சுற்றி வந்தார். அத்தனை வேகமாகவெல்லாம் எப்போதும் நடந்ததில்லை. ஆத்திரம் அவரை வேகப்படுத்தி இயக்கியது.

டீச்சர் வீட்டிற்கு முன்பு, குட்குட்டா மோட்டார் சைக்கிள் நின்றிருந்தது. கதவை ஓங்கி ஓங்கித் தட்டினார். திறக்கும் வரை தட்டிக்கொண்டே இருந்தார். கதவைத் திறந்து வெளியே வந்த டீச்சர், ராமசாமி மாமாவைப் பார்த்து கலவரமாக நின்றாள். நடுங்கிய வார்த்தைகளில், “வாங்க அண்ணா.” என்றாள்.

“என்னையும் என் கொழந்தைங்களயும் அர பொணமாக்கீட்டீங்களே நேயமா டீச்சர்? கூட்டிக்கொடுத்து என் பொழப்ப நாசமாக்கிட்டியே... தேவிடியாத்தனம் பண்றவ நீ பண்ணிக்கோ... என் தனத்த பலி போட்டுட்டியே... நாசமாப் போயிடுவீங்க டீச்சர். என் நெஞ்சு வேகற மாரி, நீ வெந்து போயிடுவ...” சொல்லிவிட்டு பாதி திறந்திருந்த கதவை எட்டி உதைத்தார், நின்றிருந்த ஜமீன்தாரைப் பார்த்துக் காரித் துப்பினார். டீச்சர் பக்கம் திரும்பி டீச்சர் முகத்திலும் துப்பினார்.

“டேய் உன்ன கொஞ்சத்துல வுட மாட்டோம்டா...” கண்கள் சிவக்கக் கத்தினார். வந்த மாதிரியே வேகவேகமாக நடந்தார். வானத்தில் சூரியன் நடப்பதைப் போலவே இருந்தது ராமசாமி மாமா நடையும். டீச்சர் தன் முகத்தில் பதிந்த எச்சிலைத் துடைக்காமல் அவர் போவதைப் பார்த்துக்கொண்டே மௌனமாக கண்ணீர் சிந்தினாள்.

வானம்வரைக்கும் நிமிர்ந்தே வாழ்ந்து பழகிய ஜமீன்தார் தன் வாழ்வில் முதன்முறையாக ஒரு பெண்ணெதிரே அவமானத்தில் சிதறுண்டார்.

29

ஜமீன்தாருக்கு ஆயிரம் கைகள். அதில் ஒரு கையை வெட்டினாலும், ஆயிரம் கைகளையும் வெட்டினாலும் வலி ஒன்றுதானே...? ஜமீன் எனும் வானம்போல் விரிந்த ஆதிக்கத்தின் மீது விழுந்த எச்சில் கறையைத் துடைப்பதற்காக, அரசாங்கத்தின் கைகள் ஏந்திக்கொண்டிருக்கும் அதிகாரங்களைத் தூண்டிவிட ஜமீன்தாரின் ஆளுமைக்குட்பட்ட ஆறு மிட்டாதாரர்களோடு காவல் நிலையம் அடைந்தார்.

காவல் நிலையத்திற்கு எதிரிலிருந்த அத்திமரத்தில் குரங்குக் கூட்டமொன்று துவம்சம் புரிந்துகொண்டிருந்தது. கடித்துக் கடித்துத் துப்பிய அத்திப்பழங்களாலும், காகங்களின் எச்சங்களாலும், காவல் நிலையத்தின் கூரைகளும், வாசலும் நாறிக் கொண்டிருந்தன. அணில்கள் பயத்துடன் தைலமரத்தின் உச்சிக்கிளைகளுக்கு ஓடியது. அத்திமரத்தின் கீழே குற்ற வழக்குகளில் பிடிப்பட்ட சைக்கிள்கள் உயிர்ப்பிழந்து காய்ந்த முள் விறகுகளாய்க் குவிந்திருந்தன.

சர்க்கிள் இன்ஸ்பெக்டரின் அறையில், ஜமீன்தாரால் வரவழைக்கப்பட்ட இரயில்வே பாதுகாப்புப்படை அதிகாரியும் இருந்தார். சிகரெட்டை ஊதிக்கொண்டேபோன ஜமீன்தார், இன்ஸ்பெக்டர் அறையின் முன்பு கீழே போட்டு,

ராமசாமி மாமாவின் முகத்தை மனதில் நிறுத்தி மிதித்து தேய்த்தார். ஐந்து காவல் நிலையங்களுக்கு அதிகாரியாகவும், அதிகாரமிக்கவராகவும், சிங்கம் பொரித்த உலோகப் பொத்தான்களையும், நட்சத்திரங்களையும் சீருடையில் சூட்டிக் கொண்ட உயர்பதவி வகிக்கும் காவல் ஆய்வாளர், ஜமீன்தாரையும் அவரோடு வந்த மிட்டாதாரர்களையும் பார்த்ததும் எழுந்து நின்று, “வாங்க தொர” என்றார். அவரோடு இரயில்வே பாதுகாப்புப்படை அதிகாரியும் எழுந்து நின்றார். ஆதிக்கம் உட்கார்ந்ததும், அதிகாரங்கள் உட்கார்ந்தன.

“எங்க உயிருக்கு பாதுகாப்பு வேணும் இன்ஸ்பெக்டர் சார். சீனாவோட கைக்கூலிங்க வளர்ந்து வர்றாங்க. எங்களுக்கு ஆபத்துன்னா, நாட்டுக்கே ஆபத்து. துப்பாக்கி எங்கிட்டயும் லைசன்ஸ்சோட இருக்குது. ஆனா நீங்க செய்யவேண்டிய வேலையை நான் செய்யக் கூடாது. முதல்ல ரெயில் வேகன்ல கொள்ளையடிக்கிறவனயும் அவன்கிட்ட வாங்கித் தின்றவங்களயும் அடக்கி வையிங்க.” ஜமீன்தார் த்ரிபிள்ஃபைவ் சிகரெட் பெட்டியையும், லைட்டரையும் மேசையின் மீது வைத்துவிட்டு, இடுப்பிலிருந்து கைத்துப்பாக்கியையும் அதற்குப் பக்கத்தில் வைத்தார்.

★★★

ஊருக்குள் ஏழு காவலர்கள் களம் இறங்கினார்கள். புயல்காற்று வீசின மாதிரி, மழை வெள்ளம் புகுந்த மாதிரி, அணைக்க முடியாத காட்டுத்தீ எரிந்து பரவின மாதிரி நுழைந்தார்கள்.

மக்கள் கலவரமடைந்தார்கள். போலீஸ்காரர்கள் வீடு வீடாய் மதம்பிடித்த காட்டுஎருமைகள் போல் நுழைந்து, லட்டிகளால் சட்டிகளையும் பானைகளையும் உடைத்தது அச்சத்தை உண்டாக்கினர். இதுவரை இப்படியொரு அட்டூழியத்தை அவர்கள் சந்தித்ததில்லை. நெருப்பைக் கண்ட சிட்டுக்குருவிகளைப் போல் துடித்தார்கள். கிடைத்தவர்களை அடித்தார்கள். பெண்களின் மார்பை அழுத்திக் கீழே தள்ளி விட்டார்கள்.

ஒவ்வொரு வீட்டுச்சட்டியிலும் கால் படியோ, அரைப் படியோ ஜீவனம் தங்கியிருந்ததை மண்ணில் கொட்டினார்கள். சட்டிகளைத் தெருவில் உடைத்தார்கள்.

“சாமி! வயித்துக்கு என்னவோ கஞ்சித்தண்ணி காய்ச்சி குடிக்கிறோம். எங்க உசுர மண்ணுல கொட்றீங்களே...” வயிற்றில் அடித்துக்கொண்டு கேட்ட குள்ளம்மா பாட்டியைத் தள்ளிவிட்டார்கள்.

“கெழவி, திருட்டு அரிசிதானே?” ஆர்பிஎப் போலீஸ்காரன் கை ஓங்கினான். குள்ளம்மா பாட்டி இரண்டு கைகளையும் குவித்துக் கும்பிட்டு அழுதாள். ஜனங்களை பயம் துரத்தியது. ஏரிக்கும் சோளக் கொல்லைக்கும் கல்லறைப் பக்கமாகவும் ஓடி ஒளிந்தார்கள். கனகா அண்ணியால் நிறைமாத வயிறைச் சுமந்துகொண்டு ஓட முடியவில்லை. இடுப்பைப் பிடித்துக் கொண்டு கதவில் சாய்ந்து நின்றாள். பிரசவமானால் பதினைந்து நாட்களுக்குக் கூந்தலைக் கசக்க முடியாதென்று காலையில்தான் கூந்தலைக் கசக்கி அலசி, குளித்து சாம்பராணிப் புகை காட்டி, வெயிலில் உலர்த்தி பட்டு நூல் சரங்களைப் போன்று விரித்திருந்தாள். முகத்திற்கு மஞ்சள் பூசி, நெற்றியில் குங்குமம் தீட்டியிருந்தாள்.

“இதான் திருடன் வீடா?” என்றபடி ஐவர் நுழைந்தார்கள். இரண்டு பேர் வெளியே நின்றார்கள்.

உயிர் சுமந்த வயிறை விட நாய்களின் பார்வைக்கு, தாய்மையின் மார்புகளே தெரிந்தன. கனகா அண்ணி இரண்டு கைகளாலும் மூடிக்கொண்டும், கத்திக்கொண்டும் வெளியே ஓடி வந்தாள். திடீர் களேபரத்தால் குழந்தை உதைத்துச் சுழன்றது. “எங்கடி உன் புருசன்?” ஒருவன் தலைமுடி பற்றினான். வீட்டிற்குள்ளிருந்த ஒரு பொருளை விடாமல் நசுக்கி உடைத்தார்கள்.

கனகா அண்ணிக்குப் பேச்சு வரவில்லை. தெருவிலேயே சாய்ந்து உட்கார்ந்தார்.

“புள்ளதாச்சிடா... டேய் விட்டுட்டு வாங்கடா.” தலைமைக்

காவலர் அதட்டினார்.

ராமசாமி மாமா டீக்கடைக்கு வந்தார்கள். மாமா எதிர்பார்க்கவில்லை. லட்டியால் அடி விழுந்தது. பிள்ளைகள் இருவரைக் கடைக்கு அழைத்து வந்திருந்தார். அழுது கத்தினார்கள். குழந்தைகளைத் தூக்கப்போன எனக்கு முதுகில் இரண்டடி விழுந்தது. ராமசாமி மாமா கருமார் பட்டறையில் மாட்டிக்கொண்ட இரும்புத்துண்டைப் போல் சிக்கிக் கொண்டார். நான்கு பக்கமிருந்தும் அடி விழுந்தது. ஜமீன்தாரின் கட்டளையென்பது ஒவ்வொரு அடியும் சொன்னது.

அழுதுகொண்டே ஒரே ஓட்டமாக பாலாமணி வீட்டிற்கு ஓடினேன். பட்டறையிலிருந்த பினாங்கு நைனாவிடம் சொன்னதும், அடுத்த நொடியே குதித்து எழுந்தார். சாவித்திரி அம்மாவும், சாராயக்கார பவுனும் சேர்ந்தார்கள். பல நாட்டு ராணுவத்தைப் பினாங்கில் சந்தித்தவர்களுக்கு அதிகார எதிர்ப்பு இரத்தத்தில் ஓடிக்கொண்டிருந்தது.

பினாங்கு நைனா ஓலையில் சொருகி வைத்திருந்த ஈட்டியை உருவிக்கொண்டார். ஈட்டியுடன் அவர் நடந்த நடை யுத்தத்தில் ஒரு வீரன் எதிரிகளைத் துவம்சம் புரிய புறப்பட்டது போலவே இருந்தது. பயந்து ஓடினவர்களில் யாரோ வக்கீல் கிருஷ்ணனுக்குச் சொல்ல, அவரும் பாலாமணியும் சைக்கிளில் விரைந்து வந்தார்கள். அதுவரை ராமசாமி மாமாவுக்கு அடி விழுந்துகொண்டே இருந்தது. பினாங்கு நைனா ஈட்டியோடு குறுக்கே போய் நின்றார். அவருக்குப் பக்கத்தில் பாலாமணியும், கிருஷ்ணனும் நின்றார்கள்.

"என்னா ஏட்டு... வெறிபுடிச்ச நாயிங்க மாரி அட்டூழியம் பண்றீங்க... யோவ் போலீசு லட்டிய கையில புடிச்சா யாரானாலும் அடிச்சிடுவியா?" பவுனு கத்தினாள்.

"எம்மா தாயி! அதிகாரிங்க அனுப்பறாங்க, வர்றோம்."

"நல்லா கேட்டுருவன் ஏட்டு, அதிகாரிங்க பீ தின்னக்கூடச் சொல்லுவாங்க... தின்னுவியா?"

"பவுனு, வாயி நீளுது."

"ஜனங்க சரியில்ல ஏட்டு. பயந்து ஓடறாங்க... திரும்பி நின்னாங்கன்னு வெச்சுக்க. வாயி மட்டுமில்ல கையும் நீளும்."

பினாங்கு நைனா உரக்கச் சொன்னார். பயந்து ஓடி ஒளிந்தவர்கள், ஒவ்வொருத்தராக வந்து நின்றார்கள்

"எங்களுக்குப் புகார் வந்திருக்கு. நடராஜிங்கிறவன் ரெயில்ல திருடினு வந்து அரிசி விக்கிறான். இந்த ஊர் ஜனங்க வாங்கித் திங்கறாங்கன்னு..." தலைமைக் காவலர் சொன்னார்.

"ஏட்டு... யாரு அரிசி திருடறாங்கன்னு என்ன கேளு. நான் சொல்றன். இப்போ போனாக்கூட நூறு மூட்ட நெல்லு ஆப்புடும். எல்லாம் எங்களுக்குச் சேரவேண்டிய நெல்லு. தெய்ரியம் இருந்தா என்கூட வா." பினாங்கு நைனா ஈட்டியைத் தரையில் ஓங்கிக் குத்தினார். குத்திய இடத்தில் மண் பெயர்ந்து சிதறியது.

"எங்க சொல்லு." ஒரு போலீஸ்காரர் கேட்க, ஏட்டு அவரைப்பார்த்து அமைதியா இரு என்பதாகக் கை ஆட்டினார்.

"ஜமீன்தார் வூட்லதான்... எங்க மண்ணுல, எங்க ஒழப்புல வௌஞ்ச நெல்லு மொத்தமும் வண்டி வண்டியா அவன் பங்களாவுக்குத் திருடினு போயிட்டான். நாங்க பஞ்சப்பொழப்பு பொழைக்கிறோம்."

"போங்க சார் ஆம்பளைங்கதான, போயி புடிங்க..." பாலாமணி சத்தம் போட்டார். ஏட்டு முறைத்துப் பார்த்தார்.

"முறைக்காத ஏட்டு. நூறு மூட்டையைப் புடிக்காம சட்டிய ஒடைக்கிற..."

சாவித்திரியம்மாவும், நானும் ராமசாமி மாமாவைப் பிடித்து பெஞ்ச் மேல் உட்கார வைத்தோம். குழந்தைகள் அவரைக் கட்டிக்கொண்டு அழுதார்கள். அவரும் கண்ணீர் வடித்தார்.

"நடராஜின்றவனை அரஸ்ட் பண்ண உத்தரவோட வந்திருக்காங்க. இவிங்க ஆர்பிஎஃப் போலீசுங்க. வுட மாட்டாங்க, நாலு போலீஸ் வந்தா எதுத்து நிப்பிங்க. அவங்க நூறு போலீஸ் வந்தா, ஒண்ணும் புடுங்க முடியாது. எல்லாரையும் தூக்கிப் போட்னு போயினே இருப்பாங்க..."

"மிரட்டறியா ஏட்டு?" கிருஷ்ணன் கேட்டார்.

"வக்கீலு உனக்குத் தெரியாதா? நடராஜியை அனுப்பி வெச்சிடு. நீதான் இருக்கியே ஜாமீன்ல எடுத்துடுவே... சும்மா ஏன் ஜனங்களுக்குத் தொந்திரவு கொடுக்கிற...?" தலைமைக் காவலர் இதமாகப் பேசினார். "ஒருத்தனால எல்லோரும் அடி வாங்கணும்."

நீண்டநேரம் வாக்குவாதங்கள் நடந்தன.

சற்று நேரத்தில் இரயில்வே பாதுகாப்புப்படை இன்ஸ்பெக்டர் ஜீப்பும், ஆயுதப்படைக் காவலர்களை ஏற்றிக்கொண்டு லாரியும் வந்து நின்றன. ஒட்டுமொத்த ஊர் ஜனங்கள் கூடிவிட்டார்கள். கல்லறைத் தோட்டத்தில் ஒரு சிலுவைக்குக் கீழ் சாய்ந்து உட்கார்ந்திருந்த நடராஜண்ணனை, கிருஷ்ணன் அழைத்து வந்தார். கனகா அண்ணி அழுத அழுகையில் ஊரே அழுதது.

வீடு வீடாய்ச் சென்று அரிசியை வாரி வாரி வழங்கிய நடராஜண்ணன் கைகளுக்கு விலங்கு மாட்டி லாரியில் ஏற்றினார்கள். லாரியில் ஏறி நின்று, கடைசியாக ஒருமுறை கனகா அண்ணியின் கண்களைப் பார்த்தார். இன்றைக்கோ, நாளைக்கோ என்றிருந்த வயிறைப் பார்த்தார். வடிந்த கண்ணீரைத் துடைக்கவும் முடியாமல் இரும்பாலான விலங்கானது கைகளை இறுக்கியது. லாரி நகர்ந்தது.

30

நடராஜண்ணனுக்கு அது லாரியாகத் தெரியவில்லை. உள்ளுணர்வு மரணத்தின் வாகனமென்று சத்தியம் செய்தது. லாரியின் மத்தியில் அவர் உட்கார்ந்திருந்தார். சுற்றிலும் இருபதுக்கும் மேற்பட்ட இரயில்வே பாதுகாப்புப்படை காவலர்கள் துப்பாக்கிகளுடன் நின்றிருந்தார்கள். ஒருவனைச் சுற்றி இத்தனை துப்பாக்கிகள் எதற்காகவென்று கேள்வி எழுந்தபோதே முடிவு தெரிந்துவிட்டது. லாரி போலீஸ் ஸ்டேஷன் நோக்கிப் போகவில்லை. வேறு எங்கேயோ போய்க் கொண்டிருந்தது.

சில ஆண்டுகளாகவே போலீஸ்காரர்களால் கைதிகள் சுட்டுக்கொல்லப்படும் செய்திகள் தொடர்ந்து பத்திரிகைகளில் வந்துகொண்டிருக்கிறது. போலீஸ்காரர்களைத் தாக்கிவிட்டுத் தப்பியோடும்போது சுட்டுக் கொல்லப்பட்டாரென்றும் கைதியிடம் வெடிகுண்டு, கத்தி, உருட்டுக்கட்டை போன்ற ஆயுதங்கள் வைத்திருந்தாரென்றும் ஜோடிக்கப்பட்ட செய்திகள். தப்பியோடும்போது கிணறில் விழுந்துவிட்டார், லாக்கப் அறையில் தூக்குமாட்டித் தொங்கினாரென்று பல்வேறு காரணங்கள் சொல்லியிருப்பார்கள். அவர்கள் சொல்லாதது விதி முடிந்துவிட்டது என்பதை மட்டும்தான்.

இரயில்வே பாதுகாப்புப்படை வீரர்களிடம் சிக்கியவர்களில் கொல்லப்படாதவர்களுக்கு, மரணத்திற்கு நிகரான சித்ரவதைகளை அளிப்பார்களென்பதை தண்டனை அனுபவித்து பாதிப் பிணமாய் விடுதலையாகி வந்தவர்கள் சொல்லியிருக்கிறார்கள். தலை மயிரிலிருந்து ஆரம்பிப்பார்கள்... நரகத்திற்கெல்லாம் அப்பாற்பட்ட தண்டனைகள் இருப்பதாகக் கட்டுக்கதையுண்டு. இது உண்மை! ரத்தம் சொட்டச்சொட்ட தலைமயிரைப் பிடுங்குவது, விரல் நகங்களைப் பிடுங்குவது, படுக்கவைத்து லாடம் கட்டுவது மட்டுமின்றி பாத எலும்பை உடைத்தே விடுவார்கள். “சார் வேணாம் சார் சாகடிச்சிடுங்க சார்” என்று கெஞ்சுமளவுக்கு மரணத்தைவிட வலி மிகுந்ததாக இருக்கும். ஆணுறுப்பைத் தீக்குச்சியால் சுடுவது, மலத்தைத் தின்னச் சொல்லியும், மூத்திரத்தைக் குடிக்கச் சொல்லியும் அடிப்பது.

நடராஜண்ணனுக்கு என்ன நிகழப்போகிறதென்று தெரியாத அச்சம் உடம்பெல்லாம் கத்திகளைப் போன்று சொருகிற்று. இனி யாராலும் தடுக்க முடியாதென்றும் பளிச்சென்று தெரிந்த வானம் உணர்த்தியது. காவலர்களைத் தாண்டி வானத்தைத் தவிர வேறு எதுவும் அவருக்குத் தெரியவில்லை. லாரி மேடு பள்ளங்களில் ஏறி இறங்கியும், புகையைக் கக்கியும் சத்தத்துடன் நகர்ந்தது.

வயிற்றில் குழந்தையைச் சுமந்த கனகாவின் கண்ணீர் முகம்தான் அவரை வதைத்தது. வயிற்றிலிருக்கும் குழந்தையைத் தவிர வேறு எதையும் கனகாவிற்காக அவர் விட்டுவிட்டு வரவில்லையென்பதை நினைத்து நினைத்துக் கலங்கினார்.

ஊர் ஜனங்களின் சட்டிகளிலாவது கால் படி அரிசி மிச்சமிருக்கிற மாதிரி தந்துவிட்டு வந்தார். கனகாவிற்காக அதுகூட இல்லையென்பதை நினைத்துக் கண்கள் கலங்கின. தன்னைப் பற்றியோ, தன் மீது விழப்போகிற மரணத்தின் வலியைப் பற்றியோ அச்சம் விலகி, கனகாவைப் பற்றியும், குழந்தையைப் பற்றியும் துயரம் தாக்கியது. அது மரணத்தைக் காட்டிலும் வலியை உண்டாக்கியது.

கனகாவைக் குழந்தையைப் போல் பார்த்துக் கொண்டார். இனி அந்தக் குழந்தை என்ன ஆகும், குழந்தையின் குழந்தை என்னாகும், எப்படி வளரும்? போலீஸ்காரர்கள் அவரைக் கொல்வதற்கு முன்பே துயரமான யோசனைகள் அவரைப் பிணமாக்கியது. ‘குழந்தை எப்படி இருக்கும், பையனா, பொண்ணா... பச்சம்மா தாயே... என் குழந்த முகம் எப்படி இருக்கும்?’ கண்ணீர் மாலை மாலையாக வடிந்தது.

இரவு கனகா பேசிய வார்த்தைகள் திரும்பத் திரும்ப காதுக்குள் ஒலித்தன. ‘குழந்த பொறந்ததும் எங்கியும் போவாத மாமா, கூடவே இரு, எனக்கு அம்மா இல்ல மாமா, நீதான் அம்மா. கொழந்த பெத்துக்கறப்போகூட, வாசப்படியிலேயே நிக்கணும். நீ கூட இக்கற தெய்ரியத்துலயே எம்முட்டு வலின்னாலும் தாங்கிக்குவேன்.’

‘உன்ன வுட்டு நான் எங்க போவேன். எனக்கு மட்டும் யாரு இருக்காங்க.’

கண்ணீர் வடிந்துகொண்டு இருந்தது. அதைத் துடைத்துக் கொள்ளவும் கைகளில்லாமல் விலங்கிடப்பட்டிருக்கிறது.

திடீரென இரயில் போகிற சத்தம் கேட்டது. இத்தனை காலமும் வாழ்வின் இசையாகக் கேட்ட ஒலியானது, இப்போது மரணத்தின் இசையாக ஒலித்தது. தலைக்குள் ஓடுகிற மாதிரி வதைத்தது.

காவலர்களின் தலைக்கு மேலே சில மரங்களின் கிளைகள் தெரிய ஆரம்பித்தன. காட்டுப்பகுதியென்று புரிந்தது. ஒரு பயங்கரம், இரயிலை விட வேகமாகத் தன்னை நெருங்குவதை உணர்ந்தார்.

லாரி நின்றபோது, ஜீப் ஒன்று நிற்கும் சத்தமும் கேட்டது. லாரியின் பின்புறம் மாட்டியிருந்த கதவைப் போன்ற பலகையைத் திறந்து தொங்க விட்டார்கள். பாதிக் காவலர்கள் தடதடவென்று குதித்தார்கள். ஜீப்பிலிருந்து இறங்கி இரயில்வே பாதுகாப்புப்படை இன்ஸ்பெக்டர் லாரி அருகே வந்தார்.

தலை கவிழ்ந்திருந்தார் நடராஜண்ணன்.

“என்னடா நடராஜி, கோழிக்கறி சோறு வேணுமா?” என்றார்.

நடராஜண்ணன் நினைவிழந்தவரைப் போல் தலை நிமிராமல் இருந்தார்.

ஓரமாய் நின்றிருந்த ஒரு போலீஸ்காரர் துப்பாக்கியைத் திருப்பி, பேன்ட் கட்டையால் குத்தினார். நிமிர்ந்து பார்த்தார்.

“என்னடா துன்ற?”

“வேணாம் சார்.”

“தாயோலி ரெயில்ல திருடினு போயி, ஊருக்கே படியளக்கற வள்ளலா நீ?”

“......”

“எறங்கி மூத்தரம் பேயிடா.”

“வரல சார்.”

“டேய் எறங்குடா, நாங்க வர வெக்கிறோம்.” அதட்டினார்.

பின்னங்கழுத்தில் ஒரு வலுமிகுந்த அடி விழுந்தது. கழுத்து எலும்பில் உயிர் சிக்கிக்கொள்ள அறுபட்ட கோழியைப் போல் கைகால்களை உதறியபடி துடித்தார். மரங்களிலிருந்து காட்டுப்பறவைகள் கத்தியபடி பறந்தன. லாரியிலிருந்து கீழே தள்ளி விட்டார்கள். வெட்டப்பட்ட மரம் விழுந்த மாதிரி விழுந்தார். அவரைச் சுற்றி நின்று நெல் தாளை அடிக்கிற மாதிரி அடித்தார்கள். கழுத்து உடையும்போதே ‘அம்மா....’ என்று கத்த முடியாமல் வார்த்தையும் உடைந்துவிட்டது.

‘கனகா’வென்று மூச்சு மட்டும் சொல்லிக்கொண்டது. சில துளிகள் ஒட்டிக்கொண்டிருந்த நினைவுகள் கனகாவின் முகத்தை மட்டுமே நினைத்தது. எத்தனை எலும்புகள் உடைந்தன, எத்தனை நரம்புகள் துண்டாயின, எத்தனை சதைகள் பிய்ந்தன,

ஒரு மனிதனுக்குள் எத்தனை உயிர்கள் இருக்கின்றன, எத்தனை காலத்திற்கு அது உடலைவிட்டுப் போய்க்கொண்டிருக்கும்? தண்டவாளத்தின் மீது இரயில் ஓடுகிற மாதிரி, நடராஜண்ணன் மீது அடி விழுந்துகொண்டே இருந்தது.

அந்த மிருகங்களெல்லாம் சேர்ந்து நடராஜண்ணன் எனும் தெய்வத்தின் உடலை செத்தநாயை இழுத்துக்கொண்டு போவதுபோல், செத்த பன்றியை இழுத்துக்கொண்டு போவதுபோல், கருணையற்று, மனிதாபிமானமற்று இழுத்துக்கொண்டு போய் இரயில் தண்டவாளங்களில் குறுக்கே கிடத்தினார்கள்.

நடராஜண்ணன் பார்வையில் விரிந்துகொண்டிருந்த வானம் செத்துவிட்டது. காட்டின் மரங்களும் செத்துவிட்டன. பறவைகளின் கீச்கீச்சும் செத்துப் போயின. இருதயத்தில் உயிர் வாழ்ந்த சுவாசக்காற்றும் செத்துவிட்டது. உலகம் செத்துவிட்டது.

31

சந்திரகுமார் என்னை விடுவதாக இல்லை. "எங்க க்யூ பிராஞ்ச் டி.எஸ்.பி உங்கள கண்டிப்பா பார்க்கணும்னு சொல்றார்ண்ணா" என்று வாசற்படியில் நின்று கொண்டான். பிச்சைக்காரனைப் போல் நின்றிருந்தவனைப் பார்த்து ஏதாவது திட்டலாமென்றாலும் மனம் வரவில்லை.

"ஏண்டா தம்பி தொல்ல பண்றீங்க? உனக்கு வேணும்னா டி.எஸ்.பி, எஸ்.பி, ஐ.ஜின்னு பெரிய ஆளுங்களா தெரியலாம். ஏன்னா உனக்கு அதிகாரிங்க. எனக்கு எல்லாரும் ஒண்ணுதான். நீ கேட்டா என்னா பதில் சொல்றனோ, அதைத்தான் உன் எஜமானர்கள் கேட்டாலும் சொல்வேன்."

"ரொம்ப நல்ல மனுஷன்ணா அவரு."

"போலீஸ் டிபார்மென்ட்ல நல்ல மனுஷனா? காதுல கேட்கறதுக்கு இனிமையா இருக்குடா." என்று ஏளனமான சிரிப்பொன்றைச் சிந்தினேன். "எத்தன நாள் வெச்சிருந்து அனுப்புவீங்க, எதனா கேஸ் போட்டு உள்ளே வெக்கிற ஐடியா இருக்கா? டிரஸ் எதனா எடுத்துக்கட்டுமா?" அவனைக் கடுப்பாக்குவதற்கென்றே கேட்டேன்.

“என்னை நம்புண்ணா, உங்களுக்கு எந்தப் பிரச்சனையும் வராது. பத்து நிமிசம் பேசுவாரு. அவ்ளோதான்.” பொய் சொல்லுவதைப் போலவே ஒரு விதமான முக பாவனையுடன் சொன்னான்.

அவனை உட்காருவதற்குச் சொல்லவில்லை. அவனும் உட்காரவில்லை. பேச ஆரம்பித்தால் நேரம் கடந்துவிடுமென்று அவன் உட்காரவில்லை. இவனிடம் ஒருமுறை பேசிவிட்டு, அங்கே போய் டி.எஸ்.பியிடமும் அதையே பேசவேண்டுமாவெனும் கேள்வியானது பேசவிடாமல் தடுத்தது. அவனும் காலில் விழுந்து கெஞ்சியாவது அழைத்துப் போய்விட வேண்டுமெனும் கட்டாயத்திலிருந்தான்.

நிற்கவைத்துக்கொண்டே சவரம் செய்தேன். மீசையை ஸ்கேலில் கோடு போட்ட மாதிரி கத்தரிக்கோலால் ஒழுங்குபடுத்தினேன். மூக்கிற்குள் இல்லாத முடியைத் தேடி நறுக்கினேன். அவனுக்கு போன் வந்தது. எடுத்துக்கொண்டு தெருவுக்கு ஓடினான்.

இங்கிருந்தே பேசி இருக்கலாம். எதற்காகத் தெருவுக்கு ஓடினான் தெரியவில்லை. தெருவிலிருந்து எனக்கும் கேட்கும்படி சத்தமாகப் பேசினான். ஒருவேளை நாடகமாகவும் இருக்கலாம். இன்னொரு போலீஸ்காரனுக்கு இவனே மிஸ்டு கால் கொடுத்து, அவன் இவனுக்கு கால் செய்துமிருக்கலாம். “அய்யா! வணக்கம் அய்யா, கண்ணப்பன் அண்ணன் வர்றேன்னு சொல்லிட்டாருங்க அய்யா. பத்து நிமிசத்துல வந்துடுவோம். அய்யா அய்யா வந்துடுவோம் அய்யா.” தத்ரூபமாகப் பேசினான். உண்மையானது நாடகம் போல் தெரிகிறதா? நாடகம் உண்மையைப் போல் தெரிகிறதாவென்று தெரியில்லை.

நிதானமாகக் குளித்தேன். பெட்டியிலிருந்து அயர்ன் பண்ணி வைத்திருந்த பேன்ட்டும், சட்டையும் எடுத்து உடுத்தினேன். டக் இன் செய்து பெல்ட் கட்டினேன். ஷீ அணிந்தேன். ஆட்டோமேட்டிக் கூலிங்கிளாஸ் மாட்டினேன். அவன் என்னை பயத்துடன் பார்த்தான். இப்படியொரு வேஷம் போடுவேனென்று அவன் எதிர்பார்க்கவில்லை. லுங்கியிலோ,

வேட்டியிலோ சாதாரண பேன்ட்டிலோ டக் இன் பண்ணாத நிலையில்தான் இதுவரை பார்த்திருக்கிறான். இப்படியொரு கெட்டப்பில் பார்த்ததில்லை. கதவை மூடினேன்.

பைக்கில் ஏறி உட்கார்ந்தான். அவனுக்குப் பின்புறம் உட்கார்ந்தேன்.

“வீட்டைப் பூட்டாம வர்றீங்கண்ணா.” என்றான்.

“வீட்ல நான் இல்லையே, வெளியே வந்துட்டனே... எதுக்குப் பூட்டணும்?” என்று அவனைக் குழப்பினேன். “வீட்ல என்னடா இருக்கு? என்கிட்ட வேணும்னா கிட்னி ரெண்டு, கண்ணு ரெண்டு இருக்கு. யாராவது திருடினு போவாங்க, வீட்ல ஒண்ணுமில்லை.”

பைக்கை வேகமாக ஓட்டினான். என்ன பெரிய வேகம்? சைக்கிளையா மிதிக்கிறான். பைக்குதானே? கையில திருப்பினால் அது வேகமாகப் போகிறது. நடராஜண்ணன் சைக்கிளில் பின்னாடி உட்கார்ந்துபோனது, வேகம்னு சொன்னால் அது வேகம், மனித சக்தியின் வேகம் அது. இந்த மாதிரி தார் ரோடா அப்போது இருந்தது? எங்கே பார்த்தாலும் கரடுமுரடான ரோடுதானே இருந்தது.

★★★

முப்பது ஆண்டுகளுக்கு முன்பு தாழம்பூ காடாய் இருந்த இடமா இது... அதற்கான முகாந்திரமே இல்லை

தாழம்பூ புதரும், காடும் புதைந்துபோன மயானத்தில் பெரிய பெரிய அரசாங்கக் கட்டிடங்கள் எழுந்து நின்றிருந்தன. எனக்கு அந்தக் கட்டிடங்கள் தாழம்புதர்களின் கல்லறைகளாகவே தெரிந்தன. பேருக்குக்கூட ஒற்றைத் தாழம்பூ செடி இல்லாத இடத்திற்குத் தாழம்பூ நகர் என்று எந்த நியாயவாதிகளோ பெயர் வைத்திருந்தார்கள்.

கலெக்டர் ஆபீஸ், போலீஸ் சூப்பிரண்டட் ஆபீஸ், ஃபயர்

ஆபீஸ், கோர்ட், எம்ப்ளாய்மென்ட் ஆபீஸ், டிராவலர்ஸ் பங்களா, ரிசர்வ் போலீஸ் கிரவுண்டு என்று ஆங்கிலேயர்களின் மூளைகளால் உருவாக்கப்பட்ட அதிகாரங்களின் வடிவங்கள் வரிசையாக நின்றன.

எஸ்.பி அலுவலகத்திற்குள் வளைந்தான். "டி.எஸ்.பி கிட்ட பேசணும்னு சொன்னா எஸ்.பி ஆபீஸ்குள்ள போற...?" என்றேன்.

"டி.எஸ்.பி இங்கதான் வெயிட் பண்றார்ண்ணா."

நடராஜண்ணன் இங்கே அழைத்து வரும்போது இயற்கையாய் விளைந்த காடிருந்தது. செடிகள், கொடிகள், பறவைகள், முயல்கள், பன்றிகள், பாம்புகள், குள்ளநரிகள், நத்தைகள், குருவிகள் என இருந்தன. இப்போது அரசு ஊழியர்கள் இருந்தார்கள். கார்களிலும், ஜீப்புகளிலும் பறந்தார்கள். இவர்களாகப் பணம் செலவு செய்து காகிதப்பூ செடிகளையும், புற்களையும் குரோட்டன்ஸ்களையும் வைத்திருந்தார்கள்.

நடராஜண்ணனின் கால்கள் ஓடிய நிலம். ஓடை சென்ற அடையாளத்தைக் காணவிலை. பனைமரம் ஒன்றுகூட இல்லை. சுற்றிலும் நான்கு டவர்கள் தெரிந்தன.

பைக்கிலிருந்து இறங்கி, மாடிக்குப் போவதற்காக லிஃப்ட்டிற்கு அழைத்துச் சென்றான். லிஃப்ட்டைத் தவிர்த்தேன். நடக்கலாமென்றேன். அவன் தயக்கத்துடன் நடந்தான்.

"மூணாவது மாடில இருக்கார்ண்ணா."

"மொத்தம் எத்தன மாடி?"

"அஞ்சு."

"மொட்டமாடிக்குப் போக முடியுமா?"

"பூட்டி வெச்சிருப்பாங்க. அனுமதி இல்ல."

மொட்டைமாடியில் நின்று சுற்றிலும் பார்க்க வேண்டுமென்று

ஆசையாக இருந்தது. ஏதேனும் ஒரு அடையாளம் தெரிகிறதாவென்று தேட வேண்டும். வேரோ, கிளையோ, மண்ணோ, சருகோ, கல்லோ ஏதேனும் ஒன்று மிச்சமில்லாமலா போகும்?

படிப்பாதை வளைகிற இடத்திலெல்லாம் ஜன்னலிருந்தது. ஒவ்வொரு ஜன்னலிலும் நின்று பார்த்தேன்.

“என்னண்ணா பார்க்கறீங்க..”

“இங்க ஒரு கடவுள் சுத்திட்டிருந்தார். அவரைத் தேடிப் பாக்கறன்.” கண்களில் வழிந்த கண்ணீரைத் துடைத்துக்கொண்டேன். “அந்தக் கடவுளை போலீஸ்காரங்க கொன்னுட்டாங்கடா... அடிச்சி அடிச்சியே கொன்னுட்டாங்க...” என்னவோ துக்கத்தை அடக்க முடியவில்லை. நடராஜண்ணன் என் முன்னாடி நிற்கிற மாதிரியே தெரிந்தது. ‘ரொம்ப அடிச்சிட்டாங்கடா கண்ணப்பா... வலிக்குதுடா... இப்படித்தாண்டா, சும்மா விசாரிக்கிறோம்னு அழைச்சிட்டுப் போனாங்க, பதனைஞ்சி பேரு சுத்தி நின்னு நெல்லுத்தாள அடிக்கிற மாரி அடிச்சாங்க... லட்டியும், உருட்டுக்கட்டையும் என் ஒடம்புல படாத எடமில்லடா... கீழ ஜல்லிக்கல்லு, இரும்புத் தண்டவாளம்’ என்று சொல்லி அழுகிற மாதிரியே இருந்தது.

இரயில் போகிற சத்தம் கேட்டது. அப்போதுதான் முக்கியமான அடையாளத்தை மறந்துவிட்டேன் என்பது புரிந்தது. ஜன்னல் வழியாகப் பார்த்தேன். கூட்ஸ் வண்டி ஆயிரம் கால்களில் ஓடியது. ஒவ்வொரு பெட்டியிலும் கறுப்பு வைரங்கள் நிறைந்திருந்தன. மின்சார இன்ஜின், அந்தக் காலத்துப் புகை இல்லை. அந்தக் காலத்து சத்தம் இல்லை. இரயில்வே பாலம் பயன்பாட்டில் இல்லாமல் பாழடைந்து காணப்பட்டது. பாலமில்லாத மாற்றுப்பாதையில் இரயில் ஓடிக்கொண்டிருந்தது.

இரயிலோடு நடராஜண்ணன் ஓடிப்போவதைப் போலவே தெரிந்தது. “இந்த ரெயில் என்ன சாகடிக்கலடா, சின்னக் கீறலக் கூட தரல... ஒரு சொட்டு ரத்தம்கூட குடிக்கல... ரெயில்ல

மாட்டியிருந்தாகூட வதையில்லாம உயிர் போயிட்டிருக்கும், போலீஸ்காரங்ககிட்ட மாட்டினு வதைபட்டண்டா...” தண்டவாளத்தில் நடராஜண்ணனுக்கு அருகே நின்று அழுகிற மாதிரி தெரிந்தது.

“ண்ணா” என்று நான் சொன்னேனா, என் முதுகில் கை வைத்த சந்திரகுமார் சொன்னானா தெரியவில்லை. சுய நினைவை இழந்தவன் மீண்டு வந்ததைப் போல் திரும்பினேன். சந்திரகுமார் பொறுமையிழந்தவனைப் போல் பார்த்தாலும் என் கண்களில் வழிந்த கண்ணீரைப் பார்த்து, “ஏண்ணா?” என்றான்.

“என் உயிர் இருக்கற வரைக்கும், இந்தக் கண்ணீரும் இருக்கணுண்டா. இல்லன்னா நான் மனுஷன் இல்ல.” கைக்குட்டை எடுத்து கண்களைத் துடைத்துக்கொண்டேன்.

சந்திரகுமாரைப் பின் தொடர்ந்தேன். அந்த அறை சாதாரணமாக இருந்தது. அலுவலகம் என்பதற்கான எந்த அத்தாட்சியும் இல்லை. நான்கு பிளாஸ்டிக் சேர்கள் மட்டுமே இருந்தன.

“உக்காருங்கண்ணா அய்யா வந்துடுவார்.” என்று அவன் சொன்னதும் உட்கார்ந்தேன். உட்கார்ந்து தலை நிமிரும்போதே டி.எஸ்.பி உள்ளே நுழைந்தார். நான் எழுந்து நின்று வணக்கம் போடுவேன் என்று எதிர்பார்த்திருக்கலாம். எழுந்து நிற்காததால் இந்த வண்ணத்துப்பூச்சியை பயங்கரவாதி தீவிரவாதி என்றும் எடைபோட்டிருக்கலாம், அவரே “வணக்கம் கண்ணப்பன் சார்” என்று சொல்லி எதிரே இருந்த சேரை இரண்டடி பின்னுக்குத் தள்ளி உட்கார்ந்தார்.

“காம்ரேட்னு சொன்னா அதாவது நான் சொன்னா உங்களுக்குப் பிடிக்காது.” என்று செயற்கை சிரிப்பு சிரித்தார்.

நானும் சிரித்துக்கொண்டேன். “நிஜம்தான் சார்! போலீஸ்காரங்க சொல்லக் கூடாது. வருங்காலத்துல யாராவது போலீஸ் தொழிலாளர் சங்கம் தொடங்கினா அவங்க சொல்லிக்கட்டும்.”

அந்த நொடியில் அவரொன்றைப் புரிந்துகொண்டார்.

சுற்றி வளைத்துப் பேசக் கூடாது. தேவையான விஷயத்தை மட்டுமே பேச வேண்டுமென்பதுதான் அது. “கொலை யார் பண்ணாலும் குற்றம், சிலப்பதிகாரம் உங்களுக்குத் தெரியாதது இல்ல. உலகத்துக்கே தெரியும். கணவனைக் கொலை பண்ண குற்றத்துக்காக கண்ணகி மதுரையை எரிச்சாங்க. தவறான நீதி வழங்கினதுக்காக பாண்டிய மன்னரும், மகாராணியும் உயிரை இழந்தாங்க. எந்தத் தவறுமே செய்யாத மூணு போலீஸ்காரங்க மேல வெடிகுண்டு போட்டுக் கொலை பண்ணிட்டு முப்பது வருசமா தலமறைவா இருக்கார் ராமலிங்கம்.”

எதுவுமே பதில் பேசாமல் தலையைக்கூட ஆட்டாமல், அசைக்காமல் இருந்தேன். அப்படியே இருந்தது காவல்துறை அதிகாரியைச் சோர்வடையச் செய்தது. என்ன பேச வேண்டுமென்று யோசித்துத் தயாரித்துப் பேசியது பலனளிக்கவில்லையென்கிற வருத்தத்தை மறைத்துக்கொண்டு, “வெடிகுண்டால செத்துப்போன எஸ்.ஐ சாருக்கு அப்பதான் கல்யாணமான புதுசு. அவங்க மனைவிக்கு கைக்குழந்தை. உடம்பெல்லாம் ரத்தம். உடம்புல சட்டதான் கிழிஞ்சி தொங்குதுன்னு பாத்தா தோலு கிழிஞ்சி தொங்குது. கேக்கறதுக்கே கஷ்டமா இருக்கில்லயா, நான் கண்ல பார்த்தவன்... இன்னும் என் கண்ணுலயே இருக்கு. ராமலிங்கத்த புடிக்கணும்ங்கிற தாகம் சாகற வரைக்கும் தீராது.” அவரிடமிருந்து பெருமூச்சு வந்தது. கண்கள் உருண்டன.

எந்த அசைவும் இல்லாமல், காதில் பஞ்சுவைத்து உட்கார்ந்திருப்பவனைப் போல் உட்கார்ந்திருந்தேன். ஆனால் நான் காது கொடுத்துக் கேட்டுக்கொண்டிருப்பதாக நம்பினார். அதனால் தொடர்ந்து நிறுத்தாமல் சொல்ல வந்ததைச் சொல்லிவிட வேண்டுமென்று சொல்லுவதைத் தொடர்ந்தார்.

“ராமலிங்கத்துக்கு இப்போ அறுபது வயசுக்கு மேல இருக்கும். ரிட்டயர்மென்ட் ஏஜ்ல அவர ஒன்னும் தொந்தரவு பண்ண மாட்டோம். கோர்ட்டுல ஒப்படைப்போம். பதினைஞ்சி நாள் ரிமாண்டு பண்ணுவோம். மூணே நாள்ல ஜாமீன்ல

வெளியே வந்துடுவார். அதுக்கு நான் கியாரன்ட்டி. ஜாமீன் தரக்கூடாதுன்னு நான் எதிர்ப்புத் தெரிவிச்சாதானே? ஷ்யூரா எதிர்ப்புத் தெரிவிக்க மாட்டேன். ராமலிங்கம் எதுக்குத் தலைமறைவா இருக்கணும்... நூத்துக்கணக்கான நக்சலைட்டுகள் எந்த கேசும் இல்லாம விடுதலையாகி, பொண்டாட்டி பிள்ளைகளோட நல்லா வாழ்ந்துட்டிருக்காங்க."

எனக்கு வந்த சிரிப்பையும் கஷ்டப்பட்டு அடக்கிக்கொண்டு அமைதியாக இருந்தேன். வாழ்நாளில் இப்படியொரு அமைதியாக எப்போதும் எந்த இடத்திலும் இருந்ததில்லை. டி.எஸ்.பிக்கு அடுத்துப் பேச வேண்டியது என்னவென்று புரியாமல் தடுமாற்றத்துடன் நின்றார். சிறிது அமைதி.

மறுபடியும் இரயில் போகிற சத்தம் கேட்டதும், மூளைக்குள் சக்கரங்கள் சுழன்றன. எழுந்து ஜன்னலுக்குப் போனேன். தடித்த துணியாலான திரையை விலக்கி ஜன்னலைத் திறந்து பார்த்தேன். அது பயணிகள் இரயில், ஒரு குழந்தை இரயிலின் ஜன்னலில் கையைவிட்டு அசைத்து அசைத்து டாட்டா சொன்னது. நானும் கையசைத்தேன். அந்தக் குழந்தை என்னைப் பார்க்கவில்லை. நான் மூன்று மாடி உயரத்திலிருந்தேன். என் சிறுவயதில் நடராஜண்ணனோடு தாழம்புதருக்கு வரும்போது, பள்ளத்தில் நின்று கையசைப்பேன். இரயில் மேடான பாதையில் போகும்.

இரயில் போனபிறகு மீண்டும் வந்தேன். சேரில் உட்கார்ந்தேன். டி.எஸ்.பியும் அமைதியாக உட்கார்ந்திருந்தார்.

வாசற்படியில் சந்திரகுமார் குற்றவாளிக்கூண்டில் நிற்கிற கைதியைப்போல் வியர்த்துக் கொட்ட நின்றிருந்தான். "சார்! வேற ஏதாவது சொல்றீங்களா? நான் போட்டுமா?" என்றேன்.

அத்தனை பெரிய காவல்துறை அதிகாரியின் முகத்தில் கம்பீரம் சடசடவென்று சரிந்து விழுந்து சாதாரணமாகப் பார்த்தார். "ப்ளீஸ் கண்ணப்பன், ராமலிங்கத்தைக் கண்டுபிடிக்க உங்க உதவி வேணும். ஏதாவது ஒரு க்ளூ, நூல் முனையளவு கிடைச்சாலும்

போதும். அதுக்காக எவ்வளவு பணம் செலவானாலும் அதைத் தர்றேன்." நான் தவறாக நினைப்பேனென்று நினைத்து, "லஞ்சம் இல்லை, அரசாங்கமே கொடுக்கறதுதான். ஆனா கணக்குல வராது. வெளியேவும் தெரியாது."

இதுவரைக்கும் காத்த அமைதியை என்னால் இனியும் தொடர முடியாத நிலையில், "சார்! முப்பத்தைஞ்சி வருசங்களுக்கு முன்ன இந்த இடம் புதரா, காடா இருந்தது. அப்போ ஒரு விஷயம் நடந்தது. அதைக் கொஞ்சம் கேளுங்க, ஒரு பொம்பள, அவங்க விபச்சாரிதான்... இதே எடத்துல அஞ்சி பேரால நாசமாயிட்டிருந்தாங்க. நடராஜன்னு ஒரு அண்ணன் இருந்தாரு. அவரு அந்தம்மாவ அஞ்சி பேருகிட்டருந்து காப்பாத்தனாரு. அந்தம்மா ஒடம்புல துண்டுத் துணி இல்ல. நடராஜண்ணன் ஓடிப்போயி வீட்ல அவங்க மனைவிகிட்ட இருந்த ரெண்டே புடவையில ஒரு புடவையைக் கொண்டுவந்து தந்து அந்தப் பொண்ணோட மானத்தையும் உயிரையும் காப்பாத்தனாரு, அது முப்பத்தைஞ்சி வருசத்துக்கு முன்ன, ஒரு சாராயம் விக்கிற பொம்பளயை போலீஸ்காரங்க அழைச்சிட்டுப் போனாங்க... என்ன நடந்தது தெரியுமா, இதே தாழம்பூ காட்டுல பொணமாதான் கிடைச்சாங்க. எத்தனை போலீஸ்காரங்க கற்பழிச்சாங்க, எப்படிக் கொன்னாங்கன்னு யாருக்கும் தெரியாது. எந்த நடவடிக்கையும் எடுக்கல. அந்த கேஸ் என்ன ஆச்சுன்னும் தெரியாது. அந்த போலீஸ்காரங்க எஸ்.ஐ.ஆகி இன்ஸ்பெக்டராகி நிம்மதியா, கௌரவமா அந்தஸ்தோட வாழ்ந்திருப்பாங்க. வாழ்க்கையில எந்தத் தவறும் செய்யாத நடராஜண்ணனை போலீஸ்காரங்க அடிச்சே கொன்னாங்க. அவங்க மேலயும் எந்த நடவடிக்கையும் இல்ல."

"நீங்க திரும்பத் திரும்ப உங்க பக்கத்து நியாயத்த மட்டுமே பேசறீங்க..."

"நியாயத்துக்கு உங்க பக்கம், எங்க பக்கம்னு ரெண்டு பக்கங்கள் இல்லை சார். நியாயம் ஒண்ணுதான். நீதி ஒண்ணுதான். சட்டம் ஒண்ணுதான். நீங்கதான் ரெண்டா பிரிக்கிறீங்க... ராமலிங்கம்

மூணு போலீஸ்காரங்களைக் கொன்னது குற்றம்தான். நான் எப்பவுமே மறுக்க மாட்டன். அந்த ராமலிங்கத்தைத் தேடிப்பிடிச்சி தண்டனை வாங்கி, தூக்குல போட்டிருக்கணும். அல்லது என்கவுன்ட்டர் பண்ணியிருக்கணும். ஆனா நீங்க என்ன பண்ணீங்க, போலீஸ்காரங்கள கொலை பண்ண ராமலிங்கத்த முப்பத்தைஞ்சி வருசமா புடிக்க முடியாம தேடிட்டிருக்கீங்க. கொலைக்குச் சம்பந்தமில்லாத பல இளைஞர்களைச் சுட்டுக் கொன்னீங்க. பல இளைஞர்களை நிர்வாணப்படுத்தி சித்ரவத பண்ணீங்க...”

டி.எஸ்.பி நெருப்பைக் குடித்தவர் போலானார். முகம் எரிவது பார்வையில் தெரிந்தது. இந்தக் கேள்விகள் இனிமேல் செல்லுபடியாகாது என்பது தெரியும். ஆனாலும் மனதில் உறுத்திக்கொண்டிருக்கும் முட்கள் என்பதால் அதைப் பிடுங்கிப் போடாமல் இருக்க முடியாது.

“தமிழ்நாடு அதனாலதான் அமைதிப்பூங்காவா இருக்கு கண்ணப்பன். மக்கள் நிம்மதியா வாழ்ந்துட்டிருக்காங்க...”

அவருக்குத் தெரிந்த அவர் கண்டடைந்த உன்னதத்தைச் சொன்னார். அதுவும் ஐம்பது சதவீதம் உண்மைதான்.

“சார் தமிழ்நாட்டை அமைதிப்பூங்காவா நீங்க பார்த்தீங்க. அடிமைகளின் பூங்காவா நான் பார்த்தேன். இப்பவும் சொல்றன்... ஊருக்கு நாலே நாலு பணக்காரங்கதான் நிம்மதியா, அமைதியா வாழ்ந்திட்டிருக்காங்க. மத்தவங்க எல்லாருமே பிள்ளைகளைப் படிக்க வைக்க முடியாம, நல்ல ஆஸ்பிட்டல் போக முடியாம, நல்ல சாப்பாடு சாப்பிட முடியாம, வாங்கின கடனுக்கு வட்டிகட்ட முடியாம தினம் தினம் செத்திட்டிருக்காங்க. நாலு பேருதான் அமைதியா இருக்கான். மத்தவன் வாழ்றதுக்குப் போராடிட்டிருக்கான். நீங்களா நினைச்சுக்கறது அமைதிப்பூங்கான்னு... பணக்கார வர்க்கம், ஏழை வர்க்கம்னு இல்லாத நிலை வரணும் சார். மேல் ஜாதி கீழ் ஜாதிங்கிற பேதம் இல்லாத நிலை வரணும் சார். அதுதான் அமைதிப்பூங்கா, அதை போலீஸ்காரங்க

நீங்க கொண்டாந்தாலும் வரவேற்கிறேன். ஏற்றத்தாழ்வு இருக்கிறவரைக்கும், ஏதோவொரு மூலையில, ஏதோவொரு நெருப்பு எரிஞ்சிட்டுதான் இருக்கும். அணைக்க முடியாது. சம தர்மம், சம நீதி, சமவுடமை, சமத்துவம் மட்டும்தான் தீர்வு. நீங்க நாலு பணக்காரங்கள காப்பாத்த துப்பாக்கி எடுக்கறீங்க. எங்களுக்கு ஏழைகளைக் காப்பாத்த மார்க்சியத்த விட்டா வேற என்ன இருக்கு?"

நான் எழுந்தேன். டி.எஸ்.பி பரீட்சையில் தோல்வியடைந்த மாணவனைப் போல் சோகமானார்.

"சார்! ராமலிங்கத்த பற்றி எந்தத் தகவல் கிடைச்சாலும் கண்டிப்பா உங்களுக்குச் சொல்லிடுவேன். நீங்க ராமலிங்கத்த பிடிச்சாலும் எனக்கு ஒரு தகவல் சொல்லுங்க. நிறைய கேள்விகள் கேட்க வேண்டியது இருக்கு."

என்ன கேள்வி கேட்க வேண்டும் என்கிற மாதிரி பார்த்தார்.

"நிறைய கேள்விகள் இருக்கு சார். ராமலிங்கம் எம்.எல் கிடையாது. போலீஸ்காரங்க அவரை அழைச்சிட்டுப் போனது வேற கேசுக்கு. ரொம்ப கவுரமா, மரியாதயாத்தான் அழைச்சிட்டுப் போனாங்க. அப்புறம் எதுக்கு வெடிகுண்டு போட்டாருங்கிறது ஒரு கேள்வி... இயக்கத்தோட வழிகாட்டல் என்னன்னா நில சுவான்தாரர்களைக் அழித்தொழிக்கும்போது யார் பண்ணாங்களோ அவங்க ஒத்துக்கணும். பொறுப்பேத்துக்கணும்... ராமலிங்கம் ஏன் ஒத்துக்கல, போலீஸ்காரங்க தாக்குதல் நடத்தி இருந்தால் இவர் திருப்பி தாக்குதல் நடத்தி இருக்கலாம். இவரா எதுக்குத் தாக்குதல் நடத்தினாரு? அதுக்கான அவசியம் என்ன? அதுக்குப் பின்னாடி போலீஸ்காரங்க மார்க்சியம்னு பேசின எல்லா இளைஞர்களையும் சுட்டுத் தள்ளிட்டிருக்காங்க. அப்பவும் ஏன் சரண்டராகி அவங்கள காப்பாத்தல...? இப்படி சில கேள்விகள் இருக்கு சார்." என்றேன். "உங்களுக்கு முக்கியமான ஒரு விஷயம் சொல்றன் சார். தமிழ்நாட்ல எம். எல் மூவ்மென்ட்ட அழிச்சது போலீஸ்காரங்க கிடையாது. ராமலிங்கம்தான்... ராமலிங்கம் மட்டும் போலீஸ்காரங்களைக்

கொல்லாம இருந்திருந்தா, அரசாங்கம் தமிழ்நாடு பூராவும் நூற்றுக்கணக்கான இளைஞர்களைக் காவு வாங்கி இருக்காது. எப்படி ராஜீவ்காந்தியின் படுகொலை மொத்த விடுதலைப் புலிகளின் அழிவுக்குக் காரணமானதோ, அப்படித்தான் மூணு போலீஸ்காரங்க மரணம் எம்.எல். மூவ்மென்ட்டோட அழிவுக்குக் காரணமாச்சி...”

மறுபடியும் இரயில் போனது. ஜன்னலருகே போனேன். திரையை விலக்கிவிட்டு ஜன்னலைத் திறந்தேன். கூட்ஸ் பெட்டி தடதடத்து ஓடியது. நடராஜண்ணன் கூட்ஸ் பெட்டியோடு ஓடுகிற மாதிரி தெரிந்தது.

எதிர்பக்க ஜன்னலில் எட்டிப்பார்த்தேன். நெடுஞ்சாலையில் லாரி போய்க் கொண்டிருந்தது. மரண வீட்டிற்குப் போகும் ஜனங்கள் லாரியில் நின்றிருந்தார்கள். வசந்தம் அடுமனையும் பக்கத்தில் டீக்கடையும் இருந்தது. நான்கைந்து போலீஸ்காரர்களும் சில ஆட்களும் டீ குடித்துக் கொண்டிருந்தார்கள். அதில் நின்றுகொண்டிருந்தவர் ராமலிங்கம் போலிருந்தது. ராமலிங்கம்தான்.

டி.எஸ்.பிக்கு எதிரே நின்றேன். என்மீது காட்ட முடியாத கோபத்திலிருந்தார்.

“சார்.. ஊர்ல எத்தனை வீடுங்க இருக்குன்னும், எத்தனை பேர் வசிக்கிறாங்கன்னும் அவங்க பேரும் போஸ்ட்மேன்களுக்குத் தெரியுது, கியேஸ் டெலிவரி பாய்களுக்குத் தெரியுது, முனிசிப் ஆபீஸ் தலையாரிக்குத் தெரியுது. போலீஸ்காரங்களுக்கு ஏன் சார் தெரியறதில்ல?”

அவரிடம் எந்தப் பதிலும் இல்லை.

அலுவலகத்தைவிட்டு வெளியே வந்தேன்.

பின் கதைச் சுருக்கம்:

துக்கமும், அழுகையும் ஓய்வதற்கு பல மாதங்கள் ஆயிற்று. ஜனங்கள் அரிசியைப் பார்க்கும்போதெல்லாம் நடராஜண்ணனின் நினைவைப் பார்த்தார்கள்; பார்க்க முடியும். ஒவ்வொரு அரிசியிலும் அவரின் முகம் தெரிந்தது.

அமைப்பில் நிறைய அண்ணன்கள் சேர்ந்தார்கள். ரகசியக் கூட்டங்கள், அதி ரகசியக் கூட்டங்களானது, ஏலகிரி மலைக் காட்டிலும் ஆந்திர எல்லையிலும், இரயில்வே பாலத்தின் கீழும், சுடுகாட்டிலும், கல்லறைத் தோட்டத்திலும், கரும்புத் தோட்டத்திற்குள்ளும், சோளக்கொல்லையிலும் என்று ரகசியக் கூட்டத்திற்கான இடத்தை மாறி மாறி முடிவு செய்து அறிவிப்பார்கள். வகுப்புகள் நடக்கும். பாலாமணி சில வகுப்புகளுக்கு அழைத்துப் போவார். அங்கே அவர்கள் பேசும்போது என் நரம்புகள் முறுக்கேறியதைத் தவிர்க்க முடியவில்லை. வெகு சீக்கிரமே இவர்கள் வெல்வார்களென்றும் முதலாளி வர்க்கமென்றோ, பணக்கார வர்க்கமென்றோ இருக்காது... அதை அழித்துவிடுவார்களென்றும், ஒழித்து விடுவார்களென்றும் நம்பினேன். ஏழைகளே இந்த மண்ணில் இருக்க மாட்டார்கள். ஜமீன்தாரைப் போலிருக்கும் பணக்காரர்களிடமிருந்து பணத்தையும், பண்டத்தையும், நகைகளையும் அபகரித்தோ, கொள்ளையடித்தோ எங்களை

மாதிரி ஏழைகளுக்குத் தருவார்களென்று கண்ட கனவு பொய்யானது.

ஆரம்ப நிலையிலேயே இயக்கத்திலிருந்த தத்துவார்த்த சிக்கல்களை அவிழ்ப்பதில் ஏற்பட்ட சிக்கல்களால் சூரைத் தேங்காயைப் போன்று சிதறுண்டு பல குழுக்களாகப் பிரிந்தார்கள். ஒரு நபர் மட்டுமே இயங்குகிற இயக்கமும் இருந்தது. ஒரே நபர் நான்கைந்து இயக்கங்களிலிருப்பதுமான கூத்துமிருந்தது.

ஜமீன்தாரை அழித்தொழிப்பு செய்வதற்கு முன்பே, ஆதிக்க வர்க்கமும் போலீஸ் படையும் இணைந்து இயக்கத்தினரை அழித்தொழிப்பு செய்தனர். பாலாமணியும் கொடூரமான முறையில் கொல்லப்பட்டார். ஜமீன்தார் நிலத்தில் நாற்று நடுவதற்குக் கூலி விவசாயிகள் யாரும் போகவில்லை. ஒரே ஒரு ரூபாய் கூலியைச் சேர்த்துக் கேட்டதற்குக் கொடுக்க முடியாதென்று கூறி ஜமீன்தார் வேறு ஊரிலிருந்து இரண்டு ரூபாய் அதிகம் கூலியைக் கொடுத்து ஆட்களை அழைத்து வந்து நாற்று நட்டார். பாலாமணியும், தோழர்களும் கொதிப்படைந்தனர். ஜமீன்தார் நிலத்தில் நட்ட நாற்றைப் பிடுங்கி எதிர்ப்புத் தெரிவிப்பதென்று தீர்மானித்தனர். நள்ளிரவு ஐந்து பேர் களம் இறங்கினர். நிலா வெளிச்சத்தில் நாற்றைப் பிடுங்கிக்கொண்டிருந்தபோது, போலீஸ்காரர்களும் ஜமீன்தாரின் ஆட்களும் வந்துவிட்டனர். மற்ற நால்வரும் பயந்து ஓடிவிட பாலாமணி சிக்கிக்கொண்டார். வலிமையாகவும், உறுதியாகவும் எதிர்த்தாலும்கூட இருபத்தைந்து பேரை ஒருவரால் எதிர்கொள்ள முடியவில்லை. நாற்றைப் பிடுங்கிய பாலாமணியைச் சேற்றிலேயே நட்டனர். அடித்து அடித்து கழனிச் சேற்றில் தள்ளி, சாய்த்து ஏர் ஓட்டும் நுகத்தடியை அவரின் கழுத்தில் வைத்து இந்தப் பக்கமாக இரண்டு பேர், அந்தப் பக்கமாக இரண்டுபேர் ஏறி நின்று அழுத்தி மிதித்துக் கொன்றனர். பயங்கரவாதி தீவிரவாதி எனும் முத்திரை குத்தி பயங்கரமாகவும், தீவிரமாகவும் கொன்றார்கள்.

யாரும் ஓய்ந்துவிடவில்லை. கோபத்தீ அணையவில்லை.

ஜமீன்தாரை அழிப்பதற்காகத் தீட்டிய திட்டங்கள், பல ஆண்டுகளாக அழிந்துகொண்டே வந்தன.

ராமசாமி மாமா, பழனியப்பன், துரைசாமி, விநாயகம் நால்வரும் கூடி ஒரு முடிவு எடுத்தார்கள். அந்த முடிவு தவறானதுதான். மனித நேயமற்றதுதான். எத்தனை நாள் யோசித்தும் வேறு வழி கிடைக்கவில்லை. டீச்சரின் வீட்டிலேயே ஜமீன்தாரை முடிப்பதென்று முடிவாயிற்று. ராமசாமி மாமா, 'நான்தான் செய்வேன்' என்று உறுதியாக நின்றார். 'எந்தக் கையை இந்த ஊரு கேலி பேசுச்சோ, அதே கையால இந்த ஊருக்கு நல்லது செய்றேன்' என்றார். 'வேணாம் ராமசாமி டைமிங்க கொஞ்சம் தப்பினாலும் நீ சிதறிடுவே...' என்று விநாயகம் தடுத்தும் கேட்கவில்லை. 'இந்த கையால முடியும்' என்றார்.

முன் பயிற்சி எதுவுமே இல்லாமல் அந்தக் குட்டைக் கையால்தான் வெடி குண்டு வீசினார். ஜமீன்தாரோடு, டீச்சரும் குழந்தையும் அழிந்ததுதான் கால ரணம். வேறு வழி அவர்களுக்குத் தெரியவில்லை. வேறு வாய்ப்பும் கிடைக்கவில்லை.

போலீஸ் குவிக்கப்பட்டது. வீடு வீடாக நுழைந்து இளைஞர்களையெல்லாம் இழுத்துப்போய், வதைத்து விசாரித்தது. இயக்கத்தினர் அரை வயிறு, கால் வயிறு உண்டு காட்டில் வாழ்ந்தார்கள்.

அச்சமயத்தில்தான் இராமலிங்கம் சந்தேகத்தின் பேரில் மாட்டினார். ஜீப்பில் காவல் நிலையம் அழைத்துப் போகும்போது வெடிகுண்டு வெடித்து தப்பியோடினார். மூன்று காவலர்கள் இறந்தனர். மூன்று காவலர்களைக் கொன்றது அரசாங்கத்தின் இதயத்திலேயே கத்தியைச் சொருகியது போன்ற பாதிப்பை உண்டாக்கியது. அரசு சும்மா இருக்குமா? இயக்கங்களை அழிப்பதற்காக கொலைக்கருவிகளை போலீஸிடம் கொடுத்து முடக்கிவிட்டது. பழனியப்பன், துரை, விநாயகம் இவர்களும் இவர்களோடு தொடர்பிலிருந்த இளைஞர்களும் சுட்டுக்கொல்லப்பட்டனர். என்கவுன்ட்டர்,

என்கவுன்ட்டர், என்கவுன்ட்டர்... எந்தக் குற்றமும் புரியாத பல இளைஞர்கள் உயிரைக் காப்பாற்றிக்கொள்வதற்கு நீதி மன்றத்தில் சரணடைந்தனர். அதில் கருங்காலிகளும் உண்டு. அவர்கள் பிற்காலத்தில் ரவுடிகளாகவும், கட்டப்பஞ்சாயத்து தலைவர்களாகவும் மாறி சமூக விரோதச் செயல்களிலும் ஈடுபட்டு சுகபோகமாக வாழ்கின்றனர்.

கடவுள் ஒவ்வொருவரின் வாழ்க்கையை எழுதும்போதும் ஒவ்வொரு வகையான மையினால் எழுதி விடுகிறார். போராளிகள் வாழ்க்கையை ரத்தத்தினாலும், ஏழைகளின் வாழ்க்கையை வியர்வையாலும், ஜமீன்தாரர்களின் வாழ்க்கையைத் தங்கத்தினாலும், தனம், கனகா, டீச்சர் போன்ற பெண்களின் வாழ்க்கையைக் கண்ணீராலும் எழுதி விடுகிறார். அதிலும் டீச்சரின் வாழ்க்கையை இரத்தக்கண்ணீரால் எழுதியிருக்கிறார். பிறந்தது ஓரிடம், வளர்ந்தது ஓரிடம், உயிருக்குயிராய் காதலித்தது ஒருவனை, பிணத்தைப்போல் வாழ்ந்தது ஒருவனிடம்.

எல்லோரின் வாழ்வும் ஒரே மாதிரியாக எழுதப்பட வேண்டுமென்பதே உலகம் தோன்றிய காலத்திலிருந்து சித்தாந்தங்கள் போதித்து வருகின்றன.

என்றேனும் ஒருநாள் சமதர்மம் பூக்காமலா போகும்?

நாராயணி கண்ணகி

(narayanikannagi@gmail.com)

சொந்த ஊரும், வசிக்கும் ஊரும் திருப்பத்தூர் மாவட்டம் ஜோலார்பேட்டை. இரண்டு திரைப்படங்களில் உதவி இயக்குனராகப் பணிபுரிந்திருக்கிறார். முன்னணி இயக்குனர்களோடு திரைக்கதை விவாதங்களில் பங்கேற்கிறார். குமுதம், குங்குமம், கல்கி, ஆனந்த விகடன் உள்ளிட்ட அனைத்து பத்திரிகைகளிலும் சிறுகதைகள் எழுதியுள்ளார். பல சிறுகதைப் போட்டிகளில் பரிசுகளும் வென்றுள்ளார். சில ஆண்டுகளாக சினிமாக்காரர்களோடு கழித்ததால் எழுத்து பக்கம் வராதிருந்த இவர் மீண்டும் எழுத ஆரம்பித்திருக்கிறார்.

விருதுகள்: யாவரும் பதிப்பகம் புதுமைப்பித்தன் நினைவு குறுநாவல் போட்டியில் பரிசு -2021, நன்னன் அண்ணல் புதினப் போட்டியில் இரண்டாம் பரிசு- 2007 (கலைஞர் அவர்களால் வெளியிடப்பட்டது). குமுதம் வைர மோதிரம் சிறுகதைப் போட்டியில் வைர மோதிரம் பரிசு - 2005. கலைமகள் -கி.வா.ஜ நினைவு சிறுகதைப் போட்டியில் இரண்டாம் பரிசு - 2002. ஆனந்த விகடன் பவழ விழா ஓவிய சிறுகதைப் போட்டியில் இரண்டாம் பரிசு – 2002. தினமணிகதிர் – பள்ளி சாரா கல்விக் கருவூலம் சிறுகதைப் போட்டியில் பரிசு -2000 (அறிவொளி இயக்கத்தின் பாடப்புத்தகமாக வைக்கப்பட்டிருந்தது). அமரர் கல்கி நூற்றாண்டு விழா சிறுகதைப் போட்டியில் முதல்பரிசு - 1998. அமரர் கல்கி நூற்றாண்டு விழா மினித் தொடர் போட்டியில் முதல் பரிசு - 1998. வாசுகி சிறுகதைப் போட்டியில் முதல் பரிசு – 1992. திருப்பூர் அரிமா குறும்பட திரைக்கதை விருது 1999.

www.ingramcontent.com/pod-product-compliance
Lightning Source LLC
LaVergne TN
LVHW101415051026
849519LV00005BC/1760
9789391748470